AF758966

ഗ്രീൻ ബുക്സ്

തിരയും കാലവും

സംഭാഷണം/എഴുത്ത്:

പി. സക്കീർ ഹുസൈൻ

പത്രപ്രവർത്തകൻ, എഴുത്തുകാരൻ.
പി. അബ്ദുൽ കരീമിന്റെയും ഖദീജയുടെയും മകനായി
മലപ്പുറം ജില്ലയിലെ കരുവാരക്കുണ്ടിൽ ജനനം.
പത്രപ്രവർത്തന സംബന്ധമായ
നിരവധി കൃതികളുടെ രചയിതാവ്.

സിനിമാപഠനം

തിരയും കാലവും

നമ്മുടെ ഹൃദയത്തിൽ ഒപ്പ് ചാർത്തിയ
സിനിമാ സാരഥികൾ

സംഭാഷണം/എഴുത്ത്
പി. സക്കീർ ഹുസൈൻ

ഗ്രീൻ ബുക്സ്

green books private limited
gb building, civil lane road, ayyanthole,
thrissur- 680 003, kerala
ph: +91 487-2381066, 2381039
website: www.greenbooksindia.com
e-mail: info@greenbooksindia.com

(malayalam)
thirayum kaalavum
(film study)

dialogues & writings
by
p. zakir hussain

first published april 2017

cover design : rajesh chalode

branches:
thrissur 0487-2422515
palakkad 0491-2546162
kannur 0497-2763038
Thiruvananthapuram 9846670899

isbn : 978-93-86440-29-7

GBPL/903/2017

മുഖക്കുറി

കാലം കടൽത്തിരകൾ പോലെ മുഴക്കങ്ങളായി
അലയടിക്കുന്ന അനുഭവമാണ് 'തിരയും കാലവും'.
ഇത് സിനിമാക്കഥ മാത്രമല്ല,
സിനിമയുടെ അണിയറക്കഥയും കൂടിയാണ്.
എ. വിൻസന്റ്, കെ.എസ്. സേതുമാധവൻ,
ശശികുമാർ, ഐ.വി. ശശി, ഹരിഹരൻ തുടങ്ങിയവർ
സിനിമയിൽ എത്തിപ്പെട്ടതെങ്ങനെയെന്നും
അവരുടെ ആദ്യകാല സിനിമാനുഭവങ്ങൾ
എന്തായിരുന്നുവെന്നും വ്യക്തമാക്കുന്നു ഈ കൃതി.
ഇത് സിനിമയുടെ ജീവിതരേഖയോടൊപ്പം
സിനിമയുടെ ഹിറ്റ്മേക്കർമാരുടെ ചരിത്രം കൂടിയാണ്.
തിരക്കഥാകൃത്തുക്കൾ, പാട്ടെഴുത്തുകാർ,
നിർമ്മാതാക്കൾ തുടങ്ങിയ ഒരു വലിയ നിരയിലേക്ക്
ഈ അനുഭവകഥകൾ നീളുന്നു.
കാലത്തെ അതിജീവിച്ച സുവർണ്ണമുദ്രകൾ
പതിപ്പിച്ച സിനിമകൾ, പുരസ്ക്കാരങ്ങൾ,
അവയിലെ നടീനടന്മാർ, റിലീസ് ചെയ്ത വർഷം
തുടങ്ങി വായനക്കാർക്ക് ഉപയോഗപ്രദമായി
പുസ്തകം ക്രമീകരിച്ചിരിക്കുന്നു.

കൃഷ്ണദാസ്
മാനേജിങ് എഡിറ്റർ

സിനിമയും ജീവിതങ്ങളും തേടി

രാത്രി വല്യുമ്മയുടെ അരികു പറ്റിച്ചേർന്ന് കിടക്കുമ്പോൾ പാളികളില്ലാത്ത ജനാലയിലൂടെ പാട്ട് ഒഴുകി വന്ന് തൊടും. കല്യാണത്തലേന്ന് പുതിയാപ്പിളയുടെയോ പുതുപെണ്ണിന്റെയോ പുരയിലെ തെങ്ങിൽ ഉയർത്തിക്കെട്ടിയ കോളാമ്പിയിൽ നിന്നാണത് വരുന്നത്. സ്കൂളില്ലാത്ത ദിവസങ്ങളിൽ ഒലിപ്പുഴയിൽ ഉച്ചയ്ക്ക് ചങ്ങാതിമാരോടൊപ്പം കുളിക്കുമ്പോൾ പച്ച നിറഞ്ഞ പാടത്തിനക്കരെയുള്ള സീമാ ടാക്കീസിൽ നിന്നും ചിലപ്പോൾ അതേ പാട്ട് വന്ന് സമയം ഏറെയായെന്ന് മന്ത്രിക്കും.

പടം മാറുന്ന വെള്ളിയാഴ്ചകളിൽ ഓല മേഞ്ഞ ടാക്കീസിലേക്ക് പൊരിവെയിലത്ത് ഓടിയെത്തുമ്പോഴേക്കും ബെഞ്ച് ടിക്കറ്റ് കൗണ്ടറിലേക്കുള്ള നിര പഞ്ചായത്ത് പാതയിലേക്ക് നീണ്ടു വളഞ്ഞ് പരന്നിരിക്കും. ഏറെനേരം കാത്തുനിന്നാണ് അകത്തെത്തുക. സ്ക്രീനിൽ വെളിച്ചം പരക്കുന്നതോടെ അതിന്റെ ക്ഷീണമെല്ലാം വിയർപ്പിൽ ഒലിച്ചുപോകും. സിനിമ എന്നും ഹരമായിരുന്നു. ആ ലഹരിയുടെ തുടർച്ചയായിരിക്കണം പത്രപ്രവർത്തകനായപ്പോൾ സിനിമാപ്രവർത്തകരുടെ ജീവിതം തേടാൻ പ്രചോദനമായത്.

ആർട്ടിസ്റ്റ് സഗീറാണ് ചെന്നൈ ഡയറക്ടേഴ്സ് കോളനിയിലുള്ള കെ. എസ് സേതുമാധവൻ സാറിന്റെ ഫോൺ നമ്പർ തന്ന് പരിചയപ്പെടുത്തിയത്. അദ്ദേഹം അഭിമുഖത്തിന് അനുമതി തന്നു. മാതൃഭൂമി ആഴ്ചപ്പതിപ്പിൽ വല്ലപ്പോഴും എന്റെ അഭിമുഖങ്ങൾ വന്നു തുടങ്ങിയിരുന്നു. എഡിറ്റർ ഇൻ ചാർജ് കമൽറാം സജീവിനോട് സേതുമാധവൻ സാറിന്റെ കാര്യം സൂചിപ്പിച്ചപ്പോൾ പ്രസിദ്ധീകരിക്കാമെന്ന് പ്രോത്സാഹിപ്പിച്ചു. കൂട്ടത്തിൽ സ്റ്റിൽ ഫോട്ടോഗ്രാഫർ പി ഡേവിഡിന്റെ കൂടി ജീവിതം എഴുതാൻ സജീവേട്ടൻ പറഞ്ഞു. മാതൃഭൂമി ബുക്സ് മാനേജർ നൗഷാദാണ് ഡേവിഡേട്ടന്റെ നമ്പർ തന്നത്. അതൊരു യാത്രയുടെ തുടക്കമായിരുന്നു. മലയാള സിനിമാ ചരിത്രത്തിൽ ഇടം നേടിയ

പല ചലച്ചിത്രപ്രവർത്തകരെയും പരിചയപ്പെടാനും അവരുടെ ജീവിതവും സിനിമയും പകർത്താനും അങ്ങനെ അവസരമുണ്ടായി. വിൻസെന്റ് മാസ്റ്റർ, കെ.എസ്. സേതുമാധവൻ, ശശികുമാർ, ഐ വി ശശി, ഹരിഹരൻ തുടങ്ങിയ മാസ്റ്റേഴ്സിന്റെ ജീവിതങ്ങളും സിനിമയും ആഴ്ചപ്പതിപ്പുകളിൽ എത്തിക്കാൻ ഭാഗ്യമുണ്ടായി. മലയാള സിനിമയുടെ ബാല്യത്തിലും കൗമാരത്തിലും യൗവനത്തിലുമെല്ലാം കൂടെ നടന്ന മഹാരഥന്മാർ. പൂർണമല്ലെങ്കിലും അവരുടെ ജീവിതവും സിനിമയും പകർത്താൻ ശ്രമിക്കുകയാണിവിടെ. ജീവചരിത്രമാണെങ്കിലും ആത്മകഥനത്തിന്റെ രൂപമാണ് എഴുത്തിൽ സ്വീകരിച്ചിരിക്കുന്നത്. വായനയും അത് ലളിതമാക്കുമെന്ന് വിചാരിക്കുന്നു. ഗവേഷണത്തിൽ നിന്ന് ലഭിച്ച വിവരങ്ങളും പൂർണതയ്ക്കായി ചേർത്തിരിക്കുന്നു.

ഈ ആമുഖമെഴുതുമ്പോൾ ചിലരെ ഓർക്കാതെ വയ്യ. ദയാപുരത്തെ 'വൃത്താന്തപാഠശാല'യിൽ പത്രപ്രവർത്തനത്തിൻെറ ആദ്യ പാഠങ്ങൾ പഠിപ്പിച്ച എം എൻ കാരശ്ശേരി, വർത്തമാനം ദിനപത്രത്തിൻെറ അസോസിയേറ്റ് എഡിറ്ററായിരുന്ന അബൂബക്കർ കാരക്കുന്ന്, മാധ്യമം ഡെപ്യൂട്ടി എഡിറ്റർ ഇബ്രാഹിം കോട്ടയ്ക്കൽ, മാധ്യമം എഡിറ്റോറിയൽ റിലേഷൻസ് ഡയറക്ടർ പി കെ പാറക്കടവ്, പിരിയോഡിക്കൽസ് എഡിറ്റർ വി മുസഫർ അഹമ്മദ്, മാധ്യമത്തിലെ സഹപ്രവർത്തകരും സുഹൃത്തുക്കളുമായ ആർ കെ ബിജുരാജ്, കെ പി ജയകുമാർ, എൻ പി സജീഷ്, എന്റെ എഴുത്തുകളെ സ്നേഹത്തോടെ പിന്തുടരുന്ന ചങ്ങാതിമാർ ഐ ടി സമീറ, സാഹിർ, ടി അജീഷ്, കെ സുരേഷ് കുമാർ, സിനിമാടാക്കീസ് യാത്രകളിലെ കൂട്ടുകാർ എ കെ ഹംസക്കുട്ടി, വി എസ് എം കബീർ, എം കെ മുഹമ്മദാലി, ഫോട്ടോഗ്രാഫർമാരായ പി ഡേവിഡ്, കാദർ കൊച്ചന്നൂർ, ചെന്നൈ ഐ സി എഫിലെ പി കെ രാമചന്ദ്രൻ എന്നിവരെ ഹൃദയപൂർവം ഓർക്കുന്നു. എല്ലാറ്റിനുമപ്പുറം അഭിമുഖങ്ങൾക്കായി ദിവസങ്ങൾ അനുവദിച്ച്, ക്ഷമയോടെ ജീവിതാനുഭവങ്ങൾ പങ്കുവെച്ച ബഹുമാന്യരായ മാസ്റ്റേഴ്സ്- എ വിൻസെന്റ്, ശശികുമാർ, കെ എസ് സേതുമാധവൻ, ഐ വി ശശി, ഹരിഹരൻ എന്നിവരോടുള്ള കടപ്പാട് മനസിൽ സൂക്ഷിക്കുന്നു.

എല്ലാവർക്കും നന്ദി.

പി സക്കീർ ഹുസൈൻ

ഉള്ളടക്കം

എ. വിൻസെന്റ്
കവിതയെഴുതും കാമറ

ചിത്ര സ്റ്റുഡിയോയിൽ അപ്പോൾ കുട്ടിയായ വിൻസെന്റ് മാത്രമേ ഉണ്ടായിരുന്നുള്ളൂ. അപ്പൻ ജോർജ് വിൻസെന്റ് പുറത്തെവിടെയോ പോയതായിരുന്നു. ഫോട്ടോഗ്രഫിയിൽ താത്പര്യമുള്ളതിനാൽ വിൻസെന്റ് ഒഴിവു കിട്ടുമ്പോഴെല്ലാം അവിടെയാണ്. ഡാർക്ക് റൂമിൽ ഫോട്ടോകൾ പിറക്കുന്ന നിമിഷങ്ങൾക്കായി അവൻ കാത്തിരിക്കും. ചുവപ്പ് ബൾബിന്റെ മങ്ങിയ വെളിച്ചത്തിൽ ബ്രോമേഡ് പേപ്പറിൽ കറുപ്പും വെളുപ്പും കലർന്ന ചിത്രങ്ങൾ തെളിഞ്ഞുതെളിഞ്ഞു വരും. അത് കാണാൻ അവന് ഇഷ്ടമാണ്. ഡവലപ്പറിൽ ഫിലിം മുക്കിപ്പിടിച്ച് ഇളക്കുമ്പോൾ ഇമേജ് തെളിഞ്ഞു വരുന്നത് അവൻ പലവട്ടം കണ്ടിട്ടുണ്ട്. അപ്പോൾ ഉച്ചയായിരുന്നു. ഊണ് കഴിക്കാൻ മുൻവശത്തെ വാതിൽ അടച്ചിട്ടു വിൻസെന്റ്. ഭക്ഷണപ്പൊതി തുറന്നുതിന്നാൻ തുടങ്ങി. പെട്ടെന്ന് ഡാർക്ക് റൂമിന്റെ വാതിലിൽ ഒരു രൂപം! അത് നടന്നുവരുന്നു! അടച്ചിട്ട വാതിലിനടുത്തേക്ക് ഒഴുകി നീങ്ങുന്നു. പെണ്ണാണോ ആണാണോ എന്ന് തിട്ടമില്ല. ഓടിച്ചെന്ന് വിൻസെന്റ് വാതിൽ തുറന്നു. അദ്ഭുതം! അവിടെ ഒരാളെയും കണ്ടില്ല! മനസ്സിന്റെ ഒരു മായയായിരുന്നു അത്.

വർഷങ്ങൾക്കിപ്പുറം നിർമാതാവായ ശോഭനാ പരമേശ്വരൻ നായർ വൈക്കം മുഹമ്മദ് ബഷീറിന്റെ നീലവെളിച്ചം എന്ന കഥയുമായി വിൻസെന്റിനെ സമീപിക്കുന്നു. ബഷീർകഥയിൽ നിന്ന് സിനിമയുണ്ടാക്കാമോ എന്നാണ് പരമേശ്വരൻ നായരുടെ ചോദ്യം. കഥ വായിച്ചപ്പോൾ വിൻസെന്റിന്റെ മനസ്സിലേക്ക് ആ പഴയ അനുഭവം ഓടിയെത്തി. വ്യത്യസ്തമായ ഒരു സിനിമയുടെ സാധ്യത അകതാരിൽ നിറയാൻ തുടങ്ങി. ഭാർഗവീനിലയം എന്ന സിനിമയുടെയും പ്രതിഭാധനനായ ഒരു സംവിധായകന്റെയും കഥ അവിടെ തുടങ്ങുകയായിരുന്നു.

മലയാള സിനിമയിലെ എക്കാലത്തെയും പ്രഗല്ഭനായ ഛായാഗ്രഹകനും സംവിധായകനുമാണ് എ വിൻസെന്റ്. മലയാള സിനിമയുടെ പതിവുരീതികളെ മാറ്റിമറിച്ച നീലക്കുയിലിനെ അനശ്വരമാക്കിയ കാമറാമാൻ. കാമറയുടെ ഹൃദയവും മനസ്സും തൊട്ടറിഞ്ഞ അപൂർവം പേരിൽ

ഒരാൾ. വിൻസെന്റിന്റെ ഓരോ സിനിമയും പ്രേക്ഷകന് ഓരോ മഹത്തായ അനുഭവമായിരുന്നു. മികച്ച സംവിധായകനുള്ള കേരള സർക്കാരിന്റെ പ്രഥമ അവാർഡ് വിൻസെന്റിനെ തേടിയെത്തിയതും അതിനാലാണ്. ദേശീയതലത്തിലും അദ്ദേഹം അംഗീകാരങ്ങൾക്ക് ഉടമയായി. 1964ൽ ഇറങ്ങിയ ഭാർഗവീനിലയം മുതൽ 1986ലെ കൊച്ചുതെമ്മാടിവരെ 26 സിനിമകൾ സംവിധാനംചെയ്തു. മലയാളം, തമിഴ്, തെലുങ്ക്, ഹിന്ദി ഭാഷകളിലായി നൂറ്റിയറുപതോളം സിനിമകൾക്ക് ഛായാഗ്രഹണം നിർവഹിച്ചു. ഒരു കാലഘട്ടത്തെയാണ് വിൻസെന്റ് മാസ്റ്റർ കറുപ്പിലും വെളുപ്പിലും പിന്നീട് ഏഴു നിറങ്ങളിലുമായി പകർത്തിവെച്ചത്.

നീലക്കുയിലിലൂടെ മലയാളത്തിൽ

നിലാവ് പരക്കാൻതുടങ്ങിയിരുന്നു. സംവിധായകരായ പി ഭാസ്കരനും രാമു കാര്യാട്ടും നിർമാതാവായ ടി കെ പരീക്കുട്ടിയും അപ്പോഴും ചർച്ചയിലായിരുന്നു. ഉറൂബിന്റെ രചനയിൽ നീലക്കുയിൽ എന്ന പേരിൽ പുതിയൊരു ചിത്രത്തിന്റെ ആലോചന പുരോഗമിക്കുകയാണ്. ഇതുവരെയുമില്ലാത്ത അനുഭവത്തിന്റെ പുതിയൊരുലോകം വെള്ളിത്തിരയിൽ ഒരുക്കണം. അതിന് അനുഭവവും പ്രതിഭയും ഒത്തുചേർന്ന ഒരു കാമറാമാൻ കൂടിയേ തീരൂ. ആരാണ് അങ്ങനെയൊരാൾ? അപ്പോഴാണ് ഒരു ഉൾവിളി പോലെ പി ഭാസ്കരൻ ആ പേരു പറഞ്ഞത്: എ വിൻസെന്റ്! മലയാളിയാണ്. വളരെ ചെറുപ്പമാണ്. തെലുങ്കിലും തമിഴിലും സജീവമാണയാൾ.

ആ നിർദേശം മറ്റുള്ളവർക്കും സമ്മതമായി.

ആ തീരുമാനത്തിന് പിന്നിലൊരു കഥകൂടിയുണ്ടായിരുന്നു. ഭാസ്കരൻ മാഷിന് എന്നെ നേരത്തെ അറിയാമായിരുന്നു. സിനിമയിൽ ആദ്യമായി പാട്ടെഴുതാൻ അദ്ദേഹത്തിന് അവസരമുണ്ടാക്കിയത് ഞാനാണ്. കേരളത്തിലങ്ങോളമിങ്ങോളം കമ്യൂണിസ്റ്റ് പാർട്ടിക്കാരെ പൊലീസ് വേട്ടയാടുന്ന കാലം. കമ്മ്യൂണിസ്റ്റ് പാർട്ടിയുടെ സജീവപ്രവർത്തകനായിരുന്നു പി ഭാസ്കരൻ. പല പ്രവർത്തകരെയുംപോലെ ഭാസ്കരൻ മാഷിനും ഒളിവിൽ കഴിയേണ്ടിവന്നു. ഇതേസമയത്താണ് മദിരാശിയിൽ നിന്നിറങ്ങുന്ന ജയകേരളം മാസികയുടെ പത്രാധിപത്യം ഏറ്റെടുക്കാൻ ഭാസ്കരൻ മാഷിന് ക്ഷണം ലഭിച്ചത്. ഉടനെ അദ്ദേഹം മദിരാശിയിലെത്തി. നുങ്കംപാക്കത്ത് ആർ വീരസ്വാമി അയ്യർ തെരുവിലെ പന്ത്രണ്ടാം നമ്പർ കെട്ടിടത്തിൽ സുഹൃത്തുക്കളുമൊന്നിച്ച് താമസം തുടങ്ങി. അവിടെവെച്ചാണ് ഞങ്ങൾ പരിചയപ്പെടുന്നത്. പിന്നീട് മിക്കദിവസങ്ങളിലും കണ്ടുമുട്ടുക പതിവായി. ഞാനന്ന് ജെമിനി സ്റ്റുഡിയോയിൽ കാമറാ അസിസ്റ്റന്റായി ജോലിചെയ്യുകയാണ്. ഭാനുമതിയെ നായികയാക്കി 'അപൂർവ സഹോദരർ' എന്നൊരു സിനിമയെടുക്കുന്നു. ജെമിനിയിൽവെച്ചാണ് ഷൂട്ടിംഗ്. തമിഴിലും കന്നടത്തിലും തെലുങ്കിലും ഹിന്ദിയിലും അത് നിർമിക്കുന്നുണ്ട്.

അഞ്ചുപാട്ടുകളാണ് പ്ലാൻചെയ്തിരിക്കുന്നത്. അതിലൊരു പാട്ടിൽ മല യാളത്തിൽ നാലു വരികൾ ചേർക്കണമായിരുന്നു. പാട്ടെഴുതുന്നവർ ആരെങ്കിലുമുണ്ടോ എന്ന് സ്റ്റുഡിയോ പ്രൊഡക്ഷൻ ഇൻചാർജായിരുന്ന കൊത്തമംഗലം സുബ്ബു എന്നോടാണ് അന്വേഷിച്ചത്. ഭാസ്കരൻ മാഷിന്റെ കവിതകളും വിപ്ലവഗാനങ്ങളുമെല്ലാം വായിക്കാറുണ്ടായിരുന്നു ഞാൻ. അദ്ദേഹത്തെ കൊണ്ട് എഴുതിച്ചാൽ നന്നാകുമെന്ന് എനിക്കു തോന്നി. ഞാൻ സുബ്ബുവിനോടു പറഞ്ഞു– അക്കാര്യം ഞാൻ ഏറ്റു. ആളെ ഞാൻ കൊണ്ടുവരാം.

ജോലികഴിഞ്ഞ് ഞാൻ നുങ്കംപാക്കത്തേക്ക് പോയി. മാഷിന്റെ ബന്ധുവും ഡാൻസ് മാസ്റ്ററുമായ ഗുരു ഗോപാലകൃഷ്ണനോട് വിവരം പറഞ്ഞു. അടുത്ത ദിവസം രാവിലെ മാഷെയും കൂട്ടി അദ്ദേഹം സ്റ്റുഡി യോയിൽ വന്നു. നായികയായ ഭാനുമതി പാടുന്ന പാട്ടാണ് മലയാളത്തിൽ എഴുതേണ്ടിയിരുന്നത്. മാപ്പിളപ്പാട്ട് രീതിയിൽ ഭാസ്കരൻ മാഷ് വരിക ളെഴുതി– കടക്കണ്ണിൻ തലപ്പത്ത് കറങ്ങും വണ്ടേ... സിനിമയിൽ അദ്ദേഹ ത്തിന്റെ ആദ്യ രചനയായിരുന്നു അത്. ഇങ്ങനെയൊരു ബന്ധം ഞങ്ങൾ തമ്മിലുണ്ടായിരുന്നു. എന്റെ കാമറാവർക്കുകളെകുറിച്ചും മാഷിന് നല്ല ബോധ്യമുണ്ടായിരുന്നു. അങ്ങനെയാണ് എന്നെ നീലക്കുയിലിന്റെ കാമറാ മാനായി വിളിക്കുന്നത്.

തെലുങ്കിലും തമിഴിലുമായി എനിക്ക് കുറെ സിനിമകളുണ്ടായിരുന്ന സമയമായിരുന്നു. എന്നിട്ടും നീലക്കുയിൽ ചെയ്യാൻ ഞാൻ സമ്മതിച്ചു. ഉറൂബിന്റേതായിരുന്നു തിരക്കഥ. അദ്ദേഹത്തെ കാണാൻ ഞാനും രാമു കാര്യാട്ടും കോഴിക്കോട്ടേക്ക് പോയി. ഉറൂബ് തിരക്കഥ വായിക്കും. ഓരോ രംഗങ്ങളും ഞാൻ മനസ്സിൽ ക്രമപ്പെടുത്തിയെടുക്കും. കാമറെ എവിടെ വെക്കണം, ലൈറ്റ് എങ്ങനെയായിരിക്കണം എന്നെല്ലാം ആ വായനയിൽ തന്നെ ഞാൻ നിശ്ചയിച്ചുകഴിഞ്ഞിരിക്കും. എന്റെ രീതി അതായിരുന്നു. ഷൂട്ടിംഗ് തുടങ്ങുമ്പോഴേക്കും ഭാസ്കരൻ മാഷിന് വസൂരി പിടിപെട്ടു. പാട്ട് റെക്കോഡിംഗിലും പങ്കെടുക്കാൻ അദ്ദേഹത്തിന് കഴിഞ്ഞില്ല. രാമു കാര്യാട്ടാണ് എല്ലാം ചെയ്തത്. അഭിനേതാക്കൾക്ക് നിർദേശങ്ങൾ കൊടു ത്തത് മിക്കപ്പോഴും ഞാനായിരുന്നു. അന്ന് വസൂരി പിടിച്ചാൽ കുറെ നാട്ടു ചടങ്ങുകളുണ്ടല്ലോ. മൂന്ന് കുളി കുളിക്കണം, പതിനഞ്ച് ദിവസം പുറ ത്തിറങ്ങാനേ പാടില്ല...എന്നൊക്കെ. എല്ലാം കഴിഞ്ഞ് ഭാസ്കരൻ മാഷ് വന്നപ്പോഴേക്കും നീലക്കുയിലിന്റെ കുറെ ഭാഗങ്ങൾ ചിത്രീകരിച്ചു കഴി ഞ്ഞിരുന്നു.

പ്രസിദ്ധമായ ഒരു പിണക്കം

നീലക്കുയിലിന്റെ ചിത്രീകരണസമയത്ത് ഭാസ്കരൻ മാഷുമായു ണ്ടായ പ്രസിദ്ധമായ ആ പിണക്കത്തെ കുറിച്ചു പറയാം. മൂന്നു വയസു മുതൽ കാമറയുമായി ബന്ധമുള്ള ആളാണ് ഞാൻ. കാമറയെക്കുറിച്ച്

എനിക്ക് കൃത്യമായ ബോധ്യമുണ്ട് എന്നാണ് എന്റെ വിശ്വാസം. അതുകൊണ്ടുതന്നെ ആരെങ്കിലും വിഡ്ഢിത്തം പറഞ്ഞാൽ എനിക്ക് ദേഷ്യം വരും. അതാണ് സംഭവിച്ചത്. വാഹിനി സ്റ്റുഡിയോയിൽ ചിത്രീകരണം നടക്കുന്നു. ഐമു കാമറയാണ് ഉപയോഗിക്കുന്നത്. സത്യൻ മാസ്റ്ററുടെ വീടാണ് പശ്ചാത്തലം. പുറത്ത് മഴ പെയ്യുന്നു. അതിനായി വെള്ളം പമ്പ് ചെയ്യുന്നുണ്ട്. കാമറയുടെ വ്യൂപോയിന്റിന്റെ ഭാഗത്താണ് ഞാൻ നിൽക്കുന്നത്. ഭാസ്കരൻ മാഷ് അല്പം മാറി ഒരു കസേരയിലും ഇരിക്കുന്നു. സ്റ്റാർട്ട് കാമറ അദ്ദേഹം പറഞ്ഞു. ഞാൻ രംഗം ചിത്രീകരിക്കാൻ തുടങ്ങി. പക്ഷേ, കാമറയുടെ ഒരു ഭാഗത്ത് മഴ കാണുന്നേയില്ല. വെള്ളം സ്പ്രേ ചെയ്യുമ്പോൾ ആ ഭാഗത്തേക്ക് വരുന്നില്ല. ഞാൻ പറഞ്ഞു- വൺ മോർ ടേക്ക്. എന്താണ് പ്രശ്നമെന്നു ഭാസ്കരൻ മാസ്റ്റർ തിരക്കി. ഞാൻ കാര്യം വിശദീകരിച്ചു. പക്ഷേ, അദ്ദേഹം രണ്ടാമതൊരു ടേക്കിന് തയ്യാറല്ല. "എല്ലാം ഒകെയാണ്. മഴ പെയ്യുന്നത് എനിക്ക് വ്യക്തമായി കാണാം. ഞാനാണ് ഡയറക്ടർ. ഞാനാണ് തീരുമാനിക്കേണ്ടത്. അതിനാൽ ഇനി ടേക്കൊന്നും വേണ്ട"

കാമറയുടെ വ്യൂ പോയിന്റിൽ നിൽക്കുന്ന എന്റെ കാഴ്ചയല്ലല്ലോ ഭാസ്കരൻ മാഷിന് കിട്ടുന്നത്. മഴ മുഴുവനായി അനുഭവിപ്പിക്കണമെങ്കിൽ കാമറ നിറയെ മഴവേണം. അദ്ദേഹത്തോട് എനിക്ക് യോജിക്കാനായില്ല. "ശരി.. എങ്കിൽ നിങ്ങൾ തന്നെ ഡയറക്ട് ചെയ്തോളൂ.. " ഞാൻ കാമറ ബാഗിലാക്കി. അപ്പോൾ തന്നെ സെറ്റുവിട്ടിറങ്ങി. സ്റ്റുഡിയോയുടെ ഗേറ്റിലെത്തിയപ്പോഴുണ്ട് സത്യൻ, മിസ് കുമാരി എല്ലാവരും എന്റെ പിറകെ ഓടി വരുന്നു. സത്യൻ എന്റെ കൈയിൽപിടിച്ചു- "നിങ്ങൾ സിനിമ വേണ്ടെന്ന് വെച്ച് പോകുകയാണെങ്കിൽ ഞങ്ങളും കൂടെ വരാം. നിങ്ങൾ കാമറ ചെയ്തില്ലെങ്കിൽ ഞങ്ങളും അഭിനയിക്കുന്നില്ല." സത്യൻ പറഞ്ഞു. ഒരു സമരത്തിന്റെ അന്തരീക്ഷം ഉണ്ടാക്കുന്നത് ശരിയല്ലെന്ന് എനിക്ക് തോന്നി. സത്യൻ വീണ്ടും പറഞ്ഞു: "എല്ലാം ഞാൻ നോക്കിക്കോളാം. വിൻസെന്റിന്റെ തൃപ്തിപോലെ ചിത്രീകരിക്കാം." അങ്ങനെ ഷൂട്ടിംഗ് തുടർന്നു.

അന്നത്തെ സംഭവം ഭാസ്കരൻ മാഷ് മറന്നതേയില്ല. പിന്നീട് അദ്ദേഹം സംവിധാനം ചെയ്ത സിനിമകളിലേക്കൊന്നും എന്നെ വിളിച്ചതുമില്ല. പക്ഷേ, എന്റെ സിനിമകളിൽ മാഷെക്കൊണ്ട് തന്നെയാണ് ഞാൻ പാട്ടുകൾ എഴുതിച്ചത്. രാമു കാര്യാട്ടുമായും ചിത്രീകരണവേളയിൽ ചില അഭിപ്രായ വ്യത്യാസങ്ങൾ ഉണ്ടായി. ഷൂട്ടിംഗ് സമയത്ത് കസേരയിൽ ഇരിക്കാറാണ് അദ്ദേഹത്തിന്റെ പതിവ്. കുറച്ചു കഴിയുമ്പോൾ ഉറങ്ങുന്നത് കാണാം. അപ്പോൾ എല്ലാം ഞാൻ തന്നെ ചെയ്യും. കാര്യാട്ടിനെ അലോസരപ്പെടുത്തില്ല. അഭിനേതാക്കൾക്ക് ഞാൻ തന്നെ നിർദേശം കൊടുക്കും. 'കായലരികത്ത് വലയെറിഞ്ഞപ്പോൾ..' ഗാനം ചിത്രീകരിക്കുമ്പോൾ ഒരു ഷോട്ട് ശരിയായില്ല. വീണ്ടും ഷൂട്ട് ചെയ്യണമെന്ന് ഞാൻ പറഞ്ഞപ്പോൾ കാര്യാട്ട് സമ്മതിക്കുന്നുമില്ല- കുറവുകളെല്ലാം

എഡിറ്റിംഗിൽ പരിഹരിക്കാമെന്നാണ് അദ്ദേഹം പറഞ്ഞത്. ശരിയായി ചിത്രീകരിക്കാത്ത ഭാഗം എങ്ങനെയാണ് എഡിറ്റിംഗിലൂടെ പരിഹരിക്കുക? ഇത്തവണ ഞാൻ എതിരുനിന്നില്ല. അദ്ദേഹത്തിന്റെ അഭിപ്രായത്തിനു വിട്ടുകൊടുത്തു. ആ രംഗം സിനിമ ശ്രദ്ധിച്ചാൽ അറിയാം.

മലയാളത്തിലെ ആദ്യ ക്രെയിൻ ഷോട്ട്

നീലക്കുയിലിൽ ചില പരീക്ഷണങ്ങൾ നടത്തിയിരുന്നു ഞാൻ. അതിലൊന്ന് ക്രെയിൻഷോട്ടാണ്. എങ്ങനെ നീ മറക്കും കുയിലേ.. എന്ന ഗാനചിത്രീകരണത്തിൽ മലയാള സിനിമയിൽ ആദ്യമായി ക്രെയിൻ ഷോട്ട് ഉപയോഗിച്ചു. അക്കാലത്ത് നമ്മെപ്പോലുള്ള കുറഞ്ഞചെലവിൽ പടംപിടിക്കുന്നവർക്ക് ക്രെയിൻ അപ്രാപ്യമായിരുന്നു. ചെലവു താങ്ങാനാവുമായിരുന്നില്ല. അതേസമയം ക്രെയിൻ വേണമെന്ന് ഞാൻ തീരുമാനിക്കുകയുംചെയ്തു. ക്രെയിൻ ഉണ്ടാക്കലായിരുന്നു ഞാൻ കണ്ട പോംവഴി. വലിയൊരു മരപ്പലക സംഘടിപ്പിച്ചു. ഒരു ആശാരിയെ കൊണ്ടുവന്ന് പലകയുടെ ഒരു ഭാഗത്ത് കാമറ വച്ച് ഒരാൾക്ക് ഇരിക്കാനുള്ള ഇടമുണ്ടാക്കി. ബാലൻസ് ചെയ്യാനായി മറുഭാഗത്ത് കരിങ്കല്ല് കെട്ടിവെച്ചു. മരത്തടിക്കു കീഴെ ഒരു ലിവറേജ് കൊടുത്തു. ചലിപ്പിക്കാവുന്ന അവസ്ഥയുണ്ടാക്കി. ലോക്കലായി ഉണ്ടാക്കിയ ഈ സംവിധാനം ഉപയോഗിച്ചാണ് സ്റ്റുഡിയോക്ക് പുറത്തെ ആദ്യത്തെ ക്രെയിൻ ഷോട്ട് ഞാൻ ചിത്രീകരിച്ചത്.

വേറെയും ചില സൂത്രവിദ്യകൾ നീലക്കുയിലിൽ പ്രയോഗിച്ചിട്ടുണ്ട്. ഒരു ദിവസത്തെ ഷൂട്ടിംഗ് തീർത്ത് ഉറങ്ങാൻ കിടന്നതായിരുന്നു ഞങ്ങൾ. നല്ല മഴയുള്ള ഒരു രാത്രിയായിരുന്നു. അപ്പോഴാണ് പാടത്ത് വരമ്പ് പൊട്ടി എന്ന ബഹളം കേട്ടത്. ആ രംഗം കാമറയിലാക്കിയാൽ നന്നായിരിക്കുമെന്ന് എനിക്ക് തോന്നി. കാഴ്ചയ്ക്ക് അത് കൂടുതൽ മിഴിവ് നൽകും. ഞാൻ യൂണിറ്റിലെ ചിലരെയുംകൂട്ടി പാടത്തേക്ക് ഓടിച്ചെന്നു. നല്ലപോലെ മഴപെയ്യുകയാണ്. വെള്ളത്തള്ളിച്ചയിൽ വരമ്പ് പൊട്ടിയിരുന്നു. പക്ഷേ, കാമറയിൽ ചിത്രീകരിക്കാൻ മാത്രം ആവശ്യമായ വെളിച്ചം അവിടെയില്ല. മേനോൻ എന്നുവിളിക്കുന്ന ഒരു ഡ്രൈവറുണ്ടായിരുന്നു ഞങ്ങളുടെ കൂടെ. അദ്ദേഹം ഒരു കാറ് കൊണ്ടുവന്നു. വരമ്പിന്റെ ഭാഗത്തേക്ക് അത് നിർത്തിയിട്ട് ഹെഡ്‌ലൈറ്റ് പ്രകാശിപ്പിച്ചു. ആ വെളിച്ചത്തിൽ രംഗം ഷൂട്ട്ചെയ്തു.

മറ്റൊരോർമ പള്ളിയെ കുറിച്ചാണ്. പച്ചപിടിച്ച വയലുകൾക്ക് നടുവിൽ വീടുപോലെ ഒരു പള്ളിയുണ്ടായിരുന്നു കോടമ്പാക്കത്ത്. ഞായറാഴ്ചകളിൽ സത്യൻ മാഷും ഞാനും പള്ളിയിൽ പോകുമായിരുന്നു. മിസ് കുമാരിയും ഞങ്ങളോടൊപ്പമുണ്ടാകും. കുമാരിയെ കാണുമ്പോൾ പള്ളിയിൽ വരുന്ന ആളുകൾ ചുറ്റും കൂടും. പ്രാർഥനയേക്കാൾ അവരുടെ ശ്രദ്ധ മുഴുവൻ കുമാരിയിലായിരിക്കും. പ്രാർഥന കഴിഞ്ഞ്

പുറത്തിറങ്ങുമ്പോൾ നായികയെ കാണാൻ തിക്കിത്തിരിക്കുകയാകും ആളുകൾ.

ഒരു കാമറാമാനെന്ന നിലയിൽ സമർപ്പണത്തോടെ ജോലിയെടുത്തിട്ടും നീലക്കുയിലിന് ആയിരം രൂപയാണ് കിട്ടിയത്. തമിഴിലും തെലുങ്കിലും ഇതിന്റെ എത്രയോ ഇരട്ടി കിട്ടുന്നുണ്ട് എനിക്ക്. പണം വളരെ കുറഞ്ഞുപോയെന്ന് ഞാൻ ഭാസ്കരൻ മാഷോടും നിർമാതാവായ പരീക്കുട്ടിയോടും പറഞ്ഞു. ഒടുവിൽ 3001 രൂപയിൽ ഉറപ്പിച്ചു. അതുതന്നെ ഇരുപത്തി അഞ്ച് ഗഡുക്കളായാണ് തന്നത്. മേലിൽ ചന്ദ്രതാരാ പ്രൊഡക്ഷൻസിന്റെ പടമേ വേണ്ടെന്ന് പറഞ്ഞാണ് ഞാൻ യാത്ര പറഞ്ഞിറങ്ങിയത്. തമിഴിലും തെലുങ്കിലും ഞാൻ സജീവമായി.

നീലക്കുയിൽ കഴിഞ്ഞ് രാഘവൻ മാസ്റ്റർക്ക് ഉടനെയൊന്നും പടം തരമായില്ല. ഞങ്ങൾ നാലുപേർ ഒരു ലോഡ്ജിൽ താമസിക്കുകയായിരുന്നു അപ്പോൾ. കൈയിൽ പണം വളരെ കുറവ്. രണ്ട് ചായ വാങ്ങി നാലുപേരും വീതിച്ച് കുടിക്കും. മിക്ക ദിവസവും ഉച്ചയ്ക്ക് പട്ടിണി. ഇത്രയൊക്കെ ദാരിദ്ര്യമായിരുന്നെങ്കിലും വ്യായാമത്തിന്റെ കാര്യത്തിൽ രാഘവൻ മാസ്റ്റർക്ക് ഒരുവിട്ടുവീഴ്ചയും ഉണ്ടായിരുന്നില്ല. നല്ലപോലെ എണ്ണയും കുഴമ്പും പുരട്ടിയാണ് വ്യായാമം. പിന്നെ ചില കസർത്തുകൾ. ഞങ്ങളത് രസത്തോടെ കണ്ടുനിൽക്കും. കുറെ നാൾ ഞങ്ങളങ്ങനെ പാതിവയറുകളും പാതിവിശപ്പുമായി കഴിച്ചുകൂട്ടി. പിന്നീട് മാസ്റ്റർ നാട്ടിലേക്ക് തിരിച്ചുപോയി. ഞാൻ മദിരാശിയിൽ തന്നെകൂടി.

വീണ്ടും കാര്യാട്ടിനൊപ്പം

നീലക്കുയിലിന് ശേഷം മിന്നാമിനുങ്ങ് അടക്കം ഒന്നു രണ്ട് സിനിമകൾ കാര്യാട്ട് സംവിധാനംചെയ്തു. ഒന്നും വിജയിച്ചില്ല. എന്റെ വിവാഹം കഴിഞ്ഞ സമയമായിരുന്നു. നുങ്കംപാക്കത്ത് ഒരു വീടെടുത്ത് അവിടെയാണ് ഞാനും ഭാര്യ മാർഗരറ്റും താമസിച്ചിരുന്നത്. അടുക്കള കൂടാതെ നീണ്ടൊരു ഹാളും ചെറിയൊരു വരാന്തയും മാത്രം. എഗ്മോറിലെ കൈത്തറി കടയിൽ നിന്നും കോട്ടൺ തുണി വാങ്ങി ഹാളിനെ രണ്ടായി വിഭജിച്ചുണ്ടാക്കിയതായിരുന്നു ഞങ്ങളുടെ കിടപ്പുമുറി.

ഒരു ദിവസം രാമു കാര്യാട്ടും ടി കെ പരീക്കുട്ടിയും വീട്ടിൽ വന്നു. ഞാനവരെ സ്വീകരിച്ചിരുത്തി. മാർഗരറ്റ് ചായയുണ്ടാക്കി. കുറച്ചുകഴിഞ്ഞപ്പോൾ കാര്യാട്ട് വന്ന കാര്യം പറഞ്ഞു- പുതിയൊരു പടമെടുക്കാനുള്ള ആലോചനയിലാണ്. നീലക്കുയിലിന് ശേഷം ചെയ്ത രണ്ട് പടവും പരാജയപ്പെട്ടു. വലിയ നഷ്ടം വന്നിരിക്കുന്നു. തോപ്പിൽ ഭാസിയുടെ നാടകമായ മുടിയനായ പുത്രനാണ് ഇനി സിനിമയാക്കാൻ ഉദ്ദേശിക്കുന്നത്. ഞാൻ പറഞ്ഞു- “നല്ല ആലോചനയാണ്. ഈ നാടകം സിനിമയാക്കിയാൽ വിജയിക്കും. എന്നാൽ അങ്ങനെയാകട്ടെ.” ഞാൻ സംസാരം അവസാനിപ്പിച്ചു. പക്ഷേ, അവർ വീട്ടിൽ നിന്നിറങ്ങുന്നില്ല.

അവിടെത്തന്നെ ഇരിക്കുകയാണ്. "ഞങ്ങൾ കാമറാമാനായി കണ്ടത് വിൻസെന്റിനെയാണ്..."

"കാമറാമാനോ..? ഞാനോ...? നിങ്ങൾക്ക് ജയറാം റെഡ്ഡിയെ നോക്കിക്കൂടേ..? മാത്രമല്ല ആദ്യ സിനിമയുടെ ഒരു അനുഭവമുണ്ട് എനിക്ക്. ഇനി മലയാളം ചെയ്യേണ്ട എന്നാണ് തീരുമാനിച്ചിരിക്കുന്നത്.." ഒരു നിശ്ശബ്ദത. കുറച്ച് കഴിഞ്ഞ് പൊട്ടിക്കരച്ചിൽ കേട്ടു. പരീക്കുട്ടിയാണ്. "ഞാൻ വലിയൊരു നഷ്ടത്തിലാണ്. വിൻസെന്റില്ലാതെ ഇനി സിനിമയെടുക്കാൻ വയ്യ. രാമുവിനും നിങ്ങൾ തന്നെ വേണം..". അകത്തിരിക്കുന്ന ഭാര്യ ഇതെല്ലാം കേൾക്കുന്നുണ്ട്. അവൾ എന്നെ അകത്തേക്ക് വിളിച്ചു. "ഈ സിനിമയൊന്ന് ചെയ്തു കൊടുക്കൂ. ആ പാവം കരയുന്നത് കാണുന്നില്ലേ..?"

ഞാൻ സമ്മതിച്ചു. പരീക്കുട്ടി അപ്പോഴാണ് കരച്ചിൽ നിർത്തിയത്. സത്യനായിരുന്നു നായകൻ. മിസ് കുമാരി നായികയും. വളരെ കുറച്ച് ലൈറ്റ്സ് ഉപയോഗിച്ച് വലിയ യൂണിറ്റില്ലാതെ പരമാവധി ചെലവു ചുരുക്കിയാണ് ചിത്രീകരിച്ചത്. അടൂർ ഭാസി ആദ്യമായി അഭിനയിച്ച സിനിമ കൂടിയായിരുന്നു മുടിയനായ പുത്രൻ. ഭാസി നാടകത്തിൽ നിന്ന് വന്നതാണ്. സിനിമയുടെ രീതികളൊന്നും അദ്ദേഹത്തിന് അറിയുമായിരുന്നില്ല. നാടകത്തിലെ അഭിനയമല്ലല്ലോ സിനിമയിൽ വേണ്ടത്. ഭാസിക്ക് അഭിനയ രീതിയൊക്കെ പറഞ്ഞുകൊടുത്തത് ഞാനായിരുന്നു.

അപ്പനിൽ നിന്ന് കാമറാപാഠങ്ങൾ

ഹിന്ദുമത വിശ്വാസിയായിരുന്ന എന്റെ അപ്പനെ ഇറ്റാലിയൻ പുരോഹിതനായ സ്പൈനറ്റിയാണ് ക്രിസ്തുമതത്തിലേക്ക് പരിവർത്തനം ചെയ്യിച്ചത്. കടത്തനാട്ട് ഇല്ലിക്കുന്നിലുള്ള പണിക്കർ തറവാട്ടിലെ അംഗമായിരുന്നു അപ്പൻ. കുഞ്ഞികൃഷ്ണൻ എന്നായിരുന്നു അപ്പന്റെ പേര്. ഒരിക്കൽ കോഴിക്കോട്ടെത്തിയ അപ്പൻ ഈ പാതിരിയെ പരിചയപ്പെട്ടു. ക്രിസ്തുമത വിശ്വാസിയായി. പാതിരി തന്നെയാണ് അപ്പന് ജോർജ് വിൻസെന്റ് എന്ന പേരിട്ടത്. ഒന്നാം ലോക മഹായുദ്ധകാലത്തായിരുന്നു എന്റെ ജനനം. അപ്പൻ സ്കൂൾ അധ്യാപകനും ആർട്ടിസ്റ്റും ഫോട്ടോഗ്രാഫറുമായിരുന്നു. വീടിന്റെ മുകൾ നിലയിൽ ഒരു ഡാർക്ക്റും ഉണ്ടായിരുന്നു. മൂന്നു വയസ്സുമുതൽ കാമറയുമായുള്ള എന്റെ ചങ്ങാത്തം തുടങ്ങി. അഞ്ചു വയസ്സായപ്പോഴേക്കും ഫോട്ടോഗ്രഫിയുടെ അടിസ്ഥാന വശങ്ങളെല്ലാം ഞാൻ മനസ്സിലാക്കി. ചുവന്ന ലൈറ്റുള്ള ഡാർക്ക് റും കുട്ടിയായ എന്നെ എപ്പോഴും ആകർഷിച്ചു. അപ്പൻ ഫോട്ടോ ഡവലപ്പ് ചെയ്യുന്നതും പ്രിന്റെടുക്കുന്നതും ഞാൻ ശ്രദ്ധിക്കും. ഡാർക്ക് റൂമിന് പുറത്ത് ഒരു സ്റ്റൂളിട്ട് അതിൽ കയറിയാണ് ആ വിസ്മയം കണ്ടുനിൽക്കുക. അഞ്ച് വയസ്സായപ്പോഴേക്കും പ്രിന്റെടുക്കാനും ഡവലപ്പ് ചെയ്യാനുമെല്ലാം ഞാൻ പഠിച്ചു. സ്റ്റൂളിൽ കയറിനിന്നാലേ എനിക്ക് ഫിലിം വാഷ് ചെയ്യാൻ പറ്റുമായിരുന്നുള്ളൂ.

എനിക്ക് ഏഴു വയസ്സായ സമയത്താണ് ചിത്ര സ്റ്റുഡിയോ എന്ന പേരിൽ അപ്പൻ ഒരു സ്ഥാപനം തുടങ്ങുന്നത്. എന്റെ സഹോദരിയായ ചിത്രയുടെ പേരാണ് സ്റ്റുഡിയോക്ക് ഇട്ടത്. എല്ലാ ദിവസവും രാവിലെ ഞാൻ സ്റ്റുഡിയോവിൽ പോകും. തുറക്കലും അടിച്ചുവാരലും എന്റെ ജോലിയാണ്. ഒമ്പതു മണിയോടെ അപ്പനെത്തും. ഞാൻ സ്കൂളിലേക്ക് പോകും.

ക്യാപ്റ്റൻ ലക്ഷ്മി സൈഗാൾ ഐ എൻ എ വിട്ട് കേരളത്തിൽ വന്നപ്പോൾ മലയാള മനോരമ പത്രം കോഴിക്കോട്ട് അവർക്കൊരു സ്വീകരണം നൽകി. ആ ചടങ്ങിന്റെ ഫോട്ടോയെടുത്തത് അപ്പനായിരുന്നു. അത് ഡവലപ്പ് ചെയ്ത് പ്രിന്റെടുത്തത് ഞാനും. ചെറുപ്പം മുതലേ ഫോട്ടോഗ്രഫിയുമായി ബന്ധപ്പെട്ടതായിരുന്നു എന്റെ ദിനങ്ങൾ. സിനിമ പക്ഷേ, അത്രയും ചെറുപ്പത്തിൽ എന്റെ ജീവിതത്തിൽ വന്നിട്ടില്ല. എട്ടാം വയസ്സിലാണ് ആദ്യമായൊരു സിനിമ കാണുന്നത്- മങ്കടമാസം. തമിഴ് പടങ്ങളായിരുന്നു കൂടുതലും കളിച്ചിരുന്നത്. വൈജയന്തി മാലയുടെ അമ്മ വസുന്ധരാദേവിയും രഞ്ചനും നായികാ നായകന്മാരായ പടമായിരുന്നു മങ്കടമാസം.

സിനിമയുടെ ലോകത്ത് ആദ്യമായി

അവിചാരിതമായിരുന്നു മദിരാശിയിലെ സിനിമാജീവിതത്തിലേക്കുള്ള എന്റെ യാത്ര. അച്യുതൻ നായർ എന്നൊരു സുഹൃത്തുണ്ടായിരുന്നു അപ്പന്. മദിരാശിയിൽ ഇൻകംടാക്സ് കമ്മിഷണറായിരുന്നു അദ്ദേഹം. കോഴിക്കോട് പന്നിയങ്കരയിലാണ് വീട്. അദ്ദേഹത്തിന് രണ്ടു പെൺമക്കൾ, രുക്മിണിയും രമയും. ഒരു ദിവസം രുക്മിണി ഞങ്ങളുടെ സ്റ്റുഡിയോയിൽ വന്നപ്പോൾ അവളുടെ കുറെ ഫോട്ടോകളെടുത്തു ഞാൻ. രംഭയുടെ പോസിലുള്ള ചിത്രങ്ങൾ. ആ ഫോട്ടോകൾ എല്ലാവർക്കും ഇഷ്ടമായി. എന്നെ കാമറാമാനാക്കിക്കൂടേ എന്ന് അച്യുതൻ നായർ അപ്പനോട് ചോദിക്കുമായിരുന്നു. ഈ ഫോട്ടോകൾ കൂടി കണ്ടതോടെ അദ്ദേഹത്തിന് കൂടുതൽ പ്രിയമായി എന്നോട്. എന്നെ അടുത്തുവിളിച്ചിരുത്തി: "മോനേ... നിന്റെ ലോകം കാമറകളുടേതാണെന്ന് എനിക്ക് തോന്നുന്നു. താൽപര്യമെങ്കിൽ ഞാൻ നിന്നെ സഹായിക്കാം. ജെമിനി സ്റ്റുഡിയോ ഉടമ എസ് എസ് വാസനെ എനിക്കറിയാം. അവിടെ വിൻസെന്റിനെ എടുപ്പിക്കുന്ന കാര്യം ഞാനേറ്റു!"

ജെമിനിയുടെ ചീഫ് എക്സിക്യൂട്ടീവ് ഓഫീസറും ചീഫ് കാമറാമാനുമായ രാമനാഥന് അദ്ദേഹം ഒരു കത്തുതന്നു. രാമനാഥ് തിരുവനന്തപുരത്തുകാരനായിരുന്നു. മദിരാശിയിൽ താമസമാക്കിയതാണ്. അദ്ദേഹത്തിന്റെ കുടുംബാംഗങ്ങളിൽ പലരും അവിടെ ജോലി ചെയ്യുന്നുണ്ടായിരുന്നു. ഞാൻ രാമനാഥനെ ചെന്നുകണ്ടു. കുറെ സ്റ്റിൽസും ഞാൻ കൈയിൽ വെച്ചിട്ടുണ്ടായിരുന്നു. അതെല്ലാം കാണിച്ചു. എല്ലാമൊന്നു നോക്കി

അദ്ദേഹം. എന്നിട്ട് പറഞ്ഞു: "ഓകെ... വിൻസെന്റ് ഇരിക്കൂ." അരമണിക്കൂറിനുള്ളിൽ അപ്പോയിന്റ്മെന്റ് ഓർഡർ ടൈപ്പ്ചെയ്ത് തന്നു. അപ്രന്റീസായിട്ടായിരുന്നു നിയമനം. 125 രൂപ ശമ്പളം. ജെമിനിയിൽ അക്കാലത്ത് മലയാളികൾ കുറവാണ്. ബി എൻ റാവുവായിരുന്നു ജെമിനിയിലെ ആദ്യത്തെ മലയാളിയായ കാമറാമാൻ. ബാലൻ നായർ എന്നാണ് അദ്ദേഹത്തിന്റെ ശരിയായ പേര്. ബോംബെയിലേക്ക് ഫോട്ടോഗ്രഫി പഠിക്കാൻ പോയി. ബോംബെയിൽ വെച്ചാണ് ബാലൻ നായർ ബി എൻ റാവു ആകുന്നത്. തെക്കൻ സംസ്ഥാനക്കാരെ അക്കാലത്ത് ബോംബെക്കാർ റാവു എന്നാണത്രെ വിളിച്ചിരുന്നത്. ഞാൻ ജെമിനിയിൽ എത്തുമ്പോൾ റാവുവാണ് അവിടത്തെ മുടിചൂടാമന്നൻ. റാവുവിന്റെ മരുമകനായ ആർ സി പുരുഷോത്തമനും ജെമിനിയിൽ കാമറാമാനായിരുന്നു. അക്കാലത്തെ പേരെടുത്ത ഹിന്ദി ചിത്രമായ 'കല്പന'യുടെ നിർമാതാവ് ഉദയശങ്കറിന്റെ അസിസ്റ്റന്റായി ഋത്വിക് ഘട്ടക്കും ഉണ്ടായിരുന്നു ജെമിനിയിൽ. കെ രാമനാഥിന്റെ കാമറാ അസിസ്റ്റായി ഞാനും. ജെമിനിയിൽവെച്ച് ഒരേയൊരു സിനിമയേ ഉദയശങ്കർ നിർമിച്ചുള്ളൂ. ഉദയ് ശങ്കറിന്റെ ഭാര്യ അമല ശങ്കറും എപ്പോഴും സെറ്റിലുണ്ടാകും. 1947 ലാണ് ഇതൊക്കെ നടക്കുന്നത്. ഒഴിവു സമയങ്ങളിൽ ഞാൻ കല്പനയുടെ ഷൂട്ടിംഗ് കാണാനെത്തും. അമല ശങ്കറുമായി പരിചയപ്പെട്ടു. അവർ നല്ലൊരു സുഹൃത്തായി എനിക്ക്. ഞാൻ ചെല്ലുമ്പോഴെല്ലാം ഘട്ടക്ക് ജോലിയിൽ മുഴുകിയത് കാണാം. തിരക്കിനിടയ്ക്ക് പരസ്പരം അഭിവാദ്യംചെയ്യും. പിന്നീടാണ് ഘട്ടക്ക് വലിയ സംവിധായകനായി പേരെടുത്തത്.

ബംഗാളിയായ കമാൽ ഘോഷായിരുന്നു ജെമിനിയുടെ ആസ്ഥാന കാമറാമാൻ. ജെമിനിയുടെ വലിയ ഹിറ്റുകളിലൊന്നായ ചന്ദ്രലേഖയിൽ പ്രവൃത്തിക്കാനായത് വലിയൊരു ഭാഗ്യമായിരുന്നു. ഹിന്ദിയിലും തമിഴിലും ചിത്രീകരിച്ച ചന്ദ്രലേഖയുടെ കാമറാമാൻ കമാൽഘോഷായിരുന്നു. ഏതാനും മാസങ്ങൾ ജോലിചെയ്തപ്പോൾ എന്റെ മികവ് മനസ്സിലാക്കിയ രാമനാഥ് ശമ്പളം 250 രൂപയാക്കി ഉയർത്തി.

അക്കാലത്തെ ഏറ്റവും തിരക്കുള്ള സ്റ്റുഡിയോയായിരുന്നു ജെമിനി. വിവിധ ഭാഷകളിലായി പല സിനിമകളുടെ ചിത്രീകരണം ഒരേ സമയം നടക്കുന്നുണ്ടാകും. നാല് കാമറകൾ എപ്പോഴും പ്രവർത്തിച്ചുകൊണ്ടിരിക്കും. അതിലൊന്ന് എന്നെ ഏല്പിക്കാനുള്ള സ്നേഹം കാണിച്ചു അദ്ദേഹം. ഇതേ സമയത്താണ് കല്പനയുടെ ഷൂട്ടിംഗ് തുടങ്ങുന്നത്. രാമനാഥായിരുന്നു കാമറാമാൻ. ഞാൻ അദ്ദേഹത്തിന്റെ സഹായിയും. പി ഭാനുമതിയായിരുന്നു കല്പനയിലെ നായിക. ജെമിനിയുടെ നാലഞ്ചു പടങ്ങളിൽ അവർ അഭിനയിച്ചിരുന്നു. എന്റെ വർക്കും പെരുമാറ്റവും അവർക്ക് നന്നായി ബോധിച്ചെന്നു തോന്നുന്നു. ഞാനന്ന് വളരെ ശാന്ത സ്വഭാവക്കാരനാണ്. ഒരക്ഷരം ആരോടും മിണ്ടില്ല. വിൻസെന്റ്രു എന്നാണ് ഭാനുമതി എന്നെ വിളിച്ചിരുന്നത്. ആയിടയ്ക്ക് നിഷാൻ

എന്നൊരുപടം ഭാനുമതി നിർമിച്ചു. അതു കഴിഞ്ഞ് മംഗള. മങ്കമ്മ ശപഥം എന്ന സിനിമയുടെ റിമേക്കായിരുന്നു മംഗള. വൈജയന്തിമാലയുടെ അമ്മ വസുന്ധരാദേവി നായികയായി അഭിനയിച്ച മങ്കമ്മശപഥം കോഴിക്കോട് രാധാ തീയേറ്ററിൽ വെച്ച് ഞാൻ ചെറുപ്പത്തിൽ കണ്ടിട്ടുണ്ട്. ബ്ലാക്ക് ആന്റ് വൈറ്റിലെ ആ കാഴ്ചകൾ അന്നുമുതലേ എന്നെ ഹരംകൊള്ളിച്ചിരുന്നു. അതേ പടത്തിന്റെ റിമേക്കിൽ കാമറ ചലിപ്പിക്കാനുള്ള ഭാഗ്യം ദൈവം എനിക്കായി കാത്തുവെച്ചു.

പുതിയ നിയോഗവുമായി ഭരണിയിൽ

ജെമിനിയിൽ ഞാൻ നാലു വർഷം പൂർത്തിയാക്കിയ സമയം. ഒരു ദിവസം ഭാനുമതി എന്നെ വിളിപ്പിച്ചു. അവർ ഭരണി എന്ന പേരിൽ പുതിയൊരു സ്റ്റുഡിയോ തുടങ്ങുകയാണ്. കമാൽ ഘോഷാണ് കാമറാമാൻ. അദ്ദേഹത്തിന്റെ അസിസ്റ്റന്റായി ചേരണമെന്ന് ഭാനുമതിയുടെ അഭ്യർഥന. ഓരോ പടത്തിനും കൃത്യമായി പണം തരും. പടംതീരുമ്പോൾ തന്നെ മുഴുവൻ തുകയും തരുമെന്നുമാണ് വാഗ്ദാനം.

ഞാൻ ജെമിനിയുടെ മുതലാളിയായ വാസനെ പോയിക്കണ്ടു. രാജിക്കത്തെഴുതി അദ്ദേഹത്തിന് നൽകി. അദ്ദേഹത്തിന്റെ പ്രതികരണം എന്തായിരിക്കുമെന്ന ആധിയിലായിരുന്നു ഞാൻ. എന്നാൽ അത് വായിച്ച ശേഷം അദ്ദേഹം എന്നെ നോക്കി പുഞ്ചിരിക്കുകയാണ്. പിന്നെ ഇരിക്കാൻ പറഞ്ഞു. സാധാരണ ഇരിക്കാൻ പറയാറില്ല. "രാജി ഞാൻ സ്വീകരിച്ചിരിക്കുന്നു. അവിടെ പോകുന്നത് നിന്റെ കരിയറിന് ഗുണംചെയ്യും. ഇവിടെ തുടർന്നാൽ അതുണ്ടാകില്ല. ഇതൊരു കിണറാണ്. കൂപമണ്ഡൂകം എന്ന് പറയാറില്ലേ.. ഇവിടത്തെ ജോലിക്കാർ കൂപമണ്ഡൂകങ്ങളാണ്. ഇതിനപ്പുറം ഒരു ലോകമുണ്ടെന്ന് അവർക്ക് അറിയില്ല. അറിയാനും കണ്ടെത്താനും അവർ ശ്രമിക്കാറുമില്ല.."

ഭാനുമതി എന്റെ കാര്യം വാസനോട് നേരത്തെ സംസാരിച്ചിരുന്നുവെന്ന് എനിക്ക് ആ പെരുമാറ്റത്തിൽ നിന്ന് മനസ്സിലായി. ഞാൻ ജെമിനിയോട് യാത്രപറഞ്ഞു. 1951ൽ ഭാനുമതി തുടങ്ങിയ ഭരണി സ്റ്റുഡിയോയിലെ അസിസ്റ്റന്റ് കാമറാമാനായി. ഭാനുമതിയുടെ ഭർത്താവ് രാമകൃഷ്ണ റാവു സംവിധാനം ചെയ്ത 'ബ്രദരു തെരുകു' എന്ന ചിത്രത്തിനു വേണ്ടിയാണ് ആദ്യമായി ഞാൻ സ്വതന്ത്രമായി കാമറ ചലിപ്പിച്ചത്. നാഗേശ്വരറാവുവായിരുന്നു നായകൻ. ചെറുപ്പക്കാരനായ എന്നെ കാമറാമാനാക്കിയത് അദ്ദേഹത്തിന് അത്ര ബോധിച്ചില്ല. ആ അനിഷ്ടം അപ്പോൾ തന്നെ റാവു ഭാനുമതിയെ അറിയിച്ചു. തെലുങ്കിലാണ് അദ്ദേഹം സംസാരിച്ചത്– ഇങ്ങനെയുള്ള കുരങ്ങൻ പിള്ളേരെ ഇത്തരം ഗൗരവമുള്ള ജോലികൾ ഏല്പിക്കരുത്. എനിക്ക് തെലുങ്കറിയില്ല എന്നായിരുന്നു റാവുവിന്റെ വിചാരം. എന്നാൽ തെലുങ്ക് സംസാരിക്കുമെന്ന് ഭാനുമതിക്ക് അറിയാമായിരുന്നു. അവർ നാഗേശ്വര രാവുവിനെ

അടുത്തേക്ക് വിളിച്ച് എന്തോ പറഞ്ഞു. റാവു ഉടനെ എനിക്കരികിലെത്തി. സോറി മിസ്റ്റർ വിൻസെന്റ്. ഡോണ്ട് ടേക്ക് ഇറ്റ് സീരിയസ്. ആ സംഭവത്തോടെ നാഗേശ്വരറാവു എന്റെ സുഹൃത്തായി. കുറെ സിനിമകൾക്കു വേണ്ടി പിന്നീട് അദ്ദഹം എന്നെ വിളിച്ചു. 'കുലഗോത്രാലു' വായിരുന്നു ഞാൻ തുടർന്നുചെയ്ത ചിത്രം.

കാമറാലെൻസിൽ മാസ്ക് കെട്ടിയാണ് ഡബിൾ റോൾ സിനിമകൾ അന്ന് ചിത്രീകരിച്ചിരുന്നത്. ഒരാളുടെ ഭാഗം ഷൂട്ട് ചെയ്യുമ്പോൾ സൺ സൈഡിന്റെ പകുതി ഭാഗത്ത് മാസ്ക് കെട്ടി ലെൻസ് പകുതി മറയ്ക്കും. അടുത്തയാളെ ചേർക്കുന്നത് അങ്ങേഭാഗം മാസ്ക് കെട്ടിയാണ്. പിന്നീട് എഡിറ്റിംഗിലൂടെ ഇത് ഒന്നാക്കിമാറ്റും. കമാൽഘോഷിന്റെ രീതിയും ഇതായിരുന്നു. ഈ രീതി എനിക്ക് ഇഷ്ടമായിരുന്നില്ല. ശിവാജി ഗണേശൻ ഡബിൾ റോളിൽ അഭിനയിച്ച ഉത്തമപുത്രൻ എന്ന സിനിമയിൽ ഞാനീ രീതി മാറ്റിയൊരു പരീക്ഷണം നടത്തി. ഫോട്ടോഗ്രഫിയും പെയിന്റിംഗും വളരെ അടുത്ത ബന്ധമുണ്ട്. പെയിന്റ് മിക്സ് ചെയ്ത് വിവിധ നിറങ്ങൾ ഉണ്ടാക്കുംപോലെ ലൈറ്റുകൾ ക്രമീകരിച്ചും പല നിറങ്ങൾ ഉണ്ടാക്കാം. ഈ തിയറി ഉപയോഗിച്ച് മാസ്കുകൾ ഒഴിവാക്കി ലൈറ്റുകൾ ക്രമീകരിച്ച് ഞാൻ ഡബിൾ റോൾ ചിത്രീകരിച്ചു. പരീക്ഷണം വിജയമായി. സിനിമ പുറത്തിറങ്ങിയതോടെ ഇൻഡസ്ട്രിയിൽ എനിക്ക് നല്ല പേരായി. വീനസ് പിക്ചേഴ്സിലേക്കുള്ള വഴി തുറന്നതും ഇതോടെയാണ്. വീനസ് പിക്ചേഴ്സ് നിർമിക്കുന്ന അമരദീപം എന്ന തമിഴ്ചിത്രത്തിന്റെ കാമറചെയ്യാൻ എന്നെ വിളിക്കുകയായിരുന്നു. ഒരു മാറ്റം നല്ലതാണെന്ന് എനിക്കും തോന്നി. ഭാനുമതി സമ്മതം തരികയുംചെയ്തു.

ശ്രീധർ, കൃഷ്ണമൂർത്തി, മണിരത്നത്തിന്റെ പിതാവ് രത്നം അയ്യർ, ഗോവിന്ദരാജ് എന്നിങ്ങനെ നാലു പേർ ചേർന്നതായിരുന്നു വീനസ് പിക്ചേഴ്സ്. നാലു പടങ്ങൾ പൂർത്തിയായപ്പോൾ എനിക്കൊരു വീടു വാങ്ങിത്തരാൻ അവർ തീരുമാനിച്ചു. ഞാൻ താമസിച്ചിരുന്ന വീടും ഓഫീസും തമ്മിൽ നല്ല ദൂരമുണ്ടായിരുന്നു. പുതിയ വിടെടുത്താൽ യാത്രാസമയം ഒഴിവായിക്കിട്ടുമല്ലോ. വീനസിന്റെ ഓഫീസിനടുത്ത് ടി നഗറിൽ ഒരു വീടുണ്ടായിരുന്നു. മുപ്പത്തിയെട്ടായിരം രൂപയ്ക്ക് വില്പനയ്ക്ക് വെച്ചതായിരുന്നു അത്. എന്റെ കൈയിൽ പതിനായിരം രൂപ മാത്രമേ ഉണ്ടായിരുന്നുള്ളൂ. ബാക്കി പണം അവർ തന്നു. ഒരു നിബന്ധനയോടെയാണ് കടംതന്നത്. വീനസിന് വേണ്ടി തുടർന്നും പടങ്ങൾ ചെയ്തു കൊടുക്കണം. മാസത്തിൽ ചെലവിന് ആവശ്യമായ മുന്നൂറോ നാനൂറോ രൂപ തരും. മിച്ചമുള്ളത് കടത്തിലേക്ക് ചേർക്കും. 11 സെന്റ് ഭൂമി. മരങ്ങളാലും ചെടികളാലും സമൃദ്ധമായ ഒരു വീട്. വലിയൊരു വേപ്പുമരം വീടിനു മുന്നിലുണ്ടായിരുന്നു. തമിഴന്മാർക്ക് വേപ്പുമരം നല്ല ശകുനമാണ്. അത് മുറിക്കാനവർ സമ്മതിച്ചില്ല.

അധികം കഴിയുംമുമ്പേ പ്രസാദ് സ്റ്റുഡിയോ ഉടമ സുബ്ബറാവു ഒരു സിനിമാ നിർമ്മാണ കമ്പനി ആരംഭിച്ചു. അദ്ദേഹത്തിനും എന്നെ

ആവശ്യമായിരുന്നു. വീനസിലെ കടമാണെങ്കിൽ തീർന്നിട്ടുമില്ല. പതിനായിരം രൂപ കൊടുക്കാനുണ്ടായിരുന്നു. അത് സുബ്ബറാവു തന്നു. അങ്ങനെയാണ് ടി നഗറിലെ വീട് എനിക്ക് സ്വന്തമായത്. സുബ്ബറാവുവിന്റെ കമ്പനിയിലേക്ക് ഞാൻ ചേക്കേറുകയുംചെയ്തു.

രമ എന്ന റാണി രമാദേവി

യാദൃച്ഛികമായൊരു കൂടിക്കാഴ്ചയുണ്ടായി ഒരിക്കൽ. ഒരു തമിഴ് സിനിമയുടെ വാതിൽപ്പുറ ചിത്രീകരണത്തിനായി തൃശ്ശിനാപള്ളിയിൽ പോയതായിരുന്നു ഞങ്ങൾ. കൊട്ടാരത്തിന്റെ പശ്ചാത്തലത്തിൽ ഒരു രംഗം ചിത്രീകരിക്കേണ്ടിയിരുന്നു. ആരോ പറഞ്ഞു പുതുക്കോട്ടയിൽ ഒരു പാലസ് ഉണ്ടെന്ന്. അവിടേക്ക് ആളെ വിട്ടു. കൊട്ടാരത്തിന് പുറത്ത് ഷൂട്ട് ചെയ്യാൻ അനുമതി ലഭിച്ചു. അതിരാവിലെ ഞങ്ങളുടെ സംഘം പാലസിലെത്തി. ആദ്യകാല കൊട്ടാരങ്ങളുടെ എല്ലാ പ്രൗഢിയിലുമുള്ള കമനീയമായ ഒരു കെട്ടിടസമുച്ചയം. മനോഹരമായ പൂന്തോട്ടവും വിശാലമായ മുറ്റങ്ങളുമെല്ലാമായി കാഴ്ചയുടെ സമൃദ്ധമായ വിരുന്നായിരുന്നു അവിടം. പതിനൊന്നു മണി വരെ ഷൂട്ട് തുടർന്നു. അതിനിടയിലാണ് കൊട്ടാരത്തിലെ ഒരു ഉദ്യാഗസ്ഥൻ വന്നത്. ആരാണ് വിൻസെന്റ് എന്ന് അന്വേഷിക്കുകയായിരുന്നു അയാൾ. ഞാൻ അയാളുടെ മുന്നിലെത്തി.

"അമ്മ മഹാറാണി താങ്കളെ കാണണമെന്ന് ആഗ്രഹിക്കുന്നു. റാണി രമാദേവിയെന്നാണ് അവരുടെ പേര്." അയാൾ പറഞ്ഞു.

അയാളെന്നെ കൊട്ടാരത്തിനകത്തേക്ക് നയിച്ചു. കൊട്ടാരത്തിലെ പരമ്പരാഗത വേഷത്തിൽ കുലീനയായൊരു മഹതി നിൽക്കുന്നു. അവർ മഹാറാണിയായിരുന്നു. എന്റെ മുഖത്തേക്ക് അവർ സൂക്ഷിച്ചു നോക്കുന്നു. പിന്നീട് ചോദിക്കുന്നു: "നിങ്ങൾ വിൻസെന്റല്ലേ?" തെളിഞ്ഞ മലയാളത്തിലാണ് അവരുടെ വാക്കുകൾ. ഞാൻ അദ്ഭുതപ്പെട്ട് നിൽക്കുമ്പോൾ അവർ വീണ്ടും പറയുന്നു: "എന്നെ മനസ്സിലായോ? ഞാൻ അച്യുതൻ നായരുടെ മകൾ രമയാണ്. കോഴിക്കോട് പന്നിയങ്കരയിലെ രുക്മിണിയുടെ അനുജത്തി."

എന്റെ അദ്ഭുതത്തിന് അതിരുണ്ടായിരന്നില്ല. തികച്ചും അപ്രതീക്ഷിതമായ ഒരു കണ്ടുമുട്ടൽ. രമയുടെ സഹോദരി രുക്മിണിയുടെ ഫോട്ടോയെടുത്തതാണല്ലോ എന്റെ സിനിമാപ്രവേശത്തിന് തന്നെ കാരണമായത്. അവരിൽ ഒരാളിതാ വീണ്ടും എന്റെ മുന്നിൽ! ചിന്നതമ്പി എന്ന രാജാവിന്റെ ഭാര്യയായിരുന്നു രമ. തമിഴന്മാരായ രാജാക്കന്മാർ അക്കാലത്ത് സുന്ദരികളായ മലയാളി സ്ത്രീകളെ കല്യാണം കഴിക്കുന്ന പതിവുണ്ടായിരുന്നു. അങ്ങനെ കല്യാണം കഴിച്ചതാണ് രമയെ. അവർ ചായ തന്നു; ഉച്ചയ്ക്ക് യൂണിറ്റിലെ മുഴുവൻ ആളുകൾക്കും ഭക്ഷണവും. നിറഞ്ഞ സ്നേഹത്തോടെയാണ് അവർ ഞങ്ങളെ യാത്രയാക്കിയത്.

ഭാർഗവീനിലയവും ബഷീറും

വൈക്കം മുഹമ്മദ് ബഷീർ എന്റെ പ്രിയപ്പെട്ട എഴുത്തുകാരനായിരുന്നു. ബഷീറിന്റെ ഏതു കഥ അച്ചടിച്ചുവന്നാലും തിരഞ്ഞുപിടിച്ച് വായിക്കുമായിരുന്നു ഞാൻ. കഥയിലൂടെയാണ് ആദ്യം ബഷീറിനെ അറിയുന്നത്. വിയ്യൂർ ജയിലിൽ ബഷീർ രാഷ്ട്രീയത്തടവുകാരനായിരുന്ന കാലത്ത് ഞാൻ തൃശ്ശൂരിൽ താമസിച്ചിരുന്നു. ആ ദിവസങ്ങളിൽ ശോഭനാ പരമേശ്വരൻ നായരുടെ സ്റ്റുഡിയോയിൽ പോകുമായിരുന്നു ഞാൻ. ജയിൽ മോചിതനായ ശേഷം ശോഭനാ പരമേശ്വരൻ നായരുടെ സ്റ്റുഡിയോയിൽ ബഷീറും വരുമായിരുന്നു. അവിടെ വെച്ചാണ് ബഷീറിനെ ആദ്യമായി കാണുന്നത്. കാലത്തിന്റെ റീലുകൾ പിന്നെയും ചലിക്കുന്നു. ഞാൻ സിനിമയിലെത്തുന്നു. ശോഭനാ പരമേശ്വരൻ നായർ നീലവെളിച്ചം സിനിമയാക്കാമോ എന്ന ആലോചനയുമായി എന്റടുത്തു വരുന്നു. (അതിന് മുമ്പും പലരും സിനിമയെടുക്കണമെന്ന ആവശ്യവുമായി വരുമായിരുന്നു. ഞാനതിന് ഒരുങ്ങിയിരുന്നില്ല).

എന്നാൽ നീലവെളിച്ചം എനിക്ക് പ്രത്യേകമായൊരു അനുഭൂതിയാകുന്നു. ഒരു എഴുത്തുകാരൻ വന്ന് വിജനമായ ഒരു വീട്ടിൽ താമസിക്കുന്നു. അയാൾ ചായകുടിക്കാൻ പോകുമ്പോൾ പെട്ടെന്ന് മഴപെയ്യുന്നു. റോഡിൽ മഴയുടെ പ്രതിബിംബങ്ങൾ. വലിയൊരു ഹരമായി ഈ കഥ എന്നിൽ നിറഞ്ഞു. ചന്ദ്രതാരയുടെ പി കെ പരീക്കുട്ടി നിർമിക്കാനും തയ്യാറാവുന്നു. അങ്ങനെ മദിരാശിയിലെ വെങ്കിട്ടരാമൻ റോഡിലെ ചന്ദ്രതാരയുടെ ഓഫീസിലേക്ക് ബഷീർ വരുന്നു! അവിടെവെച്ചായിരുന്നു കഥാചർച്ച. സ്റ്റുഡിയോയിലെ പകൽ ജോലി കഴിഞ്ഞ് ആറു മണിയോടെ ഞാൻ ചന്ദ്രതാരയുടെ ഓഫീസിൽ എത്തും. പിന്നീടാണ് ചർച്ച. വളരെ വിശദമായാണ് തിരക്കഥ ആദ്യം എഴുതിയത്. അത് അത്തരത്തിൽ ദൃശ്യവത്കരിക്കാൻ പറ്റില്ലെന്ന് ഞാൻ ബഷീറിനെ പറഞ്ഞ് മനസ്സിലാക്കി. പിന്നീട് അദ്ദേഹം ഓരോ സന്ദർഭങ്ങൾ പറയും. ഉൾപ്പെടുത്താവുന്ന ഭാഗങ്ങൾക്ക് ഞാൻ ഓകെ പറയും. ഇന്ന ഭാഗത്ത് ഉൾപ്പെടുത്താമെന്ന് നിർദേശിക്കും. ബഷീർ അത് കുറിച്ചുവെക്കും. മൂന്ന് മാസത്തോളം കഥാചർച്ച നീണ്ടുപോയി. ഞങ്ങളുടെ മുറിയിൽ ഒരു കട്ടിലേ ഉണ്ടായിരുന്നുള്ളൂ. ബഷീർ അതിന്മേലാണ് കിടക്കുക. ഞാൻ താഴെയിരുന്ന് കഥകേൾക്കും. കിടക്കുന്നതിന് മുമ്പ് അൽപം മദ്യപാനം പതിവുണ്ടായിരുന്നു ബഷീറിന്. ഒരു ദിവസം ഉറക്കത്തിൽ കട്ടിലിൽ നിന്ന് താഴെ വീണു. അതിനു ശേഷം നിലത്ത് പായവിരിച്ചായി കിടപ്പ്. സിനിമ പുറത്തിറങ്ങിയ ശേഷവും ബഷീറുമായുള്ള സൗഹൃദം തുടർന്നു.

കഥയ്ക്ക് യോജിച്ച നല്ലൊരു പശ്ചാത്തലം തേടി ഞാനും ശോഭനാ പരമേശ്വരൻ നായരും ആർ എസ് പ്രഭുവും കുറെ സ്ഥലങ്ങൾ ചുറ്റി. പ്രഭുവായിരുന്നു പ്രൊഡക്ഷൻ മാനേജർ. ഞങ്ങൾ തലശ്ശേരിയെത്തി. കടപ്പുറത്തിനടുത്ത് ഒറ്റപ്പെട്ട് കിടക്കുന്ന ഒരു വീടുകണ്ടു. മുകൾനിലയുള്ള

വീടായിരുന്നു. അതുതന്നെ പ്രധാന കഥാപാത്രമാക്കാൻ തീരുമാനിച്ചു. നായകനായ ശശികുമാറിൻെറയും നായിക ഭാർഗവിയുടെയും വീടുകളെ വേർതിരിക്കുന്ന ഒരു മതിൽ സിനിമയ്ക്കുവേണ്ടി കെട്ടിയുണ്ടാക്കി. എന്നാൽ യഥാർഥ മതിലാണെന്നേ തോന്നൂ. വാഹിനി സ്റ്റുഡിയോയിൽ സെറ്റിട്ടാണ് കിണറുണ്ടാക്കിയത്. ചായക്കടയും സെറ്റുതന്നെ. കലാസംവിധായകനായ എസ് കൊന്നനാട്ടിൻെറ മിടുക്കുകൂടിയായിരുന്നു അത്.

മധു, പ്രേംനസീർ, വിജയ നിർമല

ഭാർഗവീനിലയത്തിൻെറ കഥാചർച്ച പുരോഗമിക്കുമ്പോൾ തന്നെ നായകൻ മധുവെന്ന് ഞാൻ തീർച്ചപ്പെടുത്തിയിരുന്നു. മധു ഡൽഹി സ്കൂൾ ഓഫ് ഡ്രാമയിലെ വിദ്യാർഥിയായിരുന്നു. വിദ്യാർഥികളെ നമുക്ക് കൈകാര്യം ചെയ്യാൻ എളുപ്പമാണ്. ആദ്യമായി കാമറയെ അഭിമുഖീകരിക്കുന്ന ഒരാളാണെങ്കിൽ അവതരണത്തിൽ പ്രശ്നങ്ങളുണ്ടാകും. എല്ലാംകൊണ്ടുംയോജിച്ച ആളായിരുന്നു മധു.

പ്രേംനസീർ അവതരിപ്പിച്ച ശശികുമാർ എന്ന കഥാപാത്രം ആബ്സെൻറ് മൈൻറുള്ള ഒരാളാണ്. അങ്ങനെ തന്നെ സിനിമയിലുടനീളം മെയിന്റയിൻ ചെയ്തു. പതിവുരീതിയിലുള്ള നസീറിന്റെ അഭിനയ രീതിയിലും ഹെയർ സ്റ്റൈലിലും മീശയിലുമെല്ലാം മാറ്റംവരുത്തി. എനിക്ക് സംതൃപ്തി നൽകുന്ന അഭിനയമായിരുന്നു നസീറിന്റേത്. നായികയായി പുതുമുഖമായ വിജയനിർമലയെയാണ് അവതരിപ്പിച്ചത്. ആറു പേരെ ഞങ്ങൾ ഓഡിഷൻചെയ്തിരുന്നു. മെയ്ക്കപ്പ് ടെസ്റ്റും എടുത്തിരുന്നു. കണ്ണുകളും പ്രത്യേക ലുക്കും ഈ കുട്ടിയിലാണ് ഉണ്ടായിരുന്നത്. കണ്ണുകൾക്ക് പ്രത്യേകത വേണ്ടിയിരുന്നു. അവരുടെ ഭാഷ തെലുങ്കായിരുന്നു. എനിക്ക് നന്നായി തെലുങ്ക് അറിയാവുന്നതിനാൽ കഥാപാത്രത്തെ വളരെ എളുപ്പത്തിൽ മനസ്സിലാക്കിക്കൊടുക്കാനായി. സംഭാഷണങ്ങൾ വിജയനിർമല പെട്ടെന്ന് മനഃപാഠമാക്കുകയുംചെയ്തു.

പിൽക്കാലത്ത് സംവിധാനരംഗത്ത് പ്രതിഭതെളിയിച്ച പി എ ബക്കറായിരുന്നു ഭാർഗവീ നിലയത്തിന്റെ പ്രൊഡക്ഷൻ മാനേജർ. നീലക്കുയിലൂടെയാണ് പി എ ബക്കർ സിനിമയുമായി ബന്ധപ്പെടുന്നത്. സിനിമയുടെ രീതികൾ ബക്കർ മനസ്സിലാക്കുന്നത് ഭാർഗവീനിലയത്തിലൂടെയാണ്. ബക്കറിനെ ഓർക്കുമ്പോൾ മനസ്സിലെത്തുന്ന ഒരു തമാശയുണ്ട്. ഒരു ദിവസം ഞാൻ ബക്കറിനോട് അയലുകെട്ടാൻ പറഞ്ഞു. ബക്കർ അയലുകെട്ടി. നായിക അയല് വലിച്ചപ്പോഴേക്കും അത് പൊട്ടിപ്പോയി. ആർ എസ് പ്രഭുവായിരുന്നു പ്രൊഡക്ഷൻ എക്സിക്യൂട്ടീവ്. അദ്ദേഹം കൊങ്കിണിയാണ് സംസാരിക്കുക. പിശുക്കനായിരുന്നു. അദ്ദേഹത്തിന്റെ പിശുക്കിൻെറ കഥകൾ കുറെയുണ്ട്. ഞങ്ങൾക്ക് ഉച്ചഭക്ഷണം ചന്ദ്രതാരയുടെ ഓഫീസിൽ നിന്നാണ്. ഒരു പപ്പടം പ്രഭു നാലായി മുറിക്കും. അതിൽ ഒരു കഷ്ണമാണ് ഒരാൾക്ക് തരിക.

ആ പൂവ് എന്റേതാണ്!

കാമറാ വർക്കിൽ പല ടെക്നിക്കുകളും പരീക്ഷിച്ച സിനിമകൂടിയായിരുന്നു ഭാർഗവീനിലയം. ബഷീർ വിയ്യൂർ കിടക്കുന്ന സമയത്ത് സ്ത്രീ തടവുകാരുടെയും പുരുഷതടവുകാരുടെയും ഇടയിൽ ഒരു വലിയ മതിലുണ്ടായിരുന്നു. പുരുഷ തടവുകാർക്ക് അപ്പുറത്തുനിന്ന് സ്ത്രീസ്വരം കേൾക്കാം. അവർ പരസ്പരം സംസാരിക്കുകയും ചിരിക്കുകയും ചെയ്യും. തടവുപുള്ളികൾ അപ്പുറത്തേക്ക് വിളിച്ച് ചോദിക്കും- ആരാദ് എന്നൊക്കെ. ഇത് ബെയ്സ് ചെയ്താണ് ഭാർഗവീനിലയത്തിൽ ഒരു ചുവന്ന റോസാപ്പൂ മതിലിനപ്പുറത്തു നിന്ന് വീഴുന്ന രംഗം ഞാൻ ചിത്രീകരിച്ചത്. മതിലിനപ്പുറവും ഇപ്പുറവും നിന്ന് പരസ്പരം കാണാതെയുള്ള സംസാരം എന്റെ ഭാവനയിൽ നിന്നുണ്ടായതാണ്. ശശികുമാർ ഭാർഗവിക്ക് ഒരു പനിനീർ പൂ എറിഞ്ഞുകൊടുക്കുന്നുണ്ട്, ഇതാ ഒരു രക്തനക്ഷത്രം എന്നു പറഞ്ഞിട്ട്. അടൂർ ഗോപാലകൃഷ്ണൻ മതിലുകൾ എടുത്തപ്പോൾ ഈ രംഗം അനുകരിച്ചു. അത് അദ്ദേഹത്തിന്റെ സങ്കല്പത്തിലുണ്ടായതാണെന്ന് പലരും ധരിച്ചു. എന്നാൽ ഐഡിയ എന്റേതായിരുന്നു. അടൂർ അത് റീക്രിയേറ്റ് ചെയ്യുക മാത്രമാണ് ചെയ്തത്.

ഒരു ഭ്രാന്തിന്റെ കഥ

ബഷീറിനെ ഭ്രാന്തിന് ചികിത്സിച്ച വൈദ്യർ എന്നെയും ചികിത്സിച്ചിട്ടുണ്ട്. വല്ലപ്പുഴ വൈദ്യർ എന്നാണ് അദ്ദേഹം അറിയപ്പെട്ടിരുന്നത്. 'നഗരമേ നന്ദി'യുടെ ഷൂട്ടിംഗ് സമയത്ത് അത്തരമൊരു അവസ്ഥ എനിക്കും ഉണ്ടായി. ഒരു ദിവസം രാവിലെ കെ പി ഉമ്മർ വന്ന് അറിയിക്കുന്നു, ഉച്ചയ്ക്കു ശേഷം വരാനാവില്ലെന്ന്. അതിനാൽ ഉമ്മറുള്ള രംഗങ്ങൾ നേരത്തെ തീർത്ത് കൊടുക്കണം. ഏഴു മണിവരെയുണ്ട് ഉമ്മറിന്റെ കാൾഷീറ്റ്. എന്നിട്ടും ഷോട്ടുകൾ നേരത്തെ തീർത്തുകൊടുത്തു. തുടർന്ന് ഉമ്മർ ആവശ്യമില്ലാത്ത രംഗങ്ങൾ ചിത്രീകരിക്കാൻ തുടങ്ങി. ഞാൻ ഷൂട്ടിങ്ങിൽ മുഴുകിനിൽപാണ്. അപ്പോൾ എനിക്ക് പിന്നിൽ ആരോ ഒളിഞ്ഞു നോക്കുന്നപോലെ. തിരിഞ്ഞുനോക്കുമ്പോൾ ഉമ്മറാണ്...

നിങ്ങൾ പോയില്ലേ? ഞാൻ ചോദിച്ചു.

സുകുമാരിക്കൊപ്പമാണ് എനിക്കുള്ള ഷോട്ടുകൾ. അവർ ഇല്ലാതെ പോയിട്ട് കാര്യമില്ല. ഉമ്മർ പറഞ്ഞു.

സുകുമാരിയോട് പോകണമോ എന്ന് ഞാൻ ചോദിച്ചു. അവർക്ക് ധൃതിയില്ല, വൈകിട്ട് പോയാലും മതി. അത് കേട്ടിട്ടും ഉമ്മർ അവിടെത്തന്നെ നിൽക്കുന്നു. ഷൂട്ടിംഗ് അവസാനിക്കാറായപ്പോഴേക്കും എനിക്ക് കഠിനമായ തലവേദന അനുഭവപ്പെട്ടു. ഉടനെ ജോലി തീർത്ത് വീട്ടിലേക്കു പോയി. കുറെ നേരം കിടന്നു. വല്ലാത്തൊരു അവസ്ഥ. ഒന്നുരണ്ടു ദിവസം വീട്ടിൽ തന്നെ. സെറ്റിലേക്കൊന്നും പോകുന്നില്ല. ഭാര്യ ഡോക്ടറെ വിളിച്ചു വരുത്തി. അദ്ദേഹം ബി-കോംപ്ലക്സ് ഗുളികയും ഇൻജക്ഷനും തന്നു.

തുടർന്നുള്ള ദിവസങ്ങളിൽ എനിക്ക് ഉറക്കം കിട്ടാതെയായി. അന്നേരമാണ് ബഷീറിനെ ഓർത്തത്. അദ്ദേഹത്തെ വിളിച്ച് വൈദ്യരുടെ നമ്പർ വാങ്ങി. തൃശൂരിലേക്ക് ഫോൺചെയ്തു. വൈദ്യർ ഉടനെ തൃശൂരിലെത്താൻ പറഞ്ഞു. പാലിൽ അരച്ച് കുടിക്കാൻ രണ്ട് ഗുളിക തന്നു. ഒരു ഡോസ് വൈദ്യരുടെ വീട്ടിൽ നിന്ന് തന്നെ കഴിച്ചു. ഊണ് കഴിഞ്ഞ് ഉറങ്ങിയ ഞാൻ കുറെ നേരത്തേക്ക് ഉണർന്നതേയില്ല. കുറെ ദിവസം തുടർച്ചയായി മരുന്നുകഴിച്ചു. അതിന് ശേഷം അത്തരം അവസ്ഥ ഉണ്ടായതുമില്ല.

ബാബുരാജിന്റെ പാട്ടുകൾ

എന്റെ അപ്പൻ സൈൻ ബോർഡുകൾ ചെയ്യുമായിരുന്നു. ഞാനാണ് സഹായി. വോയ്സ് എന്നൊരു ക്ലബ്ബുണ്ടായിരുന്നു കോഴിക്കോട്ട്. അവർ സൈൻബോർഡു ചെയ്തുകൊടുക്കാൻ അപ്പനെ സമീപിച്ചു. ആ ജോലി അപ്പൻ എന്നെ ഏല്പിച്ചു. ഞാൻ ബോർഡ് എഴുതിക്കൊണ്ടിരിക്കുന്ന സമയത്ത് വോയ്സ് ക്ലബ്ബിൽ പലരും വരുന്നതും പാടുന്നതും കാണാം. അതിലൊരാൾ ബാബുരാജായിരുന്നു. എന്നാൽ ആരാണ് ബാബുരാജെന്ന് എനിക്ക് അറിയില്ലായിരുന്നു. ഹാർമോണിയത്തിൽ പൂമ്പാറ്റയെപ്പോൽ പാറിനടക്കുന്ന വിരലുകളുള്ള ഒരാൾ പാടുന്നത് കാണുമായിരുന്നു. പിന്നീട് സിനിമയുമായി ബന്ധപ്പെട്ട് ബോംബെയിൽ പോയപ്പോഴാണ് ബാബുരാജിനെ നേരിട്ട് പരിചയപ്പെടുന്നത്. ഞാൻ താമസിച്ചിരുന്ന എയർ ലൈൻസ് ഹോട്ടലിനടുത്തായിരുന്നു ബാബുരാജും സംഘവും താമസിച്ചിരുന്ന ലോഡ്ജ്. അവിടെ ഗാനമേളയ്ക്ക് വന്നതായിരുന്നു അവരെല്ലാം.

ഭാർഗവിനിലയത്തിലെ പാട്ടുകൾ അതിമനോഹരമായാണ് ബാബുരാജ് ചെയ്തത്. എന്നാൽ ഒരു റീറിക്കോഡിംഗുമായി ബന്ധപ്പെട്ട് ബാബുരാജിൽ നിന്ന് നല്ലതല്ലാത്ത അനുഭവമുണ്ടായി. അതിനുശേഷം അദ്ദേഹത്തെ വിളിച്ചില്ല. ചിദംബരനാഥാണ് ബാബുരാജിന് പകരം എന്റെ സിനിമകൾ ചെയ്തത്. ദേവരാജൻ വന്നതോടെ മറ്റൊരു ചോയ്സേ ഇല്ലാതായി. ദേവരാജൻ മാസ്റ്റർ എന്റെ പ്രിയ സംഗീതസംവിധായകനായി. സിറ്റ്വേഷൻ പറഞ്ഞുകൊടുത്താൽ അത് ഉൾക്കൊണ്ട് മനോഹരമായി പാട്ടുകൾ ചിട്ടപ്പെടുത്തും. പാട്ടുമായി ചെറുപ്പം മുതലേ ഞാൻ കൂട്ടായിരുന്നു. എന്റെ സഹോദരി സ്റ്റെല്ല മ്യൂസിക് പഠിച്ചിരുന്നു. അവർ പഠിക്കുന്നത് ഞാൻ കേട്ടിരിക്കുമായിരുന്നു. അവരുടെ നോട്ട്സ് പലതും ഓർമയുണ്ട് ഇപ്പോഴും. പാട്ടിനോടുള്ള ഈ താത്പര്യം ചിത്രീകരണത്തിലും എനിക്ക് സഹായമായി. ഉദയയുടെ പടങ്ങളിൽ പാട്ട് ചിത്രീകരിക്കാൻ വേണ്ടി മാത്രം എന്നെ വിളിക്കുമായിരുന്നു.

എം ടിയോടൊപ്പം മുറപ്പെണ്ണിൽ

ഒരു ദിവസം ഒരുകെട്ട് പേപ്പറുമായി ശോഭനാ പരമേശ്വരൻ നായർ എന്റടുക്കൽ വന്നു. ഈ തിരക്കഥയൊന്ന് വായിക്കണം - അദ്ദേഹം

പറഞ്ഞു. എം ടി വാസുദേവൻ നായർ എഴുതിയ ആദ്യ തിരക്കഥയായിരുന്നു അത്. അന്ന് രാത്രി തന്നെ ഞാനത് വായിച്ചു. നല്ലൊരു തിരക്കഥയാക്കി അത് മാറ്റാമെന്ന് എനിക്ക് തോന്നി. ചെറിയ മാറ്റങ്ങൾ അവിടവിടെ ആവശ്യമായിരുന്നു. ഞാനാ വിവരം പരമേശ്വരൻ നായരോട് പറയുകയും ചെയ്തു. എം ടിക്കൊരു ഗുണമുണ്ട്, പഴയ പടങ്ങൾ കണ്ട്, തിരക്കഥയുടെ രൂപം മനസ്സിലാക്കിയാണ് എഴുതുന്നത്. മികച്ച തിരക്കഥാകൃത്താണ് അദ്ദേഹം. അധികം സംസാരിക്കില്ല എം ടി. എം ടിയുടെ തിരക്കഥകൾക്കും ആ സ്വഭാവമുണ്ട്. മുറപ്പെണ്ണിന്റെ അവസാനം ഒരു സംഭാഷണമുണ്ട്- വൈകിപ്പോയി, എല്ലാവരും വൈകിപ്പോയി..' എന്ന്. വളരെ മിതത്വത്തോടെയാണ് ഇത് എഴുതിയതും അവതരിപ്പിച്ചതും. തമിഴ് പടത്തിലാണെങ്കിൽ ഇത് എങ്ങനെയായിരിക്കുമെന്ന് ആലോചിച്ചിട്ടുണ്ടോ? അലമുറയിട്ട്... കരഞ്ഞ്... അട്ടഹസിച്ച്...

എന്നാൽ സംവിധാകനെന്ന നിലയിൽ എം ടിക്ക് പോരായ്മകളുണ്ട്. മുറപ്പെണ്ണിന് ദേശീയ അവാർഡും ലഭിച്ചു. എന്റെ മൂന്നാമത്തെ പടമായ നഗരമേ നന്ദി(1967)യും എം ടിയുടെ തിരക്കഥയിലായിരുന്നു. ശോഭനാ പരമേശ്വരൻ നായരായിരുന്നു അതിന്റെയും നിർമാതാവ്. അസുരവിത്തും നല്ലൊരു സിനിമയായിരുന്നു. എന്നാൽ വിജയിച്ചില്ല. പി ജെ ആന്റണിയെ മോൾഡ് ചെയ്തെടുത്താണ് അഭിനയിപ്പിച്ചത്. നാടകത്തിന്റെ രീതിയുള്ള അഭിനയം എനിക്ക് ഇഷ്ടമല്ല. ആന്റണി നാടകത്തിൽ നിന്നാണല്ലോ വരുന്നത്. അതിന്റെ പ്രതിഫലനം ഇല്ലാത്ത രീതിയിൽ ആന്റണിയെ പരുവപ്പെടുത്തിയെടുക്കുകയാണ് ആ സിനിമയിൽ ഞാൻ ചെയ്തത്.

ഒരു സൗഹൃദസംഭാഷണത്തിനിടയ്ക്ക് പി.ജെ ആന്റണി പറഞ്ഞതാണ് നദിയുടെ കഥ. ഒരു പുഴക്കരയിൽ കുളിച്ചുതാമസിക്കാൻ എത്തുന്ന രണ്ട് കുടുംബങ്ങളുടെ കഥ. കേട്ടപ്പോൾ കൊള്ളാമെന്ന് തോന്നി. ആന്റണിയെ ഞാൻ വീട്ടിലേക്ക് കൂട്ടിക്കൊണ്ടുപോയി. കഥയെഴുതാനായി വീടിന്റെ മുകൾനിലയിലെ മുറി ഒരുക്കിക്കൊടുത്തു. അവിടെയിരുന്നാണ് ആന്റണി തിരക്കഥയെഴുതിയത്.

അംഗീകാരങ്ങൾകൊണ്ട് തുലാഭാരം

അപ്രതീക്ഷിതമായി എന്നെത്തേടി എത്തിയ അംഗീകാരം. അതായിരുന്നു തുലാഭാരത്തിന് ലഭിച്ച ദേശീയ പുരസ്കാരം. യഥാർഥത്തിൽ, കേരളത്തിൽ നിന്ന് അവാർഡിന് നിർദേശിക്കപ്പെട്ടവരിൽ എന്റെ പേരുണ്ടായിരുന്നില്ല. കമ്മ്യൂണിസ്റ്റ് പ്രോപ്പഗണ്ടയാണെന്ന് പറഞ്ഞ് ഇവിടത്തെ അവാർഡ് നിർണയ സമിതി സിനിമ പരിഗണിച്ചില്ല. ശാരദയ്ക്ക് ഉർവശി അവാർഡ് കിട്ടിയ സിനിമ കൂടിയായിരുന്നല്ലോ തുലാഭാരം. ജൂറിയിലെ ഒരംഗം മികച്ച നടിയായി ശാരദയുടെ പേര് നിർദേശിച്ചു. ശാരദയുടെ അഭിനയം പരിശോധിക്കാൻ ജൂറി തീരുമാനിക്കുന്നു. അതിനുവേണ്ടി തുലാഭാരം കാണണം. ഇതെല്ലാം ദൽഹിയിൽ നടക്കുമ്പോൾ മദ്രാസിൽ

മറ്റൊരു സിനിമയുടെ തിരക്കിലായിരുന്നു ഞാൻ. എനിക്ക് ഇൻഫർമേഷൻ വകുപ്പിൽ നിന്ന് ഒരു ടെലഗ്രാംകിട്ടി. തുലാഭാരത്തിന്റെ പ്രിന്റ് ഉടനെ എത്തിക്കണം. ഞാൻ കോപ്പി ദൽഹിയിലേക്ക് അയച്ചുകൊടുത്തു. അങ്ങനെ ഒറീസ, ബീഹാർ സംസ്ഥാനങ്ങളിൽ നിന്നുള്ള അംഗങ്ങൾ തുലാഭാരം കണ്ടു. ഈ സിനിമയുടെ സംവിധായകനും അവാർഡ് കൊടുക്കണമെന്ന് അവർ നിർദേശിച്ചു. അങ്ങനെയാണ് എനിക്ക് ദേശീയ അവാർഡ് കിട്ടുന്നത്. എന്റെ ചില സിനിമകൾക്ക് ഇത്തരം ദുര്യോഗങ്ങൾ ഉണ്ടായിട്ടുണ്ട്. അശ്വമേധത്തെ കുറിച്ചുള്ള ആരോപണം അത് ക്രിസ്ത്യൻ പ്രോപ്പഗണ്ട ആണെന്നായിരുന്നു. ഏഴ് സുന്ദര രാത്രികൾ പോലെ അതി മനോഹരമായ ഗാനങ്ങളുള്ള സിനിമയെക്കുറിച്ചായിരുന്നു ആരോപണം. കെ കരുണാകരൻ മുഖ്യമന്ത്രിയായ കാലത്താണ് ചെണ്ടയെടുക്കുന്നത്. മാരാർമാരെ അപമാനിക്കുന്നുവെന്നായിരുന്നു ചെണ്ടയ്ക്കെതിയുള്ള ആക്ഷേപം. മാത്രമല്ല ആ സിനിമയ്ക്ക് അവാർഡ് കൊടുക്കരുതെന്ന് കരുണാകരൻ ആവശ്യപ്പെടുകയും ചെയ്തത്രെ.

ക്രെഡിറ്റ് കിട്ടാതെ പോയ സിനിമകൾ

പല ആദ്യകാല സംവിധായകരെയും പോലെ മറ്റുള്ളവർക്കു വേണ്ടി സിനിമ സംവിധാനം ചെയ്യേണ്ടി വന്നിട്ടുണ്ട് എനിക്ക്. അക്കാലത്ത് അത് പതിവുമായിരുന്നു. അത്തരമൊരു സിനിമയാണ് പകൽക്കിനാവ്. സംവി ധാനച്ചുമതല എനിക്കായിരുന്നു. എന്നാൽ എസ് എസ് രാജിന്റെ പേരിലാണ് പുറത്തിറങ്ങിയത്. തമിഴിൽ രാജമല്ലി എന്നൊരു പടം. അത് ആർ എസ് പ്രഭുവിന്റെ ക്രെഡിറ്റിലാണ് ഉള്ളത്. തച്ചോളി ഒതേനന്റെ കാമറ ഞാനായിരുന്നു. എന്നാൽ ടൈറ്റിലിൽ എന്റെ പേരുകൊടുത്തില്ല. അലാവുദ്ദീനും അദ്ഭുതവിളക്കും എന്ന പടത്തിലെ ചില രംഗങ്ങൾ ചിത്രീ കരിക്കാൻ ഐ വി ശശി എന്നെ വിളിച്ചിരുന്നു. ഭൂതം ആകാശത്തുനിന്ന് പറന്നു വന്ന് ഭൂമിയിൽ ഇറങ്ങുന്ന പോലുള്ള ചില രംഗങ്ങൾ. ഈ സിനിമ യുമായി ബന്ധപ്പെട്ട രസകരമായൊരു ഓർമയുണ്ട്. കമലഹാസനും രജനീകാന്തുമായിരുന്നു നായകന്മാർ. രജനിക്ക് അല്പം വട്ടുണ്ടായി രുന്നു അക്കാലത്ത്. ഷൂട്ടിംഗ് സമയത്ത് കമൽ എന്നോട് പറയും- സാർ... ദയവുചെയ്ത് രജനീകാന്തിന്റെ കൈയിൽ കത്തിയും കുന്തമൊന്നും കൊടുത്തേക്കരുത്. ഭ്രാന്ത് വന്നാൽ കഴുത്തിന് വെട്ടിക്കളയും. അദ്ദേ ഹത്തെ വേണ്ടപോലെ കൈകാര്യം ചെയ്തേക്കണം. ഒരു പ്രയാസങ്ങളു മില്ലാതെ അത്തരം രംഗങ്ങൾ ഞാൻ ചിത്രീകരിച്ചു. അപ്പോഴാണ് കമലിന് ശ്വാസം നേരെവീണത്. ലതയെ കല്യാണം കഴിച്ച ശേഷം ചികിത്സ യിലൂടെയാണ് രജനി ഈ അസുഖം മാറ്റിയെടുത്തത്.

ടൈറ്റിലിൽവേണ്ടെന്നു നിർബന്ധിച്ചിട്ടും ഛായാഗ്രാഹകനായി പേരുചേർത്ത അനുഭവവും ഉണ്ട്. തച്ചോളി ഒതേനനിൽ എന്റെ പേരു കാണാം. അത് ഉദയായുടെ മാർക്കറ്റിംഗ് തന്ത്രമായിരുന്നു. വളരെ കുറച്ചേ ആ സിനിമയുമായി സഹകരിക്കാൻ എനിക്ക് കഴിഞ്ഞിരുന്നുള്ളൂ.

നേരത്തെ കരാറായിരുന്ന കാതലിക്ക നേരമില്ലൈ എന്ന പടത്തിനായി പോകേണ്ടി വന്നു. തിരിച്ചെത്തിയപ്പോഴേക്കും തച്ചോളി ഒതേനന്റെ മിക്കവാറും ഭാഗങ്ങൾ ചിത്രീകരിച്ചിരുന്നു. അവസാന ഷെഡ്യൂളിൽ മാത്രമേ ഞാൻ ഉണ്ടായിരുന്നുള്ളൂ. അതിനാലാണ് പേരുവെക്കേണ്ട എന്നു പറഞ്ഞിരുന്നത്.

പ്രേംനസീറിന് അഭിനയപാഠങ്ങൾ

മരംചുറ്റിനടക്കുന്ന റൊമാന്റിക് ഹീറോയായ പ്രേംനസീറിനെ പുതിയ ശൈലിയിലും ഭാവത്തിലും അഭിനയിപ്പിക്കാൻ ഞാൻ ആലോചിച്ചിരുന്നു. അഭിനയരീതി, ഹെയർ സ്റ്റൈൽ, മീശ ഇവയിൽ മാറ്റങ്ങൾ വരുത്തിയാണ് ഭാർഗവീനിലയത്തിലും മുറപ്പെണ്ണിലും അഭിനയിപ്പിച്ചത്. നിഴലാട്ടത്തിൽ അതുവരെയും പ്രേക്ഷകർ കാണാത്തൊരു നസീറിനെയാണ് അവതരിപ്പിച്ചത്. സംവിധായകനെന്ന നിലയിൽ എനിക്ക് സംതൃപ്തി നൽകുന്ന അഭിനയമായിരുന്നു അദ്ദേഹത്തിന്റേത്.

കഥാപാത്രങ്ങൾക്കു വേണ്ടി നസീർ നടത്തുന്ന പരിശ്രമങ്ങളിൽ എനിക്ക് മതിപ്പുതോന്നിയിട്ടുണ്ട്. സ്വന്തം പരിമിതികൾ മനസ്സിലാക്കി അത് പരിഹരിക്കാൻ ശ്രമിച്ചിരുന്ന നടനായിരുന്നു. അഹങ്കാരം തൊട്ടു തീണ്ടിയിട്ടില്ലാത്ത മനുഷ്യൻ. സത്യന്റെ അഭിനയം നസീറിൽ നിന്ന് വ്യത്യസ്തമാണ്. മറ്റു നടന്മാരേക്കാൾ അതിഗാംഭീര്യമുള്ള നടനാണ് സത്യൻ. കൈകളുടെ ആക്ഷനും മുഖഭാവവുമെല്ലാം ഒന്നു വേറെ തന്നെ. രണ്ടുപേരും അഭിനയത്തിന്റെ രണ്ടു വഴികളായിരുന്നു.

ഇരുട്ടിന്റെ ആത്മാവ് സിനിമ തുടങ്ങാനിരിക്കെ ഒരു ദിവസം നസീർ വിളിച്ചു എന്നെ. മാസ്റ്ററെക്കൊണ്ട് എനിക്കൊരു ആവശ്യമുണ്ട്. വീട്ടിലേക്കൊന്ന് വന്നാൽ ഉപകാരമായിരുന്നു- നസീർ പറഞ്ഞു.

വൈകുന്നേരം ഞാൻ നസീറിന്റെ വീട്ടിൽ പോയി. ഞങ്ങൾ ഒരുമിച്ച് ഭക്ഷണം കഴിച്ചു. വീടിന്റെ മുകൾ നിലയിലേക്ക് പോയി. നസീർ എന്നെ വിളിച്ചുവരുത്താനുണ്ടായ കാര്യം പറഞ്ഞു- എം ടിയുടെ തിരക്കഥയിൽ ഭ്രാന്തൻ വേലായുധൻ എന്നൊരു കഥാപാത്രം വന്നിട്ടുണ്ട്. ഭാസ്കരൻ മാഷാണ് സംവിധായകൻ. ഭ്രാന്തനായി അഭിനയിക്കുന്നതിൽ ചില അവ്യക്തതകളുണ്ട് എനിക്ക്. മാത്രമല്ല എം.ടി എഴുതുന്ന കഥാപാത്രവുമാണ്. അതുകൊണ്ട് മാസ്റ്ററുടെ സഹായം വേണം.

ഞാൻ ഒരു പുസ്തകം വായിച്ചിരുന്നു. ഹ്യൂമൻ ബിഹേവിയർ എന്ന കൃതി. എട്ട് വാല്യങ്ങളുണ്ട് അതിന്. Man is person in croud, person in family, in society, on street... ആൾക്കൂട്ടത്തിലാകുമ്പോൾ ഒരാൾ റൗഡിയാകും. മറ്റുള്ളവർ കല്ലെടുക്കുമ്പോൾ അയാളും എറിയും. അത്തരത്തിൽ മനുഷ്യമനസ്സിന്റെ വിവിധ അവസ്ഥകൾ പറയുന്നുണ്ട് അതിൽ. ഭ്രാന്തുള്ള ആളുകൾ embrionic position ൽ ആയിരിക്കും. ഗർഭപാത്രത്തിൽ ഒരു കുട്ടി ഇരിക്കുന്ന അവസ്ഥയാണത്. അങ്ങനെയുള്ള ഭ്രാന്തന്മാരെ നാം

കാണാറുണ്ടല്ലോ... ഡമൻഷ്യ പോലുള്ള അസുഖങ്ങൾ വന്ന് കഴിഞ്ഞാൽ മനുഷ്യൻ എല്ലാറ്റിൽ നിന്നും രക്ഷപ്പെട്ട് ഇങ്ങനെയിരിക്കും. ഇതിനാണ് embrionic position എന്ന് പറയുക. ഇത് ഞാൻ അഭിനയിച്ച് കാണിച്ചു കൊടുത്തു. പുലർച്ചെ രണ്ട് മണിവരെ ഞങ്ങൾ കഥാപാത്രത്തെക്കുറിച്ച് സംസാരിച്ചിരുന്നു. ഭ്രാന്തവസ്ഥയുടെ എല്ലാ മാതൃകയും പറഞ്ഞു കൊടുത്തു. നസീർ എല്ലാം ഉൾക്കൊണ്ടു. സിനിമയിൽ അത് കൃത്യമായി ചെയ്യുകയും ചെയ്തു. ഇതുപോലെ മറ്റൊരനുഭവം കൂടിയുണ്ടായിട്ടുണ്ട് എനിക്ക്. തെലുങ്കിൽ മീനാക്ഷി ശേഷാദ്രിയുടെ ഒരു പടം ഞാൻ ചെയ്തിരുന്നു. ഭ്രാന്തു വന്ന് ആശുപത്രിയിൽ പ്രവേശിപ്പിക്കപ്പെടുന്ന പെൺകുട്ടിയുടെ വേഷമായിരുന്നു അവർക്ക്. തിരക്കഥ കേട്ട് ഒന്നും മനസ്സിലായില്ലെന്ന് അവർ എന്നോടു പറഞ്ഞപ്പോൾ ഇതേ അവസ്ഥ കൾ അഭിനയിച്ച് കാണിച്ചുകൊടുത്തിരുന്നു അവർക്ക്.

ശാരദയായി മാറിയ റാഹേൽ

ഒരു തണുത്ത പ്രഭാതത്തിൽ ഒരമ്മയും മകളും ടാക്സിയിൽ എന്റെ ഓഫീസിൽ കയറിവന്നു. എനിക്ക് തിരക്കുള്ള കാലമാണ്. ആർ എസ് പ്രഭു അവിടെയുണ്ടായിരുന്നു. പരിചയക്കാരല്ലാത്തതിനാൽ അവരോട് പുറത്ത് കാത്തുനിൽക്കാൻ അദ്ദേഹം പറഞ്ഞു. ഞാൻ ഓഫീസിൽ എത്തുമ്പോഴും അവർ നിൽക്കുക തന്നെയായിരുന്നു. വളരെ വിനയ ത്തോടെയും തെല്ലുപേടിയോടെയും നിൽക്കുന്ന ആ അമ്മയോടും മകളോടും എനിക്ക് അനുകമ്പതോന്നി. അവരെ അകത്തേക്കിരുത്തി. സിനിമയിൽ അവസരം ചോദിച്ച് വന്നതായിരുന്നു അവർ. ഫ്രെയിം ചെയ്ത കുറച്ചു ഫോട്ടോകളും ആ അമ്മയുടെ കൈയിൽ ഉണ്ടായിരുന്നു. അവ എന്നെ കാണിച്ചു. ഒരു മലയാളചിത്രത്തിൽ റാഹേൽ എന്ന പേരിൽ ആ പെൺകുട്ടി അഭിനയിച്ചിട്ടുണ്ടെന്നും അമ്മ പറഞ്ഞു. പിൽക്കാലത്ത് മലയാളത്തിന്റെ പ്രിയപ്പെട്ട നടിയായിത്തീർന്ന ശാരദയും അവരുടെ അമ്മയുമായിരുന്നു അത്. യോജിച്ച കഥാപാത്രം വന്നാൽ പരിഗണിക്കാ മെന്ന് അവർക്ക് വാക്കുനൽകി.

ഞാൻ സംവിധാനംചെയ്ത തമിഴ് പടമായ രാജമല്ലിയിൽ ശാരദയ്ക്ക് അവസരംകൊടുത്തു. റാഹേൽ എന്ന പേരു മാറ്റി ശാരദ എന്നാക്കി. മദ്രാസിൽ ശാരദ അഭിനയിച്ച ആദ്യ പടമായിരുന്നു അത്. തെലുങ്ക് അറി യാമായിരുന്നതിനാൽ ശാരദയെ അഭിനയിപ്പിക്കുക എനിക്ക് പ്രയാസ മായിരുന്നില്ല. പറയുന്നത് അതേപോലെ ഉൾക്കൊണ്ട് അഭിനയിക്കും അവർ. അന്നത്തെ ബഹുമാനവും സ്നേഹവും ഇപ്പോഴും ശാരദയ്ക്കുണ്ട്. അവർ ഒരുപാട് വളർന്നു. എന്നാലും വിനയത്തോടെ പെരുമാറുന്നു. പുതിയ വർക്കുകൾ കിട്ടുമ്പോൾ എന്റെയടുക്കൽ അനുഗ്രഹം തേടി വരുന്നു. മലയാളത്തിൽ അവർ അവസാനമായി അഭിനയിച്ച നായിക, കലികാലം എന്നീ സിനിമകൾ തുടങ്ങുന്നതിന് മുമ്പും ശാരദ എന്നെ കാണാനെത്തിയിരുന്നു. സിനിമയിൽ ഇങ്ങനെയുള്ളവർ കുറവാണ്.

രാഗിണിയുടെ കണ്ണുനീരും വിജയശ്രീയും

സെറ്റിൽ തമാശയും കളിയുമായി നിറഞ്ഞു നിൽക്കുന്ന നടിയായിരുന്നു രാഗിണി. അവരുള്ള സിനിമയാണെങ്കിൽ ബോറടി കുറഞ്ഞുകിട്ടും. ഒരു തമിഴ്പടത്തിന്റെ അവസാന ദിവസത്തെ ഷൂട്ടിംഗ് കഴിഞ്ഞ് മടങ്ങുമ്പോൾ രാഗിണി എന്നെ വിളിച്ചു. ഒരു ചെറിയ പെട്ടിപോലെയൊന്ന് കൈയിൽ തന്നു: വിൻസെന്റിന് എന്റെ സമ്മാനമാണ്. ഇതെന്റെ കണ്ണുനീരാണ്... അവർ മനോഹരമായി പുഞ്ചിരിച്ചു. ഞാനത് വാങ്ങി ബാഗിൽ വെച്ചു. വീട്ടിലെത്തി തുറന്നു നോക്കി. വിലപിടിപ്പുള്ള ഒരു മുത്തായിരുന്നു അതിനുള്ളിൽ. ഞാനത് സൂക്ഷിച്ചുവെച്ചു.

വിവാഹശേഷം ഞാനും ഭാര്യയും രാഗിണിയെ സന്ദർശിക്കുമായിരുന്നു. ഞങ്ങളുടെ സാന്നിധ്യം അവർക്കും വലിയ പ്രിയമായിരുന്നു. പിന്നീടവർ കാൻസർ ബാധിതയായി. ഒരു സ്തനം നീക്കംചെയ്യേണ്ടി വന്നു. ബ്രിട്ടണിൽ നിന്ന് വരുത്തിയ ബ്രസ്റ്റ് വെച്ചാണ് പിന്നീടവർ ജീവിച്ചതും സിനിമയിൽ അഭിനയിച്ചതും. ജീവിതത്തിന്റെ അവസാന നാളുകളിൽ രോഗം മൂർച്ഛിച്ച് അവരെ ആശുപത്രിയിലേക്ക് മാറ്റി. അപ്പോഴും ഞങ്ങൾ രാഗിണിയെ സന്ദർശിച്ചുകൊണ്ടിരുന്നു. കാണുമ്പോൾ അവരുടെ കണ്ണുനിറയും.. പഴയ സമ്മാനത്തിന്റെ കാര്യം അന്നേരം എന്റെ ഓർമയിലെത്തും.

വിജയശ്രീ അവസാനമായി അഭിനയിച്ച സിനിമയുടെ കാമറാമാൻ ഞാനായിരുന്നു. ഒരു തെലുങ്കു പടമായിരുന്നു അത്. അതിന്റെ കാമറാമാന് കുറച്ചുദിവസം വരാൻ കഴിയാതെ വന്നപ്പോൾ പകരം എന്നെ വിളിച്ചതാണ്. വിജയശ്രീ അഭിനയിച്ച അവസാന രംഗം കാമറയിൽ പകർത്താനുള്ള നിയോഗം എനിക്കായി. മലയാളത്തിലും അവർ നിറഞ്ഞു നിൽക്കുന്ന കാലം. ഷൂട്ടിംഗ് തീർന്നപ്പോൾ വിജയശ്രീ എന്റെ അടുക്കലേക്ക് വന്നു. ശനിയാഴ്ച കാണാം സാർ.. അവർ പറഞ്ഞു. സന്തോഷത്തോടെയാണ് അന്ന് വിജയശ്രീ സെറ്റ്വിട്ടത്. അങ്ങനെ സന്തോഷത്തോടെ യാത്രപറഞ്ഞുപോയ ഒരുപെൺകുട്ടി ആത്മഹത്യചെയ്തുവെന്ന് വിശ്വസിക്കാൻ ഇന്നും പ്രയാസം തോന്നുന്നു...

മുഖ്യമന്ത്രിമാരുടെ പ്രിയപ്പെട്ട കാമറാമാൻ

എം ജി ആറിനും ജയലളിതക്കും എൻ ടി രാമറാവുവിനും എന്റെ കാമറാവർക്കുകൾ ഇഷ്ടമായിരുന്നു. എങ്കവീട്ടുപിള്ളൈ എന്ന സിനിമയുടെ സെറ്റിൽവെച്ചാണ് എം ജി ആറുമായി അടുക്കുന്നത്. അദ്ദേഹം ഡബിൾ റോളിൽ അഭിനയിച്ച പടമായിരുന്നു അത്. നാൻ ആണയിട്ടാൽ അത് നടന്തുവിട്ടാൻ എന്ന പാട്ട് ഈ ചിത്രത്തിലേതാണ്. ഈ പാട്ട് ഞാൻ ചിത്രീകരിച്ചത് എം ജി ആറിന് വളരെ ഇഷ്ടമായി. എം ജി ആറിന്റെ മറ്റൊരു സൂപ്പർ ഹിറ്റ് സിനിമയായ അടിമപ്പെണ്ണിലും ഞാൻ അതിഥി കാമറാമാൻ ആയിരുന്നു.

ജയലളിത അഭിനയിച്ച കുറെ സിനിമകൾക്ക് കാമറയൊരുക്കിയിട്ടുണ്ട് ഞാൻ. ഞാൻ തമിഴിൽ സംവിധാനം ചെയ്ത തിരുമാംഗല്യത്തിലെ നായികയായിരുന്നു ജയലളിത. എന്റെ നല്ലൊരു സുഹൃത്തായിരുന്നു അവർ. പിന്നീട് അവർ രാഷ്ട്രീയത്തിൽ സജീവമായി. തമിഴ്നാട് മുഖ്യ മന്ത്രിയായി. അതിനുശേഷം അവരെ കാണാൻ ശ്രമിച്ചിട്ടില്ല. പക്ഷേ എന്നെ അവർ മറന്നില്ല. തമിഴ്നാട്ടിലെ ഏറ്റവും വലിയ സിനിമാഅവാർഡിന് ജയലളിത എന്റെ പേരാണ് നിർദേശിച്ചത്.

എൻ ടി രാമറാവുവിന്റെയും ഇഷ്ട ഛായാഗ്രാഹകനായിരുന്നു ഞാൻ. എൻ ടി ആർ ആദ്യമായി കൃഷ്ണനായി വേഷമിട്ട സിനിമയുടെ കാമറാമാൻ ഞാനായിരുന്നു. ആ വേഷംചെയ്തതോടെ അദ്ദേഹത്തെ നിറയെ അവസരങ്ങൾ തേടിയെത്തി. ആ സിനിമകളിലൂടെ അദ്ദേഹം ജനഹൃദയങ്ങളിൽ ഇടംനേടി. രാഷ്ട്രീയത്തിലെ ഒരുവെള്ളിനക്ഷത്രമായി ഉദിച്ചുയർന്നു. വളർച്ചയ്ക്ക് ഞാൻ നിമിത്തമായെന്ന് കരുതുന്നതിനാലാവണം എന്നും സ്നേഹമായിരുന്നു എന്നോട്. മകൻ രാമകൃഷ്ണയെ കാമറ പഠിക്കാൻ ചെന്നൈയിലെ ഒരു സ്ഥാപനത്തിൽ ചേർത്തിരുന്നു എൻ ടി ആർ. പരീക്ഷ അടുത്തപ്പോൾ ഒരു ദിവസം അദ്ദേഹം വിളിച്ചു. ഞാനപ്പോൾ ഒരു ഷൂട്ടിംഗിലായിരുന്നു. എനിക്ക് നിങ്ങളുടെ സഹായം വേണം. കുറച്ചു ദിവസത്തേക്ക് നിങ്ങളെ ജോലിയിൽ നിന്ന് ഒഴിവാക്കിത്തരാൻ ഞാൻ പ്രൊഡ്യൂസറോട് പറയാം.

കാമറാപാഠങ്ങൾ പറഞ്ഞുകൊടുത്ത് ബാലകൃഷ്ണയെ ഞാൻ പരീക്ഷയ്ക്ക് ഒരുക്കി. നല്ല മാർക്കോടെ ജയിച്ചു. റിസൽട്ട് വന്ന ദിവസം എൻ ടി ആർ എന്നെ വിളിച്ചു - താങ്ക് യൂ ബ്രദർ.

എൻ ടി ആർ അവസാനമായി അഭിനയിച്ച സിനിമ മേജർ ചന്ദ്രകാന്തിന്റെയും കാമറാമാൻ ഞാനായിരുന്നു.

എ. വിൻസന്റ്

തെലുങ്കിൽ അമ്പതോളം ചിത്രങ്ങൾക്ക് കാമറചലിപ്പിച്ചിട്ടുണ്ട് ഞാൻ. അഞ്ജലീ ദേവിയുടെ നിർമാണസംരംഭങ്ങളായിരുന്നു ആദ്യ കാലത്ത് അധികവും. നാഗാർജുന അഭിനയിച്ച അന്നമാചാര്യയായിരുന്നു അവസാന ചിത്രം. ഏറ്റവും കൂടുതൽ പ്രതിഫലം കിട്ടിയതും ഈ സിനിമയ്ക്കാണ്.

ശിവാജി ഗണേശന് സ്ക്രീൻ ടെസ്റ്റ്

പ്രസാദ് സ്റ്റുഡിയോ ഉടമയും സംവിധായകനും നിർമാതാവുമെല്ലാമായിരുന്ന എൽ വി പ്രസാദ് വഴിയാണ് ശിവാജിഗണേശനെ പരിചയപ്പെടുന്നത്. യാദൃച്ഛികമായി സംഭവിച്ചതായിരുന്നു ഞാനും പ്രസാദും തമ്മിലെ സൗഹൃദം. ഞാൻ താമസിച്ചിരുന്ന വീടിനു മുന്നിലൂടെയാണ് പ്രസാദ് സ്റ്റുഡിയോയിലേക്ക് പതിവായി പോയിരുന്നത്. ഞാൻ എല്ലാ ദിവസവും നടത്തമാണ്. ഒരു ദിവസം പ്രസാദ് എനിക്ക് ലിഫ്റ്റ് തന്നു. പിന്നീട് മിക്കപ്പോഴും അദ്ദേഹം എന്നെയും കാറിൽ കൂട്ടാൻ തുടങ്ങി. പാസഞ്ചർ എന്നാണ് അദ്ദേഹം എന്നെ വിളിച്ചിരുന്നത്. അദ്ദേഹത്തിന്റെ കാറിലെ പാസഞ്ചറായിരുന്നല്ലോ ഞാൻ. പ്രസാദ് സംവിധാനം ചെയ്ത ചിത്രമാണ് പൂങ്കോതൈ. അതിലേക്ക് നായകനെ തെരഞ്ഞെടുക്കാൻ കുറേ പേരെ കാമറാ ടെസ്റ്റിനായി വിളിപ്പിച്ചു. അതിൽ ഒരാളായിരുന്നു ശിവാജി ഗണേശൻ. ഭരണി സ്റ്റുഡിയോയിൽവെച്ചായിരുന്നു സ്ക്രീൻ ടെസ്റ്റ്. ടെസ്റ്റുപൂർത്തിയായപ്പോൾ പ്രസാദ് എന്നെ വിളിച്ചു. ആരാണ് നായകനാക്കാൻ പറ്റുന്നതെന്ന് അദ്ദേഹം എന്നോടു ചോദിച്ചു. ഞാൻ പറഞ്ഞു- ഗണേശൻ എന്നുപേരുള്ള ചെറുപ്പക്കാരൻ യോജിക്കുമെന്ന് തോന്നുന്നു.

റിസൽട്ടു വന്നപ്പോൾ പ്രസാദ് വീണ്ടും എന്നെ വിളിച്ചു.

പാസഞ്ചറുടെ നിരീക്ഷണം കറക്ടാണല്ലോ. തമിഴിലേയും തെലുങ്കിലെയും റോളുകൾ ഗണേശനുതന്നെ കൊടുക്കാം- അദ്ദേഹം പറഞ്ഞു.

ഈയൊരു സ്നേഹബന്ധം ശിവാജിഗണേശനുമായി അദ്ദേഹത്തിന്റെ മരണം വരെയും ഉണ്ടായിരുന്നു. വീട്ടിലെത്തിയാൽ സ്വീകരിക്കാനായി ഓടിവരും. അകത്തേക്കു കൂട്ടിക്കൊണ്ടുപോയി സംസാരിച്ചിരിക്കും. 23 ചിത്രങ്ങളിൽ ഞങ്ങൾ ഒരുമിച്ചു. ടേ ഗണേശാ എന്നായിരുന്നു അദ്ദേഹത്തെ ഞാൻ വിളിച്ചിരുന്നത്. പിന്നീട് അദ്ദേഹം രാഷ്ട്രീയത്തിൽ വന്നു. അതോടെ എനിക്ക് അദ്ദേഹം ഗണേശണ്ണനായി.

ഞാൻ ആദ്യമായി ഛായാഗ്രഹണം നിർവഹിച്ച തമിഴ് പടം അമരദീപമാണ്. അതിലെ നായകനുമായിരുന്നു ശിവാജിഗണേശൻ.

മധുവിന് സ്ക്രീൻ ടെസ്റ്റ്
ഭരതന്റെ സിനിമാപ്രവേശം

ദൽഹിയിലെ നാഷണൽ സ്കൂൾ ഓഫ് ഡ്രാമയിലെ ഒരു വിദ്യാർഥിയെ മേക്കപ്പ് ടെസ്റ്റെടുക്കാൻ രാമു കാര്യാട്ട് എന്റെടുക്കലേക്കയച്ചു.

മാധവൻ നായർ എന്നായിരുന്നു ആ വിദ്യാർഥിയുടെ പേര്. അടൂർ ഭാസിയുമായി മാധവൻ നായർക്ക് പരിചയമുണ്ട്. ഭാസിയുടെ ശിപാർശയിലാണ് അദ്ദേഹംവന്നത്. സെറ്റിലെത്തിയ അയാളെ ഞാൻ വീക്ഷിച്ചു. ഒരു ടിപ്പിക്കൽ എന്നൊക്കെ പറയാവുന്ന പുരുഷലക്ഷണം അയാൾക്കുണ്ടായിരുന്നു. മൂക്കിന് എന്തോ പോരായ്മ തോന്നി. മെത്തേഡ് ആക്ടിന്റെ ആളായിരുന്നു അയാൾ. ഏതായാലും സ്ക്രീൻടെസ്റ്റിൽ വിജയിച്ചു. മാധവൻ നായർ പിന്നീട് മലയാള സിനിമയുടെ 'മധു'വായി. മൂടുപടത്തിലാണ് ആദ്യം അദ്ദേഹം അഭിനയിച്ചതെങ്കിലും റിലീസായത് നിണമണിഞ്ഞ കാല്പാടുകളായിരുന്നു.

ഭരതന്റെ സിനിമാപ്രവേശത്തിനും ഞാനൊരു നിമിത്തമായി. പി എൻ മേനോന്റെ വീട്ടിലായിരുന്നു ആദ്യ കാലത്ത് ഭരതൻ താമസിച്ചിരുന്നത്. സ്കൂൾ ഓഫ് ഫൈൻ ആർട്സിൽ നിന്ന് ഡിപ്ലോമനേടി മദിരാശിയിൽ വന്നതായിരുന്നു ഭരതൻ. പരസ്യങ്ങൾ ഡിസൈൻ ചെയ്തായിരുന്നു തുടക്കം. 'ത്രിവേണി'യുടെ ഷൂട്ടിംഗ് സമയത്ത് സ്റ്റിൽ ഫോട്ടോഗ്രാഫറായ പി ഡേവിഡാണ് ഭരതനെ എനിക്ക് പരിചയപ്പെടുത്തിയത്. മനോഹരമായി പോസ്റ്റർ ഡിസൈൻ ചെയ്യുമെന്ന് ഡേവിഡ് പറഞ്ഞപ്പോൾ ഒരു പോസ്റ്റർ ചെയ്യിക്കാൻ ഞാൻ തീരുമാനിച്ചു. ഫോട്ടോകൾ ഇട്ടുകൊടുക്കാൻ ഡേവിഡിനോട് പറഞ്ഞു. പടങ്ങളുടെ കൂട്ടത്തിൽ, ശാരദ കണ്ണും മൂടി താഴോട്ട് നോക്കി നില്ക്കുന്ന ഒരു പ്രത്യേക സ്റ്റില്ലുണ്ടായിരുന്നു. ആ ഫോട്ടോയാണ് ഭരതൻ തെരഞ്ഞെടുത്തത്. അതുവെച്ച് പോസ്റ്റർ രൂപകല്പനചെയ്തു. കത്തി ഉപയോഗിച്ച് പ്രത്യേക രീതിയിലുള്ള ഒന്ന്. പോസ്റ്റർ എനിക്ക് ഇഷ്ടമായി. ബാലനെന്ന ഒരാളായിരുന്നു പോസ്റ്റർ ചെയ്തിരുന്നത്. എന്നാൽ ഭരതൻ ഡിസൈൻ ചെയ്ത പോസ്റ്ററും കൂടി പ്രചാരണത്തിന് ഉപയോഗിച്ചു. പിന്നീട് 'ഗന്ധർവക്ഷേത്രം' ചെയ്തപ്പോൾ ഭരതനെ ഞാൻ അതിന്റെ കലാസംവിധായകനാക്കി. അവിടം മുതൽ ഭരതൻ വളരുകയായിരുന്നു. ഭരതൻ ആദ്യമായി സംവിധാനംചെയ്ത പ്രയാണത്തിന്റെ തിരക്കഥ തയ്യാറാക്കുമ്പോൾ എന്നെയും വിളിച്ചിരുന്നു. പത്മരാജന്റെ ആദ്യ തിരക്കഥ കൂടിയായിരുന്നു അത്. പിന്നെയും സിനിമയുമായി ബന്ധപ്പെട്ട ചർച്ചകൾക്ക് അവർ വരുമായിരുന്നു.

മെരിലാന്റിനു വേണ്ടി ചിത്രം

ഹൃദയം ഒരു ക്ഷേത്രം എടുക്കുന്ന സമയത്ത് സുബ്രഹ്മണ്യം മുതലാളി എന്നെ വിളിപ്പിച്ചു. മെരിലാന്റിനുവേണ്ടി ഒരു പടം സംവിധാനം ചെയ്യണമെന്ന് ആവശ്യപ്പെട്ടു. തിരക്കുകൾ കാരണം എനിക്കത് ചെയ്തുകൊടുക്കാനായില്ല. വർഷങ്ങൾ കഴിഞ്ഞ് അദ്ദേഹം രോഗബാധിതനായി. എന്നെ നേരിൽ കാണാൻ ആഗ്രഹമുണ്ടെന്നറിയിച്ച് ആളെ അയച്ചു. ഞങ്ങൾ അതിനു മുമ്പ് കണ്ടിട്ടേയില്ലായിരുന്നു. ഞാനും മകൻ ജയാനനും അദ്ദേഹത്തിന്റെ വീട്ടിൽ പോയി. 'മരിക്കുന്നതിന് മുമ്പ് നിങ്ങളെ കാണണമെന്ന് വലിയൊരു ആഗ്രഹമായിരുന്നു; നിങ്ങളെക്കൊണ്ട് ഒരു

സിനിമ ചെയ്യിക്കണമെന്നും' മുതലാളി പറഞ്ഞപ്പോൾ എന്റെ കണ്ണു നിറഞ്ഞു. 'മെരിലാന്റുമായി പിണക്കമുള്ളതുകൊണ്ടല്ല വിളിച്ചപ്പോൾ വരാതിരുന്നത്. വേറെ സിനിമകൾ നേരത്തെ ഏറ്റിരുന്നു. അത് പൂർത്തിയാക്കണമായിരുന്നു..' ഞാൻ പറഞ്ഞു.

എന്റെ ഇഷ്ടങ്ങൾക്കനുസരിച്ച് ചിത്രീകരിക്കാൻ കഴിയാതിരുന്ന സിനിമയായിരുന്നു മോഹൻലാൽ നായകനായ ശ്രീകൃഷ്ണപ്പരുന്ത്. ഇടപ്പള്ളി കൊട്ടാരമാണ് ലൊക്കേഷനായി മനസ്സിലുണ്ടായിരുന്നത്. പക്ഷേ അത് അനുവദിച്ചുകിട്ടിയില്ല. കഥാകൃത്തായ പി വി തമ്പിയും കുറെ പ്രശ്നങ്ങളുണ്ടാക്കി. കഥയിൽ ഒരു മാറ്റവും വരുത്താൻ പാടില്ലെന്ന് അയാൾ ശാഠ്യംപിടിച്ചു. ഒരു നോവൽ സിനിമയാക്കി മാറ്റുമ്പോൾ സംവിധായകന് ചില സ്വാതന്ത്ര്യം ഉണ്ടല്ലോ. അതുപോലും അയാൾ അനുവദിച്ചു തന്നില്ല. തമ്പി വക്കീലുകൂടിയായിരുന്നതിനാൽ കേസു കൊടുത്തു. കോടതി ഇടപെട്ടതോടെ അയാൾ എഴുതിത്തന്ന തിരക്കഥ അപ്പടി കാമറയിലേക്ക് പകർത്തേണ്ടി വന്നു എനിക്ക്. സംവിധായകന്റെ ഭാവന എന്ന സാധ്യത തന്നെ ഉപയോഗപ്പെടുത്താനാവാതെ വന്നു.

പുതുപ്രതീക്ഷകൾ

മലയാള സിനിമയെ ഇപ്പോഴും ഞാൻ നോക്കിക്കാണാറുണ്ട്. സംവിധായകരെ വിലയിരുത്താറുണ്ട്. ഇപ്പോഴുള്ളവരിൽ മികച്ച സംവിധായകനായി ഞാൻ കാണുന്നത് സത്യൻ അന്തിക്കാടിനെയാണ്. കഥ പറയാനും നന്നായി അവതരിപ്പിക്കാനും സത്യന് അറിയാം. കമലും നല്ല സംവിധായകരിൽ ഒരാളാണ്. കഥയുടെ അവസാനത്തിൽ കമൽ ചിത്രങ്ങൾ നമ്മെ ആശ്ചര്യപ്പെടുത്തും. മനോഹരമായി കഥപറഞ്ഞ്, വിഷ്വലൈസ് ചെയ്ത സിനിമയാണ് രാപ്പകൽ. പക്ഷേ, പ്രിയദർശനെപ്പോലുള്ളവർ നിരാശപ്പെടുത്തുന്നു. അറബിയും ഒട്ടകവും മാധവൻ നായരും ഗീതാഞ്ജലിയുമെല്ലാം സ്റ്റുപ്പിഡ് സിനിമകളായിരുന്നു. ഒരു പുതുമയും അവകാശപ്പെടാനില്ലാത്തവ. കാസനോവ പോലുള്ള സിനിമ നമ്മൾ കാണേണ്ടി വന്നതും കഷ്ടമായി.

അഭിനേത്രികളിൽ മീരാ ജാസ്മിനെയും മഞ്ജു വാര്യരെയുമാണ് ഇഷ്ടം. കാവ്യാമാധവനും നവ്യാനായരും നല്ല നടിമാർ തന്നെ. ഇത്രയും പ്രതിഭയുള്ള നടികൾ ഞങ്ങളുടെ കാലത്ത് ഉണ്ടായിരുന്നില്ല. മഞ്ജു വാര്യർ തിരിച്ചുവന്നതിൽ സന്തോഷമുണ്ട്. ദിലീപ് ചെയ്യുന്ന റോളുകൾ വളരെ നന്നായി തോന്നാറുണ്ട്. ഇടത്തരം ആർടിസ്റ്റായി വന്ന ആളാണ് ദിലീപ്. ദിലീപിന്റെ ബോറടിപ്പിക്കുന്ന പടങ്ങൾ കുറവാണ്. മമ്മൂട്ടിയും മോഹൻലാലും വ്യത്യസ്തമായ രീതിയിൽ ചെയ്തിരുന്നവരാണ്. രണ്ടു പേരെ വെച്ചും ഞാൻ സിനിമ ചെയ്തിട്ടുണ്ട്. പുതിയ കാലത്തെ സ്ക്രിപ്റ്റിലും കഥ പറച്ചിലിലും പുതുമയുണ്ട്. എന്നാൽ കാമറ ദുർബലമാണ്. പല കാമറാമാൻമാർക്കും എന്താണ് തങ്ങൾ ചെയ്യുന്നതെന്ന

ബോധ്യംപോലുമില്ല. അതേസമയം സീരിയലുകളിൽ നന്നായി കാമറ ചെയ്യുന്നവരുണ്ട്. കറക്ട് ലൈറ്റിംഗും ഉണ്ട്. സിനിമകളേക്കാൾ നന്നായി കാമറ കൈകാര്യം ചെയ്യുന്നത് സീരിയലുകളിലാണ്.

ഭാർഗവീനിലയം ഒരിക്കൽ കൂടി

നീലക്കുയിൽ ഇറങ്ങിയിട്ട് ഇപ്പോൾ 60 വർഷമായി. ഈ പടത്തെ പരാമർശിക്കുമ്പോൾ എന്റെ കാമറാവർക്കിനെകുറിച്ച് പലരും ഓർക്കാറില്ല. കാമറാമാന് അക്കാലത്ത് ഒരു വിലയും കല്പിച്ചിരുന്നില്ല. നീലക്കുയിൽ ഇറങ്ങിയപ്പോൾ ഒരു നിരൂപകൻ എഴുതിയത്- നീലക്കുയിൽ ഒരു ചലച്ചിത്രമല്ല, ഒരു മുലച്ചിത്രമാണ് എന്നാണ്. രണ്ട് വർഷം മുമ്പ് ചലച്ചിത്ര പരിഷത്ത് പ്രസിദ്ധീകരിച്ച ഒരു മാഗസിനിൽ നീലക്കുയിലിനെക്കുറിച്ച് എഴുതിയപ്പോൾ കാമറാ വർക്കിനെക്കുറിച്ചും പരാമർശിച്ചിരുന്നു. എത്ര വർഷങ്ങൾ പിന്നിട്ടു. ആദ്യമായാണ് നല്ലൊരു റിപ്പോർട്ട് വായിക്കുന്നത്. നീലക്കുയിലിന് അവാർഡ് നൽകിയ കമ്മിറ്റിയിൽ വാസൻ സാർ ഉണ്ടായിരുന്നു. പിന്നീട് കണ്ടപ്പോൾ അദ്ദേഹം പറഞ്ഞു- കാമറാമാന് അവാർഡ് ഉണ്ടായിരുന്നെങ്കിൽ അത് തീർച്ചയായും വിൻസെന്റിന് തരുമായിരുന്നു എന്ന്. തുലാഭാരത്തെ കുറിച്ചു പോലും നല്ലൊരു ലേഖനം അടുത്തിടെയാണ് ഞാൻ വായിച്ചത്. മുടിയനായ പുത്രനെ ശരിയായ രീതിയിൽ വിലയിരുത്തിക്കൊണ്ട് 2010ലാണ് ലേഖനം വന്നത്. ഭാർഗവീനിലയം വീണ്ടുമെടുക്കാൻ ഏതെങ്കിലും സംവിധായകൻ തയ്യാറാകുമോ? ഞാൻ വെല്ലുവിളിക്കുന്നു. ഞാൻ ചെയ്ത അതേ രീതിയിൽ ഭാർഗവീനിലയം എടുക്കാൻ ഇന്നും മറ്റൊരാൾക്ക് പറ്റുമെന്ന് വിശ്വസിക്കുന്നില്ല. ബഷീറും ഇതേ അഭിപ്രായം പറഞ്ഞിട്ടുണ്ട്. ബഷീർ എഴുതിവെച്ച ഒരു കത്ത് അദ്ദേഹത്തിന്റെ മരണശേഷം ഫാബി എനിക്ക് അയച്ചുതന്നിരുന്നു. അതിൽ ബഷീർ എഴുതിയിരുന്നു, ഭാർഗവീനിലയം ആരെങ്കിലും റിമേക്ക് ചെയ്യാൻ തയ്യാറായാൽ തിരക്കഥയ്ക്ക് കിട്ടുന്ന തുകയുടെ പകുതി വിൻസെന്റിന് കൊടുക്കണം.

എ. വിൻസന്റ്
ജീവിതരേഖ

പേര്	:	എ വിൻസെൻറ്
അച്ഛൻ	:	ജോർജ് വിൻസെൻറ്
അമ്മ	:	അനസ്തീന
ജനനം	:	1928 ജൂൺ 14 കോഴിക്കോട്
പഠനം	:	സെന്റ് ആന്റണീസ് സ്കൂൾ കോഴിക്കോട്, സെന്റ് ജോസഫ് യൂറോപ്യൻ സ്കൂൾ, മലബാർ ക്രിസ്ത്യൻ കോളജ്, കോഴിക്കോട്
ആദ്യമായി ഛായാഗ്രഹണം നിർവഹിച്ച ചിത്രം	:	ബ്രദരു തെരുകു -1953
ആദ്യമായി ഛായാഗ്രഹണം നിർവഹിച്ച മലയാള ചിത്രം	:	നീലക്കുയിൽ -1954
ആദ്യമായി തമിഴിൽ ഛായാഗ്രഹണം നിർവഹിച്ച ചിത്രം	:	അമരദീപം (1956)
സംവിധാനം ചെയ്ത ആദ്യപടം	:	ഭാർഗവീനിലയം 1964
അവസാനചിത്രം	:	കൊച്ചുതെമ്മാടി -1986
അവസാനമായി ഛായാഗ്രഹണം ചെയ്ത ചിത്രം	:	അന്നമാചാര്യ -1997
അവാർഡുകൾ മികച്ച ഛായാഗ്രഹകൻ	:	പ്രേംനഗർ 1974
ഭാര്യ	:	മാർഗരറ്റ്
മക്കൾ	:	അജയൻ വിൻസെൻറ്, ജയാനൻ വിൻസെൻറ്, സ്നേഹലത

എ. വിൻസെൻറ് സംവിധാനം ചെയ്ത ചിത്രങ്ങൾ

(സിനിമ, വർഷം, നടീനടന്മാർ എന്ന ക്രമത്തിൽ)

ഭാർഗവീനിലയം	1964	പ്രേംനസീർ, മധു, വിജയ നിർമല
മുറപ്പെണ്ണ്	1965	പ്രേംനസീർ, കെ പി ഉമ്മർ, മധു, ശാരദ
നഗരമേ നന്ദി	1967	പ്രേംനസീർ, മധു, ഉഷാനന്ദിനി, ജ്യോതിലക്ഷ്മി
അശ്വമേധം	1967	സത്യൻ, പ്രേംനസീർ, മധു, ഷീല
തുലാഭാരം	1968	പ്രേംനസീർ, മധു, ഷീല, ശാരദ
അസുരവിത്ത്	1968	പ്രേംനസീർ, പി ജെ ആൻറണി, ശാരദ
നദി	1969	പ്രേംനസീർ, മധു, ശാരദ, അംബിക
ആൽമരം	1969	പ്രേംനസീർ, മധു, ഷീല
ത്രിവേണി	1970	സത്യൻ, പ്രേംനസീർ, ശാരദ
നിഴലാട്ടം	1970	പ്രേംനസീർ, സുധീർ, ഷീല
ആഭിജാത്യം	1971	മധു, രാഘവൻ, ശാരദ, ജൂനിയർ ഷീല
തീർഥയാത്ര	1972	മധു, സുധീർ, ശാരദ,
ഗന്ധർവക്ഷേത്രം	1972	പ്രേംനസീർ, മധു, ശാരദ
നഖങ്ങൾ	1973	മധു, രാഘവൻ, കെ ആർ വിജയ, ജയഭാരതി
ധർമയുദ്ധം	1973	പ്രേംനസീർ, പി ജെ ആന്റണി, നന്ദിതാ ബോസ്, ശ്രീവിദ്യ
ചെണ്ട	1973	മധു, തിക്കുറിശ്ശി സുകുമാരൻ നായർ, നന്ദിതാ ബോസ്, ശ്രീവിദ്യ
അച്ചാണി	1973	പ്രേംനസീർ, വിൻസെൻറ്, നന്ദിതാ ബോസ്
പ്രിയമുള്ള സോഫിയ	1975	പ്രേംനസീർ, വിൻസെൻറ്, പ്രിയമാലിനി

അനാവരണം	1976	സത്താർ, ജനാർദനൻ, ഉഷാറാണി, റാണി ചന്ദ്ര
അഗ്നിനക്ഷത്രം	1977	എം ജി സോമൻ, മോഹൻ ശർമ, ശാരദ, ലക്ഷ്മി, നന്ദിതാ ബോസ്
വയനാടൻ തമ്പാൻ	1978	കമൽഹാസൻ, സോമൻ, ലത, റാണിചന്ദ്ര
ആനപ്പാച്ചൻ	1978	നസീർ, ജയൻ, ഷീല, മല്ലികാസുകുമാരൻ
തീരംതേടുന്ന തിര	1983	പ്രേംനസീർ, മമ്മൂട്ടി, രതീഷ്, ജയഭാരതി, അംബിക
പൊന്നുംപൂവും	1983	സുകുമാരൻ, മമ്മൂട്ടി, മേനക
ശ്രീകൃഷ്ണപ്പരുന്ത്	1984	മോഹൻലാൽ, സോമൻ, പവിത്ര, ബിന്ദു
പൗർണമിരാവിൽ	198	ജനാർദ്ദനൻ, വിജയേന്ദ്ര, അനുരാധ, വിജി
കൊച്ചുതെമ്മാടി	1986	മമ്മൂട്ടി, ശ്രീനിവാസൻ, ജലജ

തമിഴ് ചിത്രങ്ങൾ

ഗുരു	–	1980 (ഗസ്റ്റ് ഡയറക്ടർ)
നാൻ പിറന്ത മണ്ണ്	–	1977
തിരുമാംഗല്യം	–	1974
ഇരുവീടുകൾ	–	1970
തുലാഭാരം	–	1969
എങ്കളുക്കും കാലം വരും	–	1967

കെ.എസ്. സേതുമാധവൻ
സിനിമയിലെ നവോത്ഥാനപുരുഷൻ

ജോലാർപേട്ടയിൽ നിന്നുള്ള തീവണ്ടി കിതച്ചുപായുകയാണ്. ബഹളം വിട്ടൊഴിഞ്ഞ ബോഗിയിൽ ചെറുപ്പക്കാരിയായ അമ്മയും അഞ്ചു മക്കളും. അമ്മ കണ്ണടച്ചിരിക്കുകയാണ്. മുഖത്ത് സങ്കടം ഇരമ്പിവരുന്നത് കാണാം. വേദനയോടെയെങ്കിലും അവർ ചിലത് തീരുമാനിച്ചുറപ്പിച്ചിട്ടുണ്ട്. ഏതാനും നിമിഷങ്ങൾക്കകം വണ്ടി കാവേരി പാലത്തിലൂടെ കടന്നു പോകും. അപ്പോൾ കാവേരിയുടെ നിറഞ്ഞ സമൃദ്ധിയിലേക്ക് മക്കളുമായി... അന്നേര മാണ് എട്ടു വയസ്സുകാരൻ മകൻ അമ്മയുടെ കൈകവർന്നത്. അവൻ പറയുന്നു: അമ്മ ഒരു കാരണവശാലും ദുഃഖിക്കരുത്. പഠിച്ചു വലിയ വനായാൽ ഞാൻ അമ്മയെ മദിരാശിയിലേക്ക് കൊണ്ടുപോകും. സകല സൗഭാഗ്യങ്ങളും അമ്മയ്ക്ക് ഉണ്ടാക്കിത്തരും... മകന്റെ വാക്കുകൾ അമ്മയിൽ പ്രത്യാശയുടെ കണ്ണുനീർനിറച്ചു. തുളുമ്പാൻ തുടങ്ങിയ മിഴി കളോടെ അവർ മകനെ ചേർത്തുപിടിച്ചു. അപ്പോഴേക്കും വണ്ടി കാവേരി പാലം കടന്നിരുന്നു... വർഷങ്ങൾ കഴിഞ്ഞു. മകൻ വളർന്നു വലുതായി. അവൻ എത്തിപ്പെട്ടത് സിനിമയുടെ ലോകത്താണ്. സിനിമകൊണ്ട് നേടിത്തുടങ്ങിയപ്പോൾ അവൻ അമ്മയെയും മദിരാശിയിലേക്ക് കൊണ്ടു പോയി. കെ എസ് സേതുമാധവനായിരുന്നു ആ മകൻ. അമ്മയ്ക്ക് സൗഭാഗ്യങ്ങൾ നേടിക്കൊടുത്ത പോലെ മലയാള സിനിമയ്ക്കും ഓർക്കാനും അഭിമാനിക്കാനും നിരവധി ചിത്രങ്ങളൊരുക്കിയ സംവിധാ യകൻ കെ എസ് സേതുമാധവൻ.

മലയാള സിനിമയ്ക്ക് ആഭിജാത്യത്തിന്റയും നവഭാവുകത്വത്തി ന്റെയും വഴിതുറന്നുകൊടുത്ത സംവിധായകനാണ് കെ എസ് സേതു മാധവൻ. വെള്ളിത്തിരയിൽ ആണും പെണ്ണും കണ്ടുമുട്ടുമ്പോഴെല്ലാം പ്രണയിക്കുകയും മരംചുറ്റി പാട്ടുപാടുകയും ചെയ്യുന്ന കാലത്ത് വേറിട്ട കഥകളും ദൃശ്യങ്ങളുമായി വഴിമാറി നടക്കാൻ ധൈര്യം കാണിച്ച ഒരാൾ. യഥാർഥ സിനിമ എന്താണെന്നും അത് വിനോദോപാധി മാത്രമല്ലെന്നും ബോധ്യപ്പെടുത്തിയ ചലച്ചിത്രകാരൻ. മലയാള സിനിമയുടെ നവോ ത്ഥാനം സേതുമാധവനിൽ നിന്ന് ആരംഭിക്കുകയായിരുന്നു. ശബ്ദിച്ചു

തുടങ്ങിയ മലയാള സിനിമ ഒന്നര പതിറ്റാണ്ടു പിന്നിടും മുമ്പേ ചലച്ചിത്ര രംഗത്തെത്തിയ സേതുമാധവൻ 1960ൽ ശ്രീലങ്കൻ ചിത്രമായ 'വീരവിജയ' യിലൂടെ സ്വതന്ത്രസംവിധായകനായി. മലയാളം, ഹിന്ദി, തമിഴ്, തെലുങ്കു, കന്നട, സിംഹളഭാഷകളിലായി അറുപതിലേറെ ചിത്രങ്ങൾ. അറുപതു കളിലും എഴുപതുകളിലും മലയാള സിനിമയുടെ യശസ്സ് ഇന്ത്യമുഴുവൻ പരത്തി അദ്ദേഹം. സിനിമയോടുള്ള ആത്മാർഥമായ സമീപനത്തിന് നിരവധി ദേശീയ-സംസ്ഥാന അംഗീകാരങ്ങൾ. ഓടയിൽ നിന്ന്(1966), അടിമകൾ(1970), കരകാണാക്കടൽ(1971), പണിതീരാത്ത വീട്, അച്ഛനും ബാപ്പയും, ഒള്ളതുമതി (മൂന്നും 1972) ഓപ്പോൾ- (ബാലൻ കെ നായർക്ക് ദേശീയാംഗീകാരം നേടിക്കൊടുത്ത ചിത്രം കൂടിയായിരുന്നു 'ഓപ്പോൾ'- 1981) മറുപക്കം- തമിഴ് (1991), നമ്മവർ- തമിഴ് (1995) സ്ത്രീ- തെലുങ്ക് (1996) തുടങ്ങിയ ചിത്രങ്ങളിലൂടെ പന്ത്രണ്ടു ദേശീയ അവാർഡുകൾ. 1970, 71, 72, 81 വർഷങ്ങളിൽ മികച്ച സംവിധായകനുള്ള സംസ്ഥാന അവാർഡുകൾ. സിനിമ വിട്ടൊഴിയാത്ത മനസ്സുമായി ഇപ്പോഴും ചെന്നൈ രാജാറാം ഫിലിം ഡയറക്ടേഴ്സ് കോളനിയിലെ വീട്ടിൽ കെ എസ് സേതുമാധവനുണ്ട്.

അമ്മയുടെ അനുസരണയുള്ള മകൻ

പാലക്കാടാണ് എന്റെ ജനനം. 1931ൽ. അച്ഛൻ കെ ആർ സുബ്രഹ്മണ്യം കോയമ്പത്തൂരിൽ ഫോറസ്റ്റ് ഓഫീസറായിരുന്നു. അമ്മ ലക്ഷ്മിയമ്മ. എട്ടു വയസുവരെ തമിഴ്നാട്ടിൽ അച്ഛനോടൊപ്പമായിരുന്നു ഞങ്ങളെല്ലാം താമസിച്ചിരുന്നത്. തമിഴ്നാട്ടിൽ അക്കാലത്ത് വല്ലപ്പോഴുമേ സിനിമ വരൂ. ടൂറിംഗ് ടാക്കീസുകളാണ് ഉണ്ടായിരുന്നത്. തീയേറ്ററുകളൊന്നും വന്നിട്ടില്ല. നാടകവും സർക്കസുമായിരുന്നു പ്രധാന വിനോദങ്ങൾ. അക്കാലത്തൊന്നും സിനിമ എന്നെ ആകർഷിച്ചിരുന്നില്ല. ആദ്യമായി കണ്ട സിനിമ 'കന്തലീല' (സ്കന്ദ ലീല)യാണ്. ശ്രീ സുബ്രഹ്മണ്യന്റെ പുരാണകഥ. സിനിമ കണ്ടപ്പോൾ ഇതെന്തു അദ്ഭുതമെന്നായി കുട്ടിയായിരുന്ന എന്റെ ചിന്ത.

എനിക്ക് എട്ടു വയസ്സായ സമയത്താണ് അച്ഛൻ മരിക്കുന്നത്. ഒമ്പത് വർഷത്തോളം തമിഴ്നാട്ടിൽ ഒരേ സ്ഥലത്ത് ജോലിചെയ്യുകയായിരുന്നു അച്ഛൻ. വനംവകുപ്പുമായി ബന്ധപ്പെട്ട ഒരു കേസിൽ സർക്കാരിന് വിജയം നേടിക്കൊടുക്കാൻ അച്ഛന് കഴിഞ്ഞു. അന്ന് വീട്ടിലെത്തിയ അച്ഛൻ ഇക്കാര്യം അമ്മയോട് സംസാരിക്കുന്നത് കുട്ടിയായ ഞാൻ കേട്ടു. പ്രമോഷൻ വേണോ റിവാർഡ് വേണോ എന്ന് മേലധികാരികൾ അച്ഛനോട് അന്വേഷിച്ച വിവരവും അവരുടെ സംസാരത്തിൽ നിന്ന് ഗ്രഹിച്ചു. പിറ്റേന്ന് ഓഫീസിൽ പോകാൻ യൂണിഫോമിട്ട് പുറത്തിറങ്ങിയ അച്ഛൻ വീണു കിടക്കുന്നതാണ് കാണുന്നത്. ഉടനെ ആശുപത്രിയിലെത്തിച്ചു. പക്ഷേ, ആ ഹൃദയം നിലച്ചിരുന്നു. ഹൃദയാഘാതത്താൽ മരിക്കുമ്പോൾ അച്ഛന് നാല്പത് വയസ്സ് കഴിഞ്ഞതേ ഉണ്ടായിരുന്നുള്ളൂ. ചെറുപ്പത്തിലേ

വിധവയായ അമ്മ ഞങ്ങൾ അഞ്ചു മക്കളുമായി തമിഴ്നാട്ടിൽ നിന്ന് പാലക്കാട്ടേക്ക് തിരിച്ചു വന്നു.

എനിക്ക് തമിഴ്, തെലുങ്കു ഭാഷകൾ സംസാരിക്കുവാനും എഴുതുവാനും അറിയാമായിരുന്നു. മലയാളം ബുദ്ധിമുട്ടായിരുന്നു. മലയാളം അറിയാത്തതിനാൽ സ്കൂളിലെ കൂട്ടുകാർ കളിയാക്കുമായിരുന്നു. വൈകുന്നേരങ്ങളിൽ തനിച്ചിരിക്കാനായിരുന്നു എനിക്ക് ഏറെയിഷ്ടം. കൂട്ടുകാർ കളിച്ചുല്ലസിക്കുമ്പോൾ ഞാൻ വീടിന്റെ ഉമ്മറത്ത് ഇരിക്കും. പച്ചവിരിച്ച പ്രകൃതിയെയും പക്ഷികളെയും പറവകളെയും നോക്കിനിൽക്കും.

ചെറുപ്പത്തിൽ സിനിമ കാണുന്നത് എനിക്കിഷ്ടമായിരുന്നില്ല. ചുരുക്കം ചില സിനിമകളേ കണ്ടിരുന്നുള്ളൂ. കണ്ട സിനിമകൾ എന്നിൽ പോസിറ്റീവായ സ്വഭാവമാറ്റങ്ങൾ ഉണ്ടാക്കി. ഇപ്പോഴും ഓർക്കാനിഷ്ടപ്പെടുന്ന സിനിമകൾ 'ഹരിദാസ്', 'ഭക്തചോതന' എന്നിവയാണ്. ഇവ എന്നെ അമ്മയെ അനുസരിക്കുന്ന മകനാക്കി. ചെറുപ്രായത്തിലേ വിധവയായിത്തീർന്ന അമ്മയ്ക്ക് ആശ്വാസവും പ്രതീക്ഷയും ഞങ്ങൾ മക്കൾ മാത്രമായിരുന്നു.

എന്റെ ഏകാന്തതകളിൽ വായന കൂട്ടിനെത്തി. സ്കൂളിൽ മോശമല്ലാത്തൊരു ലൈബ്രറിയുണ്ടായിരുന്നു. കനകക്കുന്നിലെ രഹസ്യം എന്ന ഡിറ്റക്ടീവ് നോവലാണ് ആദ്യമായി വായിക്കാനെടുത്തത്. വീട്ടിൽ പുസ്തകക്കൂട്ടത്തിൽ ആ നോവൽ കണ്ട അമ്മയതു പിടിച്ചുവാങ്ങി. ഇത്തരം നോവലുകൾ വായിച്ചാൽ മോശം സ്വഭാവക്കാരനായി മാറുമെന്നായിരുന്നു അമ്മയുടെ വിചാരം. പകരം അമ്മ പുരാണപുസ്തകങ്ങൾ എനിക്ക് വായിക്കാൻ തന്നു. സ്കൂൾ അവധിയാണെങ്കിൽ ഞാൻ പുസ്തകങ്ങളുമായി കൂടും. അമ്മ അത് കേട്ടിരിക്കും. പുരാണകൃതികളുടെ വായന എന്നിൽ ആധ്യാത്മിക ചിന്ത നിറച്ചു. സന്ന്യാസം സ്വീകരിക്കാനുള്ള ആലോചനയിലായി ഞാൻ. അമ്മയോട് കാര്യം പറഞ്ഞു.

കേട്ടപ്പോൾ അമ്മ കുറച്ചുനേരം ഒന്നും മിണ്ടിയില്ല. പിന്നെ എന്നെ ചേർത്തുനിർത്തി- സേതു ഇങ്ങനെ ചിന്തിച്ചതിൽ അമ്മയ്ക്ക് വലിയ സന്തോഷമുണ്ട്. പക്ഷേ, നിനക്ക് ജീവിതത്തിൽ ഒരുപാട് കാര്യങ്ങൾ ചെയ്തുതീർക്കാനുണ്ട്. കുടുംബത്തിന്റെ അഭിവൃദ്ധിക്ക് വേണ്ടി പ്രവർത്തിക്കുന്നതും സന്ന്യാസമാണെന്ന് എന്റെ മകൻ അറിയുക.

ഞാൻ അമ്മയുടെ വാക്കുകൾ കേട്ടു.

മദിരാശിയിലെ സിനിമാലോകം

പാലക്കാട് ബി.ഇ.എം ഹൈസ്കൂളിൽ നിന്ന് സ്കൂൾ വിദ്യാഭ്യാസം പൂർത്തിയാക്കി. തുടർന്ന് വിക്ടോറിയ കോളേജിൽ നിന്ന് ഇന്റർമീഡിയറ്റും. ബി എസ്സിക്കു മദിരാശിയിൽ പ്രസിഡൻസി കോളേജിൽ ചേർന്നു. മദിരാശിയിലായിരുന്നെങ്കിലും സിനിമ കാണുമായിരുന്നില്ല. ഒരിക്കൽ സ്നേഹിതന്മാരുടെ നിർബന്ധം കാരണം അവരുടെ കൂടെ ഒരു

സിനിമയ്ക്ക് പോയി. The Keys of the Kingdom എന്ന ഇംഗ്ലീഷ് സിനിമ യായിരുന്നു അത്. എ ജെ ക്രോണിൻ എന്ന ഇംഗ്ലീഷ് എഴുത്തുകാരന്റെ പുസ്തകത്തെ അവലംബിച്ചുള്ള ചിത്രം. സിനിമ കണ്ട ശേഷം ആ പുസ്തകം തേടിപ്പിടിച്ച് വായിച്ചു. അതിൽ ഒരു രസം തോന്നി. ആ വായന സാഹിത്യരചനകൾ ആസ്പദമാക്കിയുള്ള സിനിമകൾ കാണാനുള്ള ആഗ്രഹമുണ്ടാക്കി. കുറെ സിനിമകളും പുസ്തകങ്ങളും എന്റെ വിദ്യാർഥി ജീവിതത്തിലേക്ക് കടന്നുവരാൻ തുടങ്ങി. നോവലുകൾ ആസ്പദമാക്കി യുള്ള സിനിമകൾ തീയേറ്ററിൽ വരുമ്പോൾ ആദ്യം പുസ്തകം വായിക്കും. എന്നിട്ട് സിനിമ കാണും. ഇതായി പതിവ്.

മദിരാശിയിലെ സിനിമാ ലോകം വളരെ വിശാലമായിരുന്നു. പല പല തീയേറ്ററുകൾ. മിഡ്‌ലാന്റ്, കാസിനോ, മിനർവ, ഗ്ലോബ്, എൽഫിൽസ്റ്റിനോ ഇവയൊക്കെയായിരുന്നു അക്കാലത്തെ പ്രധാന തീയേറ്ററുകൾ. യഥാർഥ ത്തിൽ ഞാൻ മദിരാശിയിലേക്ക് വന്നത് ബോട്ടണിയിൽ ബിരുദമെടുത്ത് അച്ഛൻ ജോലിചെയ്തിരുന്ന ഫോറസ്റ്റ് ഡിപ്പാർട്ട്മെന്റിൽ ജോയിൻ ചെയ്യുക എന്ന ലക്ഷ്യത്തോടെയായിരുന്നു. എത്തിപ്പെട്ടത് സിനിമയിലാണ്. മദി രാശിയിലെ ഞങ്ങളുടെ ഹോസ്റ്റലിൽ ഫിലിം ഇൻസ്റ്റിറ്റ്യൂട്ടിൽ പഠിക്കുന്ന കുറെ വിദ്യാർഥികൾ താമസിച്ചിരുന്നു. അവർ സിനിമയുമായി ബന്ധ പ്പെട്ട ടെക്നിക്കൽ പുസ്തകങ്ങൾ വായിക്കാൻ തരും. ഡിഗ്രി പൂർത്തി യായപ്പോഴേക്കും സിനിമയെപ്പറ്റി ആധികാരികമായ അറിവ് ഞാൻ നേടി.

ഈ അറിവിൽ നിന്നുള്ള പ്രചോദനം കൊണ്ട് കൂടിയായിരിക്കണം എനിക്ക് സിനിമയിൽ ചേരാൻ ആഗ്രഹമുണ്ടായി. പാലക്കാട്ടേക്ക് തിരിച്ചു പോയി അമ്മയോട് അനുവാദം ചോദിച്ചു. മൂന്നുദിവസത്തെ ആലോചന യ്ക്കു ശേഷം തീരുമാനം എടുക്കാനാണ് അമ്മ നിർദേശിച്ചത്. മൂന്നാം ദിവസം ഞാൻ സിനിമ തന്നെ എന്റെ വഴിയെന്ന് അമ്മയെ അറിയിച്ചു. നിറകണ്ണുകളോടെ അമ്മ അനുവാദം തന്നു.

അന്ന് കോയമ്പത്തൂരിൽ രണ്ട് സ്റ്റുഡിയോകളുണ്ട്, സെൻട്രലും പക്ഷി രാജയും. സെൻട്രൽ സ്റ്റുഡിയോവിൽ 'ജൂപ്പിറ്റർ പിക്ചേഴ്സ്' സിനിമാ കമ്പനി അവരുടെ തന്നെ ചിത്രങ്ങൾ എടുക്കുകയായിരുന്നു. കണ്ണകി, വേലക്കാരി, രാജകുമാരി തുടങ്ങിയ സൂപ്പർ ഹിറ്റ് സിനിമകൾ എടുത്ത വരായിരുന്നു അവർ.

സിനിമയിലെത്തിപ്പെടൽ എളുപ്പമുള്ള കാര്യമായിരുന്നില്ല. സെൻട്രൻ സ്റ്റുഡിയോയിൽ അപ്രന്റീസ് ആകാൻ ആറു മാസത്തോളം പരിശ്രമിച്ചു. രാവിലെ സ്റ്റുഡിയോയിലെത്തും. പ്രൊഡ്യൂസറെ കാണും, അദ്ദേഹം ഡയറക്ടറെ കാണാൻ പറയും. ഡയറക്ടർ മദ്രാസിലായിരിക്കും. അദ്ദേഹം വരുവോളം കാത്തിരിക്കും. ഡയറക്ടർ വരും. അദ്ദേഹത്തോട് വിഷയം അവതരിപ്പിക്കുമ്പോഴുള്ള മറുപടി പ്രൊഡ്യൂസറെ തന്നെ കാണാ നായിരിക്കും. ഇങ്ങനെ പലവട്ടം സ്റ്റുഡിയോയിൽ കയറിയിറങ്ങി. വല്ലാത്ത നിരാശയിലാണ്ടുപോയ ഞാൻ സിനിമാ താത്പര്യം മതിയാക്കി തുടർന്ന്

പഠിക്കുവാൻ തീരുമാനിച്ചു. ഞാൻ നാട്ടിലേക്ക് തന്നെ മടങ്ങി. അങ്ങനെയിരിക്കുമ്പോഴാണ് യാദൃച്ഛികമായി സിനിമയിലേക്ക് ഒരു വാതിൽ തുറന്നുകിട്ടിയത്.

വേനൽ മഴയിൽ തളിർത്ത സിനിമാസ്വപ്നം

ഒരു വേനൽക്കാല പകലായിരുന്നു അത്. അപ്രതീക്ഷിതമായി ഒരു ചാറ്റൽമഴ പെയ്ത ദിവസം. മഴ നനഞ്ഞ് മൂന്നു ചെറുപ്പക്കാർ വീട്ടിലേക്ക് കയറി വന്നു. അതിലൊരാൾ ഒ വി വിജയനായിരുന്നു. വിജയൻ ഞങ്ങളുടെ കുടുംബ സുഹൃത്താണ്. പാലക്കാട് വിക്ടോറിയ കോളജിൽ ട്യൂട്ടറായിരുന്നു വിജയൻ. സംസാരത്തിനിടെ സിനിമയിൽ കയറിപ്പറ്റാൻ ശ്രമിച്ച കാര്യവും അത് നടക്കാത്തതിനാൽ എം എക്ക് ചേരാനാണ് തീരുമാനമെന്നും ഞാൻ വിജയനോട് പറഞ്ഞു. എന്റെ കഥ വിജയന്റെ കൂടെയുണ്ടായിരുന്ന സുഹൃത്തുക്കളും കേൾക്കുന്നുണ്ടായിരുന്നു. അതിലൊരാൾ എനിക്ക് പ്രതീക്ഷയുള്ള വാക്കുമായി എത്തി. സിനിമയിൽ ചേരാനാണോ ആഗ്രഹം? രാവിലെ വീട്ടിലേക്ക് വരൂ. എന്റെ അച്ഛന് നിങ്ങളെ സഹായിക്കാൻ കഴിഞ്ഞേക്കും. അദ്ദേഹത്തിന് സിനിമയിൽ സുഹൃത്തുക്കളുണ്ട്. അച്ഛനോട് ഞാൻ പറയാം. അയാൾ പറഞ്ഞു.

പിറ്റേന്ന് കാലത്ത് തന്നെ ഞാൻ അയാളുടെ വീട്ടിൽ പോയി. അയാൾ ഒരു തമിഴ് ബ്രാഹ്മണനായിരുന്നു. അച്ഛൻ ചന്ദ്രമൗലി കോയമ്പത്തൂരിൽ പൊലീസ് ഓഫീസറായിരുന്നു. അദ്ദേഹം ഒരു കത്ത്എന്നെ ഏല്പിച്ചു. സെൻട്രൽ സ്റ്റുഡിയോയുടെ അടുത്തുള്ള സ്റ്റേഷനിലെ പൊലീസ് ഓഫീസർ മസ്താനുള്ളതായിരുന്നു അത്. മസ്താനെ ചെന്നു കണ്ടപ്പോൾ അദ്ദേഹം എന്നെ ഒരു സ്റ്റുഡിയോയിലേക്ക് കൂട്ടിക്കൊണ്ടുപോയി. മാനേജർക്ക് എന്നെ പരിചയപ്പെടുത്തി-നമ്മുടെ ആളാണ്. സിനിമ പഠിക്കാൻ ആഗ്രഹിക്കുന്നു. അപ്രന്റീസായിട്ടെടുക്കണം എന്നു പറഞ്ഞു. മാനേജർ സമ്മതിച്ചു. കെ രാമനാഥിന്റെ കൂടെ വേണോ എ എസ് എ സ്വാമിയുടെ കൂടെ വേണോയെന്ന് ചോദിച്ചു. പ്രശസ്തനായ ഛായാഗ്രഹകൻ കൂടിയായ രാമനാഥിന്റെ കൂടെ വർക്ക് ചെയ്യാനായിരുന്നു എന്റെ തീരുമാനം.

'മർമ്മയോഗി' എന്ന ചിത്രം തമിഴിലും ഹിന്ദിയിലും നിർമിക്കുന്ന സമയമായിരുന്നു അത്. കെ രാമനാഥ് ആയിരുന്നു സംവിധായകൻ. എം മസ്താൻ ഛായാഗ്രഹകനും. എം ജി ആർ ആയിരുന്നു നായകൻ. കാലിക്കറ്റ് യൂണിവേഴ്സിറ്റി വൈസ് ചാൻസലർ ആയിരുന്ന എം ഗനിയുടെ അനുജൻ കൂടിയാണ് മസ്താൻ. രാമനാഥിന്റെ കൂടെ അപ്രന്റീസ് ആയി എന്റെ സിനിമാജീവിതം തുടങ്ങി. വർഷം 1951. പുസ്തകങ്ങളിൽ വായിച്ചതും ഷൂട്ടിംഗ് സ്ഥലത്തു നടക്കുന്നതും തമ്മിൽ വലിയ വ്യത്യാസമുണ്ടെന്ന് ആദ്യ സിനിമയോടെ തന്നെ മനസ്സിലായി. സെൻട്രൽ സ്റ്റുഡിയോയിൽ ആ സമയത്ത് നാല് പടങ്ങളുടെ ചിത്രീകരണം നടക്കുന്നുണ്ടായിരുന്നു. ഒഴിവുവേളകളിൽ ഈ ചിത്രങ്ങളുടെ സെറ്റിൽ പോകാനും

ഓരോ സംവിധായകരുടെയും സംവിധാനരീതി മനസ്സിലാക്കാനും പഠിക്കാനും ശ്രമിച്ചുകൊണ്ടിരുന്നു. ഏതാനും മാസങ്ങൾ കഴിഞ്ഞപ്പോൾ ജൂപ്പിറ്റർ പിക്ചേഴ്സ് മദിരാശിയിലേക്ക് മാറ്റി. നെപ്റ്റ്യൂൺ സ്റ്റുഡിയോ അവർ വാങ്ങി. അവിടെ പല ചിത്രങ്ങളും അവർ നിർമ്മിക്കാനും തുടങ്ങി. ഞാനും മദിരാശിയിലേക്ക് വണ്ടികയറി.

രാമനാഥിനെ കൂടാതെ വീണവിദ്വാൻ കൂടിയായിരുന്ന എസ് ബാല ചന്ദർ, എ എസ് എ സാമി, സുന്ദർ റായ് നട്കർണി, സി എസ് റാവു, എൽ വി പ്രസാദ് തുടങ്ങിയ സംവിധായകരുടെ സഹസംവിധായക നായും ഞാൻ പ്രവർത്തിച്ചു. സിനിമാ ജീവിതത്തിലെ വഴിത്തിരിവ് സേലത്തുള്ള മോഡേൺ തീയറ്റേഴ്സിലേക്ക് പോയതാണ്. സംവിധായ കനും നിർമാതാവുമായിരുന്ന ടി ആർ സുന്ദരം എനിക്ക് എല്ലാവിധ പ്രോത്സാഹനങ്ങളും തന്നു. സിനിമയിലെ അച്ചടക്കവും കൃത്യനിഷ്ഠാ പാഠങ്ങളും ഞാൻ പഠിച്ചത് സുന്ദരത്തിൽ നിന്നാണ്. ഒരു സാധാരണ ജോലിക്കാരനെപ്പോലെ മുഴുവൻസമയം അദ്ദേഹം ഉണ്ടാകും. എല്ലാ വരെയും ഒരുപോലെ കാണുന്ന വലിയ മനുഷ്യൻ. നല്ലൊരു ലൈബ്രറി കൂടി മോഡേൺ തീയേറ്ററിൽ ഉണ്ടായിരുന്നു. ഒഴിവുസമയങ്ങളിൽ വായ നയും പതിവാക്കി.

ആയിടയ്ക്ക് ഒരു സിംഹളഭാഷാചിത്രം സംവിധാനംചെയ്യാനുള്ള അവസരം കിട്ടി. 1960ൽ പുറത്തിറങ്ങിയ 'വീരവിജയം. എന്റെ ആദ്യ ചിത്രം. മോഡേൺ തീയേറ്ററിൽ അക്കാലത്ത് ധാരാളം സിംഹളചിത്രങ്ങൾ എടു ത്തിരുന്നു. മാധവൻ നായരായിരുന്നു ഛായാഗ്രാഹകൻ.

ജ്ഞാനസുന്ദരിയുമായി മലയാളത്തിലേക്ക്

മോഡേൺ തീയേറ്റഴ്സിന്റെ കേരളത്തിലെ വിതരണക്കാർ ടി ഇ വാസുദേവന്റെ അസോസിയേറ്റഡ് പിക്ചേഴ്സായിരുന്നു. മുഹമ്മദ് യൂസു ഫിന്റെ 'കണ്ടം ബച്ച കോട്ട്' നാടകം കേരളത്തിലങ്ങാളമിങ്ങോളം കളി ച്ചിരുന്ന കാലം. അത് കളറിൽ സിനിമയാക്കിയാൽ നന്നാവുമെന്ന് ടി ഇ വാസുദേവൻ, ടി ആർ സുന്ദരത്തോട് സൂചിപ്പിച്ചു. സുന്ദരത്തിനും അത് സമ്മതമായിരുന്നു. സംവിധാനച്ചുമതല എന്നെ ഏല്പിച്ചു. സിനിമയുടെ സംഭാഷണം തയ്യാറാക്കാൻ നിശ്ചയിച്ചത് കെ ടി മുഹമ്മദിനെയാണ്. അദ്ദേഹം അതിനായി സേലത്ത് വന്നു. കെ ടിയുടെ 'കണ്ണുകൾ' എന്ന ദേശീയ അവാർഡ് നേടിയ കഥ മാതൃഭൂമി ആഴ്ചപ്പതിപ്പിൽ ഞാൻ വായി ച്ചിരുന്നു. കഥ വായിച്ചതു മുതൽ എനിക്ക് അദ്ദേഹത്തോട് സ്നേഹവും ബഹുമാനവുമായിരുന്നു. പരിചയപ്പെടുന്നത് സേലത്ത് വന്നപ്പോഴാണ്. ഞങ്ങളുടെ സൗഹൃദം വളർന്നു. പിൽക്കാലത്ത് കെ ടി കൂടുതൽ സിനിമ കൾക്ക് തിരക്കഥയെഴുതിയത് എനിക്കുവേണ്ടിയായിരുന്നു. ഇതേ സിനിമ യ്ക്ക് പാട്ടുകൾ തയ്യാറാക്കാൻ പി ഭാസ്കരനും ബാബുരാജും സേല ത്തേക്ക് വന്നു. രണ്ടു പേരേയും പരിചയപ്പെടുന്നതും ഈ സമയത്താണ്.

മദ്രാസിൽ വരുമ്പോഴൊക്കെ കെ ടി അദ്ദേഹത്തിന്റെ പുസ്തകങ്ങൾ എനിക്ക് കൊണ്ടുവന്നു തരുമായിരുന്നു.

ചില കാരണങ്ങളാൽ 'കണ്ടം ബച്ച കോട്ട്' എനിക്ക് സംവിധാനം ചെയ്യാനായില്ല. പ്രാരംഭ പ്രവർത്തനമെല്ലാം കഴിഞ്ഞ സമയമായിരുന്നു. പാട്ടുകളുടെ റിക്കാർഡിംഗും കഴിഞ്ഞിരുന്നു. നടീനടന്മാരെയും നിശ്ചയിച്ചിരുന്നു. ഞാനാണ് സംവിധായകൻ എന്ന നിലയിലാണ് കാര്യങ്ങൾ പൂർത്തിയാക്കിയത്. എന്നാൽ പ്രൊഡ്യൂസറായ ടി ആർ സുന്ദരത്തിന് സിനിമ എന്നെ ഏല്പിക്കാൻ പേടിയുള്ള പോലെ. മലയാളത്തിൽ ആദ്യമായി എടുക്കുന്ന കളർചിത്രമാണ്. ബ്ലാക്ക് ആന്റ് വൈറ്റിനേക്കാൾ ഇരട്ടി ചെലവുവരും. പുതുമുഖമായ എന്നെ ചുമതല ഏല്പിച്ചാൽ പ്രേക്ഷകർ തിരസ്കരിക്കുമോ എന്നായിരുന്നു അദ്ദേഹത്തിന്റെ ഭയം. വീരവിജയയുടെ ചുമതല എനിക്ക് തന്ന ഗുരു തന്നെ ഈ സംരംഭം എന്നിൽ നിന്ന് തിരിച്ചെടുത്തു. നിർമാണവും സംവിധാനവും അദ്ദേഹം തന്നെ നിർവഹിക്കാൻ തീരുമാനിച്ചു. സഹസംവിധായകനായി നിൽക്കാൻ ആവശ്യപ്പെട്ടെങ്കിലും ഞാനത് സ്നേഹത്തോടെ നിരസിച്ചു. ഞാൻ മോഡേൺ തീയറ്റേഴ്സ് വിട്ടു. ചെറുപ്പമല്ലേ, അതിന്റെ ചോരത്തിളപ്പും ആ തീരുമാനത്തിനു പിന്നിലുണ്ടായിരുന്നു.

ഈ കഥയെല്ലാം ടി ഇ വാസുദേവൻ അറിയുന്നുണ്ടായിരുന്നു. എന്റെ വേദന അദ്ദേഹം മനസ്സിലാക്കി. അസോസിയേറ്റഡ് പിക്ചേഴ്സ് പുതിയൊരു സിനിമയുടെ ആലോചനയിലായിരുന്നു. ജ്ഞാനസുന്ദരിയെന്ന് പേരിട്ട സിനിമയുടെ സംവിധാന ചുമതല വാസുദേവൻ എന്നെ ഏല്പിച്ചു.

പതിവുചേരുവകൾ തെറ്റിച്ച കണ്ണും കരളും

'കണ്ടം ബച്ച കോട്ടി'ൽ ഒന്നിക്കാനാവാതെ പോയതിൽ എനിക്കും കെ ടി മുഹമ്മദിനും പ്രയാസമുണ്ടായിരുന്നു. അങ്ങനെയാണ് പുതിയൊരു വർക്കിനെകുറിച്ച് ചിന്തിച്ചത്. അത് കണ്ണും കരളും എന്ന സിനിമയ്ക്ക് വഴിയൊരുക്കി. ജൂപിറ്റർ പിക്ചേഴ്സിന്റെ പാർട്ണർ സോമസുന്ദരത്തിന്റെ മരുമകനായ എ കെ ബാലസുബ്രഹ്മണ്യം മലയാളത്തിൽ ഒരു സിനിമയെടുക്കാൻ തീരുമാനിച്ചിരുന്നു. പ്രേംനസീറുമായി അടുത്ത സൗഹൃദമുള്ള ബാലസുബ്രഹ്മണ്യം സംവിധാനച്ചുമതല ആരെയാണ് ഏല്പിക്കേണ്ടതെന്ന് അന്വേഷിച്ചത് നസീറിനോടായിരുന്നു. നസീർ എന്റെ പേര് പറഞ്ഞു. തമിഴിൽ നിന്നൊരു പടം റീമേക്ക് ചെയ്യാനായിരുന്നു സുബ്രഹ്മണ്യം ആലോചിച്ചിരുന്നത്. എനിക്കതിനോട് യോജിപ്പുണ്ടായിരുന്നില്ല. പുതിയൊരു കഥ സിനിമയാക്കാനാണ് എനിക്ക് താത്പര്യമെന്ന് ഞാൻ അദ്ദേഹത്തെ അറിയിച്ചു. അദ്ദേഹം സമ്മതിച്ചു. അങ്ങനെയാണ് കെ ടിയെ മദിരാശിയിലേക്ക് വിളിക്കുന്നത്. കുട്ടികളെ പ്രധാന കഥാപാത്രങ്ങളായി ഒരു കഥ ഞങ്ങൾ പ്ലാൻ ചെയ്തു. അതായിരുന്നു

കണ്ണും കരളും. എന്റെ മൂന്നാമത്തെ പടം. റീമേക്കല്ലാതെ സംവിധാനം ചെയ്ത ആദ്യ സ്വതന്ത്രചിത്രം.

നസീറാണ് ഈ സിനിമയ്ക്ക് പ്രചോദനമായതെങ്കിലും അദ്ദേഹത്തിന് പറ്റിയ കഥാപാത്രം ഉണ്ടായിരുന്നില്ല. സത്യനെയാണ് നായകനാക്കിയത്. അംബിക നായിക. അമ്മയായി സുകുമാരി. എസ് പി പിള്ള, ബഹദൂർ, മുതുകുളം രാഘവൻപിള്ള തുടങ്ങിയവരും ഉണ്ടായിരുന്നു. നായകനും നായികയ്ക്കും പ്രേമമോ യുഗ്മഗാനമോ ഒന്നും ഉണ്ടായിരുന്നില്ല. 'ബോയ് മീറ്റ് ഗേൾ' എന്ന അക്കാലത്തെ പതിവുരീതികൾ ഈ പടത്തിൽ ഞാൻ ഒഴിവാക്കി. പ്രിവ്യൂ കണ്ട് പലരും പറഞ്ഞു- സിനിമ ഓടില്ലെന്നും പടം കാണാൻ ആളെക്കിട്ടില്ലെന്നും. ഉണ്ടായത് മറിച്ചാണ്. 1962ൽ പടം പുറത്തിറങ്ങി. ആളുകൾ ഈ പുതിയ സംരംഭത്തെ എതിരേറ്റു. പടം നന്നായി ഓടി. കൊച്ചിയിൽ 100 ദിവസം കളിച്ചു. ഒരു സംവിധായകൻ എന്ന നിലയിൽ എന്നെ എസ്റ്റാബ്ലിഷ് ചെയ്ത സിനിമയായിരുന്നു കണ്ണും കരളും. കമൽഹാസന്റെ ആദ്യ മലയാള സിനിമയും കൂടിയായിരുന്നു ഇത്.

ബാലതാരമായും നായകനായും കമൽ

'കണ്ണും കരളി'ലും സത്യന്റെ മകനായി അഭിനയിക്കാൻ ഒരു കുട്ടിയെ വേണമായിരുന്നു. പ്രൊഡക്ഷൻ എക്സിക്യൂട്ടീവാണ് ഒരു ആറു വയസ്സുകാരനെ കൊണ്ടുവന്നത്. പേര്- കമൽ. നല്ല സ്മാർട്ട് ബോയ്. കാര്യങ്ങൾ പറഞ്ഞുകൊടുക്കുന്നത് അതേപോലെ മനസ്സിലാക്കുന്ന മിടുക്കൻ. അവനെ തന്നെ മതിയെന്ന് തീരുമാനിച്ചു.

പിറ്റേദിവസം കമൽ ഡയലോഗ് റിഹേഴ്സലിന് വന്നു. സ്റ്റുഡിയോ ഓഫീസിൽ ഞാൻ സ്ക്രിപ്റ്റ് നോക്കിയിരിക്കുകയാണ്. ഞാൻ ഇരിക്കുന്ന സ്ഥലത്തുനിന്ന് നോക്കിയാൽ കമലിനെ കാണാം. കതകിന് പുറത്തേക്ക് നോക്കിനില്ക്കുകയാണ് അവൻ. എന്തോ പറയുന്നുമുണ്ട്- 'നാലിരുന്താ പോതും... നാല് കരസീൻ ഡപ്പ ഇരിന്താപോതും..' 'എന്താ കമൽ? നീയെന്താ പറയുന്നത്?' ഞാൻ അടുത്തു ചെന്ന് ചോദിച്ചു. ' ഇല്ലാ സാർ.. നാല് കരസീൻ ടിൻ ഇരുന്താ പോതും. നമുക്ക് പണ്ണലാം. കാറ് ഉണ്ടാക്കാം.. ' അന്ന് സ്റ്റാൻഡേർഡ് മോട്ടോർ കമ്പനിയുടെ ഹെറാൾഡ് കാറുണ്ട്. ഇന്നത്തെ കാറുകൾ പോലെയല്ല അത്. പ്ലയിനാണ്. പുറത്ത് അങ്ങനെയൊരു കാറ് മെക്കാനിക്ക് പണിക്ക് നിർത്തിയിട്ടിരിക്കുകയാണ്. അതിന്റെ ബോണറ്റും പിൻഭാഗവും തുറന്ന് വെച്ചിരിക്കുന്നു. അത് കണ്ടപ്പോൾ കമലിന് തോന്നി നാല് മണ്ണെണ്ണ ഡപ്പ കിട്ടിയാൽ അത് മുറിച്ച് അങ്ങനെയൊരു കാറുണ്ടാക്കാമെന്ന്. ഇന്നും കമൽഹാസൻ എന്ന് കേൾക്കുമ്പോൾ ആ രംഗമാണ് ആദ്യം ഓർമയിൽ വരിക. ബുദ്ധിമാനായിരുന്നു കമൽ.

വർഷങ്ങൾ കഴിഞ്ഞു. എന്റെ സിനിമാജീവിതം തുടർന്നുകൊണ്ടിരുന്നു. ആയിടയ്ക്ക് എം ടി വാസുദേവൻ നായരുടെ രചനയിൽ

'കന്യാകുമാരി' എന്നൊരു പടമെടുക്കാൻ തീരുമാനിച്ചു. ശങ്കരൻ എന്നൊരു ചെറുപ്പക്കാരനും പാർവതിയെന്ന പെൺകുട്ടിയും തമ്മിലുള്ള ദിവ്യമായ പ്രണയത്തിന്റെ കഥയായിരുന്നു അത്. ശങ്കരനായി അഭിനയിക്കാൻ ഒരു ചെറുപ്പക്കാരനെ വേണം. പല ആർടിസ്റ്റുകളെയും ആലോചിച്ചു. ഒരാളെയും ആ കഥാപാത്രത്തിന് യോജിച്ചതായി തോന്നിയില്ല. ഒരു ദിവസം ടി നഗറിലുള്ള എന്റെ വീട്ടിലിരിക്കുകയാണ് ഞാൻ. ഗേറ്റു തുറക്കുന്ന ശബ്ദം കേട്ടു. നോക്കുമ്പോൾ- മെലിഞ്ഞ് സുന്ദരനായ ഒരു ചെറുപ്പക്കാരൻ. ചുകന്ന ചുണ്ടിൽ പുഞ്ചിരിയോടെ അയാൾ എന്റെ അടുത്തേക്ക് വരികയാണ്. ആരെടാ ഇവനെന്ന ആലോചനയിലായി ഞാൻ. അയാൾ വന്ന് സ്വയം പരിചയപ്പെടുത്തി: സാർ, ഞാൻ കമൽ ഹാസനാണ്. സാറിന്റെ 'കണ്ണും കരളും' ചിത്രത്തിൽ ബാലതാരമായി നടിച്ച കമൽ.

'കണ്ണും കരളും' കഴിഞ്ഞ ശേഷം ഞാൻ കമലിനെ കണ്ടിരുന്നില്ല. 'കമൽ നീയിപ്പോൾ എവിടെയാണ്'- ഞാൻ ചോദിച്ചു. പ്രൊഡ്യൂസറും ഡാൻസ് മാസ്റ്ററുമായ തങ്കപ്പൻ മാസ്റ്ററുടെ കൂടെ ഡാൻസും മറ്റുമായി കഴിയുകയാണെന്ന് കമൽ പറഞ്ഞു. കുറച്ചുനേരം സംസാരിച്ച് കമൽ തിരിച്ചുപോയി. മൂന്നാം ദിവസം ഞാൻ കമലിനെ വിളിച്ചു. ഒരു വേഷമുണ്ടെന്നും ചെയ്യാൻ താത്പര്യമുണ്ടോയെന്നും ചോദിച്ചു. കമലിന് സമ്മതമായിരുന്നു. ബീച്ചിൽ പോയി കമലിന്റെ കുറച്ച് സ്റ്റിൽസ് എടുത്തു. പടങ്ങൾ കണ്ടപ്പോൾ എനിക്ക് സന്തോഷമായി. തേടിയ ആളെത്തന്നെ കിട്ടിയെന്ന് മനസ്സ് പറഞ്ഞു. രണ്ടാം വരവിലും കമൽ എന്റെ പ്രതീക്ഷ തെറ്റിച്ചില്ല. നന്നായി അഭിനയിച്ചു. കമൽഹാസനെന്ന നായകന്റെ വരവ് അങ്ങനെയുണ്ടായി. ഈ സിനിമയിലെ നായികയും പുതുമുഖമായിരുന്നു. പൂന ഇൻസ്റ്റിറ്റ്യൂട്ടിൽ നിന്നാണ് പാർവതിയായി അഭിനയിച്ച റീത്ത ബാധുരിയെ കണ്ടെത്തിയത്.

നാണംകുണുങ്ങിയായ യേശുദാസ്

കണ്ണും കരളും ചിത്രത്തിന്റെ അണിയറപ്രവർത്തനങ്ങളിൽ മുഴുകിയിരിക്കെ ഒരു ദിവസം സംഗീതസംവിധായകനായ എം.ബി ശ്രീനിവാസൻ എന്നോട് പറഞ്ഞു: സേതു, ഒരു പുതിയ പാട്ടുകാരനുണ്ട്. എ ബ്രില്യന്റ് ബോയ്. എന്തുകൊണ്ട് നമുക്കവനെ നമ്മുടെ സിനിമയിൽ പാടിച്ചു കൂടാ?

സിനിമയിൽ പുതിയ ആളാണെങ്കിലും പരീക്ഷണങ്ങൾക്ക് താത്പര്യമുള്ള മനസ്സുണ്ടായിരുന്നു എനിക്ക്. 'നീ കൊണ്ടുവാ.. നമുക്ക് നോക്കാം.' എന്ന് ഞാനും പറഞ്ഞു.

എം ബി ശ്രീനിവാസൻ എന്റെ സ്നേഹിതനായിരുന്നു. ഞാൻ പ്രസിഡൻസി കോളേജിൽ പഠിക്കുമ്പോൾ ശ്രീനിവാസനും അവിടെ വിദ്യാർഥിയാണ്. സ്റ്റുഡന്റ്സ് ഫെഡറേഷൻ നേതാവായിരുന്നു അദ്ദേഹം. എനിക്ക് അദ്ദേഹത്തോട് ആരാധന തോന്നിയിട്ടുണ്ട് അക്കാലത്ത്. നല്ലൊരു

പ്രാസംഗികൻ കൂടിയായിരുന്നു ശ്രീനിവാസൻ. ശ്രീനിവാസൻ പിന്നീട് സംഗീത സംവിധായകനായി. എന്നാൽ പ്രസിഡൻസിയിലെ അതേ ശ്രീനിയാണ് സംഗീതസംവിധായകനെന്ന് പിന്നീടദ്ദേഹം പ്രശസ്തനായ ശേഷമാണ് ഞാൻ അറിയുന്നത്. അറിഞ്ഞപ്പോൾ എന്റെ സിനിമയുടെ സംഗീതസംവിധാനം അദ്ദേഹത്തെ ഏല്പിക്കാൻ തീരുമാനിക്കുകയായിരുന്നു ഞാൻ. നിർമാതാവിനും എതിർപ്പുണ്ടായിരുന്നില്ല.

അടുത്ത ദിവസം ശ്രീനിവാസൻ ഒരാളുമായി വരുന്നു- നാണം കുണുങ്ങിയായ ഒരു ചെറുപ്പക്കാരൻ. നല്ല പോലെ മുടിയുണ്ട്. മെലിഞ്ഞിട്ടാണ്. ശ്രീനിവാസൻ പറഞ്ഞു- ഇത് അഗസ്റ്റിൻ ജോസഫിന്റെ മകനാണ്, യേശുദാസ്. ഈ ചെറുപ്പക്കാരന് തലത്തിന്റെയും മുഹമ്മദ് റാഫിയുടെയും റെയിഞ്ചുണ്ട്. തലത്ത് മുഹമ്മദിനെപ്പോലെ ലോ പിച്ചിലും റാഫിയെപ്പോലെ ഹൈപിച്ചിലും പാടും. കേട്ടപ്പോൾ കൊള്ളാമല്ലോയെന്ന് എനിക്കു തോന്നി. ഹൈപിച്ചും ലോയും വരുന്ന ഒരു പാട്ട് ചിട്ടപ്പെടുത്താൻ ശ്രീനിവാസനോട് ആവശ്യപ്പെട്ടു. വയലാറാണ് വരികൾ എഴുതിയത്. അങ്ങനെ ഉണ്ടായതാണ് 'അമ്മേ.. അമ്മേ..' എന്ന് തുടങ്ങുന്ന ഗാനം. യേശുദാസിന്റെ രണ്ടാമത്തെ ഗാനമായിരുന്നു ഇത്. ആദ്യ സോളോയും. ഇന്നും യേശുദാസിന്റെ പാട്ടുകളിൽ എനിക്ക് ഏറ്റവുമിഷ്ടം ഈ പാട്ടുതന്നെയാണ്.

ഈ പാട്ടിന്റെ ചിത്രീകരണസമയത്തും ഒരനുഭവമുണ്ടായി. പാട്ട് ചിത്രീകരിക്കാൻ തുടങ്ങിയപ്പോൾ പ്രൊഡ്യൂസറായ ബാലസുബ്രഹ്മണ്യന് ഒരേയൊരു നിർബന്ധം. അമ്മ എന്ന കൺസെപ്റ്റ് ദൃശ്യവത്കരിക്കുന്നത് പക്ഷിക്കുഞ്ഞിനെയും പക്ഷിയെയും, പശുക്കുട്ടിയെയും പശുവിനെയും കാണിച്ചാവണമെന്ന്. ഇതേ ദൃശ്യം മറ്റൊരു സംവിധായകൻ അയാളുടെ സിനിമയിൽ ഉപയോഗിച്ചത് ഞാൻ കണ്ടിട്ടുണ്ടായിരുന്നു. അത് കോപ്പിയടിക്കില്ലെന്ന് ഞാൻ ഉറപ്പിച്ചു പറഞ്ഞു. അപ്പോൾ നീ വലിയ ഡയറക്ടറോ? എന്നായി ബാലസുബ്രഹ്മണ്യം. ഞാൻ പറഞ്ഞു- എനിക്കിഷ്ടപ്പെടും പോലയേ എന്റെ സിനിമ ഞാൻ ചിത്രീകരിക്കൂ. അല്ലെങ്കിൽ നിങ്ങൾക്ക് വേറെ ആളെ നോക്കാം. ഇതും പറഞ്ഞ് ഞാൻ ഇറങ്ങി നടന്നു. സെറ്റിലെ മറ്റു പ്രവർത്തകർ പ്രൊഡ്യൂസറെ കാര്യങ്ങൾ പറഞ്ഞു മനസ്സിലാക്കി. അദ്ദേഹം എന്നെ തിരിച്ചുവിളിച്ചു. എന്റെ ഇഷ്ടത്തിന് പാട്ട് ചിത്രീകരിക്കാൻ അനുമതി തന്നു. പടം റിലീസായപ്പോൾ ആ പാട്ടിന്റെ ചിത്രീകരണത്തെക്കുറിച്ച് നല്ല അഭിപ്രായങ്ങൾ വന്നു. ആ പാട്ടാണ് എന്നെയൊരു സംവിധായകനായി അടയാളപ്പെടുത്തിയത്.

വ്യത്യസ്തമായ അന്വേഷണങ്ങൾ

സിനിമയിൽ എന്റേതായ ചിലത് അടയാളപ്പെടുത്താൻ പരിശ്രമിച്ചിട്ടുണ്ട് ഞാൻ. പരീക്ഷണങ്ങൾ എനിക്കിഷ്ടമായിരുന്നു. മലയാറ്റൂർ രാമകൃഷ്ണന്റെ 'മുഖം' എന്ന നോവൽ സിനിമയാക്കാൻ തീരുമാനിച്ചത്

ഈ മനസ്ഥിതി ഒന്നുകൊണ്ട് മാത്രമായിരുന്നു. മാതൃഭൂമി ആഴ്ചപ്പതിപ്പിൽ ഖണ്ഡശഃ പ്രസിദ്ധീകരിച്ചുവന്ന നോവലായിരുന്നു അത്. കഥ കണ്ടപ്പോൾ തന്നെ വ്യത്യസ്തമായി ചെയ്യാവുന്ന ഒന്നാണെന്ന് എനിക്കു തോന്നി. മഞ്ഞിലാസിന്റെ ബാനറിൽ എം.ഒ ജോസഫ് നിർമിച്ച ആദ്യ പടം. യക്ഷി എന്ന് സിനിമയ്ക്ക് വേണ്ടി പേരുമാറ്റി. തോപ്പിൽ ഭാസിയാണ് സംഭാഷണം എഴുതിയത്. വയലാർ രാമവർമ ഗാനരചനയും ദേവരാജൻ മാസ്റ്റർ സംഗീതവും. സത്യൻ, ശാരദ, അടൂർ ഭാസി, ബഹദൂർ, ഉഷാകുമാരി, സുകുമാരി, എൻ ഗോവിന്ദൻകുട്ടി തുടങ്ങിയ താരനിര. സിനിമ പൂർത്തിയായി പ്രിവ്യൂ വെച്ചു. പക്ഷേ, പടം കണ്ടിറങ്ങുന്നവർ ഒന്നും പറയുന്നില്ല. എന്നെയും നിർമ്മാതാവ് ജോസഫിനെയും അഭിമുഖീകരിക്കാതെ എല്ലാവരും പോവുകയാണ്. ദേവരാജൻ മാത്രം പറഞ്ഞു – എന്തോ ഒരു പടം.

പക്ഷേ, സിനിമ വിജയിച്ചു.

'പുനർജ്ജന്മ'വും അത്തരമൊരു പരീക്ഷണമായിരുന്നു. മാതൃഭൂമി ആഴ്ചപ്പതിപ്പിൽ പ്രസിദ്ധീകരിച്ച ഡോ. കോവൂരിന്റെ ഒരു കേസ് ഡയറിയാണ് ആ കഥയ്ക്ക് ആധാരമായത്. ഒരു വായനക്കാരനാണ് 'മാതൃഭൂയി'ലെ ആ കുറിപ്പ് വെട്ടിയെടുത്ത് ഞങ്ങൾക്ക് അയച്ചു തന്നത്. കൂടെ, 'വ്യത്യസ്തമായ സിനിമകൾ ചെയ്യുന്ന ആളല്ലേ നിങ്ങൾ. ഇതിനു വല്ല സാധ്യതയും ഉണ്ടോ എന്ന് നോക്കൂ' എന്നൊരു കത്തുമുണ്ടായിരുന്നു. എം ഒ ജോസഫിനോട് ഞാൻ വിഷയം അവതരിപ്പിച്ചു. ഈ കഥ വെച്ച് സിനിമയെടുക്കാൻ ജോസഫിന് ഭയം. ഞാൻ പറഞ്ഞു- തമിഴിൽ ഒരു ചൊല്ലുണ്ട് 'തലമുടികൊണ്ട് മല വലിക്കുക' എന്ന്. വന്നാൽ മല വരും. പോയാൽ ഒരു മുടിയല്ലേ പോവുക. അതുകൊണ്ട് താഴ്ന്ന ബഡ്ജറ്റിൽ ചെയ്യാം. അങ്ങനെ സിനിമ തുടങ്ങി. എല്ലാം പിശുക്കിയാണ് ഉപയോഗിച്ചത്. ആകെ ഉപയോഗിച്ചത് 19 റോൾ നെഗറ്റീവായിരുന്നു. പടം സൂപ്പർ ഹിറ്റായി.

'ഒരു പെണ്ണിന്റെ കഥ' എന്ന ചിത്രത്തിൽ ടൈറ്റിലുകൾ എഴുതിക്കാണിക്കുന്നതിന് പകരം അണിയറയിൽ പ്രവർത്തിച്ച ഓരോ വ്യക്തികളെയും നായകനായ സത്യൻ പരിചയപ്പെടുത്തുന്ന രീതിയാണ് ഉപയോഗിച്ചത്. അന്നത്തെ നിത്യഹരിത നായകൻ പ്രേംനസീറിനെ അതുവരെ ചെയ്യാത്ത ഒരു റോളിൽ അഭിനയിപ്പിക്കുകയും ചെയ്തു. അതുവരെ ക്യാരക്ടർ റോളുകൾ ചെയ്തിരുന്ന അദ്ദേഹത്തെ 'അഴകുള്ള സെലീന'യിൽ വില്ലൻ കഥാപാത്രമാക്കി.

'ഒള്ളതുമതി'യിൽ അന്നത്തെ മുഖ്യമന്ത്രിയായിരുന്ന ഇ എം എസിനെ അഭിനയിപ്പിച്ചിട്ടുണ്ട് ഞാൻ. ഫാമിലി പ്ലാനിംഗിനെപ്പറ്റി വിശദീകരിക്കുന്ന രംഗമായിരുന്നു അത്. സെക്രട്ടറിയേറ്റിൽ വെച്ചാണത് എടുത്തത്. കുടുംബാസൂത്രണത്തിന്റെ പ്രസക്തി ശ്രദ്ധയിൽപെടുത്താനായി നിർമിച്ച സിനിമയായിരുന്നു ഒള്ളതുമതി. എം എൽ എ ആയിരുന്ന ചന്ദ്രശേഖരൻ

നായരാണ് ഇങ്ങനെയൊരു സിനിമ ചെയ്യാൻ നിർദേശിച്ചത്. ജഗതി എൻ കെ ആചാരി കഥയും തിരക്കഥയും സംഭാഷണവും എഴുതി. അന്ന് മുഖ്യമന്ത്രിയായിരുന്ന ഇ എം എസും ഈ സിനിമയിൽ അഭിനയിച്ചു.

സിനിമയുടെ വിഷയം ആവശ്യപ്പെടുമെങ്കിൽ ഞാൻ ഔട്ട്ഡോർ എടുക്കുമായിരുന്നു. 'കണ്ണും കരളും' ചിത്രീകരിക്കാൻ ഔട്ട് ഡോർ വേണമായിരുന്നു. വർക്കലയിലാണത് ചിത്രീകരിച്ചത്. മണ്ണിന്റെ മണം പറിച്ചു നടുക എന്നൊക്കെ പറയാറില്ലേ? അങ്ങനെ ഒരു ആശയം സിനിമയിൽ ഉണ്ടാവുന്നതിന് മുമ്പു തന്നെ ഞങ്ങൾ കേരളത്തിൽ പോയി സിനിമയെടുത്തിട്ടുണ്ട്. 'ഓടയിൽ നിന്ന്' കൊല്ലത്തും 'റൗഡി' ചേർത്തലയിലും വെച്ചാണ് ചിത്രീകരിച്ചത്. മലയാള സിനിമ സ്റ്റുഡിയോകളുടെ മതിൽക്കെട്ടിൽ കുരുങ്ങിക്കിടക്കുന്ന കാലത്താണിതെന്ന് ഓർക്കണം. ചിത്രീകരിക്കാൻ ബുദ്ധിമുട്ടുള്ള ചില ഭാഗങ്ങൾ ഇൻഡോറിൽ തന്നെ എടുക്കും. 'കടൽപ്പാല'ത്തിലെ കടലിലെ രംഗങ്ങൾ പുറത്ത് ചിത്രീകരിക്കാൻ പ്രയാസമായിരുന്നു. അത് സ്റ്റുഡിയോവിൽ സെറ്റിട്ടാണ് എടുത്തത്.

വയലാർ ദേവരാജൻ കൂട്ടുകെട്ടിന്റെ കഥ

കണ്ണും കരളും സിനിമയിൽ പാട്ടെഴുതാൻ പുതിയൊരു ഗാനരചയിതാവിനെ അന്വേഷിക്കുമ്പോൾ കെ.ടി. മുഹമ്മദാണ് വയലാർ രാമവർമ്മയെന്ന പേര് എന്നോട് പറയുന്നത്. നേരത്തെ ഒന്നു രണ്ടു ചിത്രങ്ങൾക്ക് അദ്ദേഹം പാട്ടെഴുതിയിട്ടുണ്ട്. പുതിയ ആളാണ് ഈ രംഗത്ത്. കെ.ടി

തന്നെയാണ് വയലാറിനെ മദിരാശിയിലേക്ക് വിളിച്ചതും. വയലാർ എന്നെ കാണാൻ വന്നു. വെളുത്ത് സുന്ദരനായ ഒരു രാജകുമാരനെ പ്രതീക്ഷിച്ചിരുന്ന എന്റെ മുന്നിൽ തടിച്ച് കുറുതായ ഒരാൾ! പക്ഷേ, ഏതാനും നാളുകൾക്കുള്ളിൽ വയലാർ എനിക്ക് പ്രിയപ്പെട്ടവനായി. ഞങ്ങളുടെ സൗഹൃദഭാഷണങ്ങളിൽ വയലാർ പരാമർശിക്കാറുണ്ടായിരുന്ന പേരായിരുന്നു പരവൂർ ദേവരാജന്റേത്. അന്നേരം മികച്ച ഗാനങ്ങളിലൂടെ ദേവരാജൻ പേരെടുത്തു തുടങ്ങിയിരുന്നു. വയലാറിന്റെ നിർദേശപ്രകാരം നിത്യകന്യകയുടെ സംഗീതസംവിധാനം ദേവരാജനെ ഏല്പിച്ചു. ദേവരാജനും വയലാറിനും കഥ വിശദമായിത്തന്നെ ഞാൻ വിവരിച്ചുകൊടുത്തു. കമ്പോസിംഗിനായി അവരെ വിട്ടു. പാട്ട് തയ്യാറായ വിവരം അറിഞ്ഞ് ഞങ്ങൾ അവർ താമസിച്ചിരുന്ന ഹോട്ടലിൽ പോയി. ഒരു ഹാർമോണിയത്തിലാണ് ദേവരാജൻ പാട്ടുകൾ പാടിത്തന്നത്. വലിയ ഘോഷങ്ങളൊന്നുമില്ലാതെ വളരെ ലളിതമായി. ആ ലാളിത്യവും അച്ചടക്കവും എനിക്ക് നന്നായി ബോധിച്ചു. ഇനി ഈ രണ്ടുപേരല്ലാതെ മറ്റൊരാൾ എന്റെ സിനിമയിൽ വേണ്ട എന്ന് തീർച്ചപ്പെടുത്തി.

വയലാറും ദേവരാജനും ഇടയ്ക്ക് വീട്ടിൽ വരുമായിരുന്നു. അവരുടെ കുടുംബവും ചിലപ്പോഴുണ്ടാകും. അങ്ങനെ ഞങ്ങൾ വളരെ അടുത്തു. അമ്മയ്ക്കും ദേവരാജനെയും വയലാറിനെയും ഇഷ്ടമായിരുന്നു. അമ്മയ്ക്ക് ഇഷ്ടമായെന്നതിനാൽ പിന്നെ ആ കൂട്ടുകെട്ട് എനിക്ക് മാറ്റാനും ആവുമായിരുന്നില്ല. എന്റെ സിനിമയിൽ പിന്നീട് മറ്റൊരു സംഗീതസംവിധായകനെ സഹകരിപ്പിക്കാൻ കഴിയാതെയായി. ബാബുരാജിനെ ഒരേയൊരു പടത്തിലേ സഹകരിപ്പിക്കാൻ എനിക്കായുള്ളൂ. എന്നാൽ പാട്ടിന് സിനിമയെ വിജയിപ്പിക്കാൻ കഴിയുമെന്ന് അന്നും ഇന്നും ഞാൻ വിശ്വസിക്കുന്നില്ല. നല്ല പാട്ടുണ്ടെങ്കിലും സിനിമ വിജയിക്കണമെന്നില്ല. 'നിത്യകന്യക'യിൽ അതിമനോഹരങ്ങളായ പാട്ടുകളുണ്ടായിരുന്നു. കണ്ണുനീർ മുത്തുമായ് കാണാനെത്തിയ..., തങ്കംകൊണ്ടൊരു കൊട്ടാരം, മറക്കുമോ എന്നെ മറക്കുമോ തുടങ്ങി എല്ലാം മനോഹരഗാനങ്ങളായിരുന്നു. എന്നിട്ടും പടം വിജയിച്ചില്ല.

സത്യൻ: പ്രിയപ്പെട്ട നടനും സുഹൃത്തും

മോഡേൺ തീയറ്റേഴ്സിൽ അസിസ്റ്റന്റ് ഡയറക്ടറായി ജോലി ചെയ്യുമ്പോഴാണ് സത്യനെ പരിചയപ്പെടുന്നത്. കണ്ണും കരളിലൂടെ ആദ്യമായി ഞങ്ങൾ ഒരുമിച്ചു. മണവാട്ടിയുടെ ചിത്രീകരണസമയത്ത് ഞങ്ങൾ കൂടുതൽ അടുത്തു. സത്യന്റെ കൂടെ വർക്ക് ചെയ്യൽ സുഖമുള്ളൊരു കാര്യമായിരുന്നു. അത്രയും ആത്മാർഥമായാണ് അദ്ദേഹം ഓരോ സീനിലും അഭിനയിച്ചിരുന്നത്. എല്ലാവരെയും സ്നേഹിക്കാൻ

മാത്രം അറിയുന്ന ഒരാൾ. അദ്ദേഹത്തിന്റെ സമർപ്പണ ബോധം ആരെയും അമ്പരപ്പിക്കും.

എന്റെ ഇരുപതോളം സിനിമകളിൽ സത്യൻ നായകനായി. എല്ലാ കാര്യങ്ങളിലും സത്യന് തന്റേതായ ഒരു സമീപനമുണ്ട്. ആദ്യം കഥ ചോദിക്കും. തിരക്കഥ തയ്യാറായാൽ വായിക്കണമെന്നു പറയും. എന്നാൽ നിർദേശങ്ങളൊന്നും പറയില്ല. 'ഓടയിൽ നിന്ന്' സിനിമയെടുക്കാൻ ആലോചിക്കുമ്പോൾ പലരും നിർമാതാക്കളെ നിരുത്സാഹപ്പെടുത്തിയിരുന്നു. അത് സിനിമയാക്കിയാൽ വിജയിക്കില്ല എന്നായിരുന്നു അവരുടെ വാദം. ഞാൻ സത്യനുമായി സംസാരിച്ചു. അദ്ദേഹം നിർമാതാക്കളെ കണ്ട് സംസാരിച്ചു. ആ സിനിമയിൽ അഭിനയിക്കാനും സത്യൻ തയ്യാറായി. അങ്ങനെയാണ് ആ സിനിമയുണ്ടാവുന്നത്.

വിഷമഘട്ടങ്ങളിൽ അതു പുറത്തുപറയാതെ അഭിനയിക്കുന്ന ആളായിരുന്നു സത്യൻ. അവസാന കാലത്ത് രക്താർബുദം പിടിപെട്ടിട്ട് പോലും അഭിനയം തുടർന്നു. താൻ മുടങ്ങിയാൽ യൂണിറ്റ് മുടങ്ങുമെന്നും അത് പലർക്കും ബുദ്ധിമുട്ടാകുമെന്നുമായിരുന്നു അദ്ദേഹത്തിന്റെ നല്ല മനസ്സ്. ഒരു ദിവസം ഷൂട്ടിംഗിനിടെ അദ്ദേഹം തലചുറ്റി വീണു. രക്തം ഛർദിച്ചു. രോഗം എന്താണെന്ന് അദ്ദേഹത്തിനറിയാം. എന്നിട്ടും പറഞ്ഞതിങ്ങനെയാണ്- അമീബിയാസിസാണ്. ഈ പാൻമസാല തിന്നതുകൊണ്ട്. 'ഒരു പെണ്ണിന്റെ കഥ'യുടെ ഷൂട്ടിംഗ് സമയത്ത് സത്യൻ ആശുപത്രിയിലായിരുന്നു. കെ ജെ ഹോസ്പിറ്റലിൽ. ഡോ. ജഗദീഷ് ആയിരുന്നു അദ്ദേഹത്തെ പരിശോധിച്ചിരുന്നത്. ഡോക്ടറെന്നോട് പറഞ്ഞു- സത്യനെ വെച്ചു ഷൂട്ട്ചെയ്യാൻ പറ്റില്ല. ബ്ലഡ് ട്രാൻസ്ഫ്യൂഷൻ വേണ്ടി വരും. ഞാൻ സത്യനെ ആശുപത്രിയിൽ പോയി കണ്ടു ഷൂട്ടിംഗ് നീട്ടിവെക്കാമെന്ന് പറഞ്ഞു. പക്ഷേ, സത്യന്റെ ഉറച്ച മറുപടി ഇങ്ങനെയായിരുന്നു- നോ.. സത്യൻ ഈസ് ആൾ റൈറ്റ്... ആൻഡ് ഹീ വിൽ ബി ദേർ ബൈ സെവൻ എ എം...

ഡോക്ടറോടു പോലും പറയാതെയാണ് സത്യൻ അതിരാവിലെ പ്രസാദ് സ്റ്റുഡിയോയിലെത്തിയത്. ലൈറ്റിംഗൊക്കെ കഴിഞ്ഞപ്പോൾ മേക്കപ്പ്മാൻ ദേവസി വന്നുപറയുന്നു-സത്യൻ സാറിന്റെ മൂക്കിൽ നിന്നു ചോരവരുന്നു എന്ന്. ഞാനും മെല്ലി ഇറാനിയും മേക്കപ്പ് റൂമിലെത്തി. അപ്പോൾ ദേവസി സത്യന്റെ മൂക്കിൽ പഞ്ഞികൊണ്ട് തുടച്ച് രക്തം എടുത്തുമാറ്റുകയാണ്. എനിക്കാ കാഴ്ച കണ്ടു നിൽക്കാനായില്ല. ഷൂട്ടിംഗ് പാക്കപ്പ് ചെയ്യാം. അസുഖം മാറിയിട്ട് തുടങ്ങാം. ഞാൻ സത്യനെ നിർബന്ധിച്ചു. അദ്ദേഹം സമ്മതിച്ചില്ല- ഞാനവിടെ വരും. നിങ്ങൾ ഷോട്ട് റെഡിയാക്ക്. ഒരു ആജ്ഞപോലെയായിരുന്നു ആ വാക്കുകൾ. സത്യന്റെ കഥാപാത്രത്തെ തെരഞ്ഞെടുപ്പിൽ മത്സരിക്കാൻ നിർബന്ധിച്ചു നിർത്തുന്ന സീനായിരുന്നു എടുക്കേണ്ടിയിരുന്നത്. മൂക്കിൽ പഞ്ഞിവെച്ചു

കൊണ്ടാണ് ആ സീനിൽ സത്യൻ അഭിനയിച്ചത്. സിനിമയിലും അത് വ്യക്തമാണ്. സത്യൻ മരിക്കുമ്പോൾ എന്റെ മൂന്നു സിനിമകൾ പൂർത്തിയാക്കാനുണ്ടായിരുന്നു. അനുഭവങ്ങൾ പാളിച്ചകൾ, കരകാണാക്കടൽ, ഇങ്ക്വിലാബ് സിന്ദാബാദ് തുടങ്ങിയവ. സത്യന്റെ അനിയനെ വെച്ചാണ് ഈ സിനിമകൾ പൂർത്തിയാക്കിയത്. സ്ക്രിപ്റ്റിലും മാറ്റങ്ങൾ വരുത്തേണ്ടിവന്നു.

ബ്ലാക്ക് ആന്റ് വൈറ്റും പിന്നീട് കളറും

ഞാൻ സംവിധായകനായി വരുന്ന കാലത്ത് മലയാളത്തിന് കളർ ഫിലിം കിട്ടിയിരുന്നില്ല. അന്ന് കളർ ഫിലിം കിട്ടണമെങ്കിൽ പലരുടെയും ശിപാർശ വേണം. ഫിലിം ചേമ്പറിൽ നിന്ന് അനുമതി വേണം. സർക്കാർ ഇറക്കുമതി ചെയ്താണ് കളർ ഫിലിം ആവശ്യക്കാർക്ക് കൊടുത്തിരുന്നത്. എക്സ്പോർട്ട് ലൈസൻസ് ഉള്ളവർക്ക് പെട്ടെന്ന് കിട്ടും. കളറിന് മുടക്കുമുതലും കൂടുതൽ വേണമായിരുന്നു. മലയാള സിനിമയ്ക്കു വേണ്ടി കൂടുതൽ പണം മുടക്കിയാൽ അത് തിരിച്ചു കിട്ടുമോ എന്ന പേടിയും ഇൻഡസ്ട്രിയിൽ ഉണ്ടായിരുന്നു. അന്നൊക്കെ മലയാള സിനിമ ഓടിച്ചാൽ കുറഞ്ഞ കളക്ഷനേ കിട്ടുമായിരുന്നുള്ളൂ. കേരളത്തിൽ മാത്രമേ ഓടൂ. ഗൾഫിൽ നിന്ന് കാര്യമായ വരുമാനമില്ല. ഒരു ലക്ഷമാണ് അന്ന് ഒരു സിനിമ എടുക്കാൻ വരുന്ന ശരാശരി തുക. കളറാണെങ്കിൽ അത് മൂന്ന് ലക്ഷം വരും. താരങ്ങളും ചെറിയ പ്രതിഫലമാണ് വാങ്ങിയിരുന്നത്. മലയാള സിനിമയുടെ ആദ്യ കാലത്ത് രാത്രി മാത്രമായിരുന്നു ഷൂട്ടിംഗ്. മറ്റു ഭാഷാപടങ്ങൾ ചെയ്ത് തീർത്ത ശേഷമാണ് ഷൂട്ടിംഗ്. കാൾ ഷീറ്റിന്റെ റേറ്റ് കുറവാണെന്നായിരുന്നു കാരണം. രാത്രി ഒമ്പത് മണി കഴിയും ഷൂട്ടിംഗ് തുടങ്ങുമ്പോൾ. പിന്നീടാണ് പകൽ സമയങ്ങളിലും ഷൂട്ട് ചെയ്യാൻ തുടങ്ങിയത്. സാങ്കേതിക സംവിധാനങ്ങളും കുറവായിരുന്നു. അപ്പോൾ അതിനനുസരിച്ചുള്ള കഥകളാണ് തെരഞ്ഞെടുക്കുക. മാത്രമല്ല ഷൂട്ടിംഗും പെട്ടെന്ന് തീർക്കും. അന്ന് വാങ്ങിയതിന്റെ നൂറ് ഇരട്ടിയാണ് ഇന്ന് താരങ്ങളുടെ പ്രതിഫലം.

പ്രേംനസീർ എന്ന ലാളിത്യം

1960ലാണ് ഞാൻ പ്രേംനസീറിനെ അറിയുന്നത്. സേലം മോഡേൺ തിയറ്ററിൽ 'വർണക്കിളി' എന്ന തമിഴ് സിനിമയിൽ അഭിനയിച്ചുകൊണ്ടിരിക്കുകയായിരുന്നു അദ്ദേഹം. നസീർ അഭിനയിച്ച 'തൈ പിറന്താൽ വഴി പിറക്കും' എന്ന തമിഴ് ചിത്രം വൻ വിജയമായിരുന്നു. ആ നേട്ടത്തിൽ നിന്നാണ് അതിൻെറ നിർമാതാവ് എ.കെ. വേലന് അരുണാചലം സ്റ്റുഡിയോ തുടങ്ങാൻ കഴിഞ്ഞത്. തമിഴിലും മലയാളത്തിലും പ്രേംനസീറിന് തിരക്കുള്ള കാലമായിരുന്നു അത്.

'ജ്ഞാനസുന്ദരി'യിൽ അഭിനയിക്കുമ്പോൾ നസീർ വളരെ പ്രശസ്ത നാണ്. ഞാനാണെങ്കിൽ ഈ രംഗത്ത് കന്നിക്കാരനും. സെറ്റിൽ വരുമ്പോൾ അദ്ദേഹത്തിൻെറ പെരുമാറ്റം എങ്ങനെയായിരിക്കു മെന്നോർത്ത് എനിക്കാകെ ആശങ്കയായിരുന്നു. എന്നാൽ, ഷൂട്ടിങ് ദിവസം വളരെ ഉല്ലാസവാനായി ചിരിച്ചുകൊണ്ടാണ് പ്രേംനസീർ കടന്നു വന്നത്. വളരെക്കാലത്തെ പരിചയമുള്ളതുപോലെ അദ്ദേഹം സംസാരി ച്ചപ്പോൾ മാത്രമാണ് എൻെറ ആശങ്ക മാറിയത്. പ്രേംനസീറും തിക്കുറിശ്ശി സുകുമാരൻ നായരുമാണ് അന്നത്തെ പ്രധാന താരങ്ങൾ. രണ്ടുപേർക്കും നിർദേശങ്ങൾ നൽകിയശേഷം റിഹേഴ്സൽ തുടങ്ങി. തൃപ്തിയായപ്പോൾ ഛായാഗ്രാഹകനോട് ലൈറ്റിങ് ചെയ്യാൻ പറഞ്ഞു. അല്പസമയം കഴിഞ്ഞ് ഞാൻ നോക്കുമ്പോൾ കാമറക്കു മുന്നിൽ പുക ഉയരുന്നു. നസീറും തിക്കുറിശ്ശിയും പുകവലിക്കുകയാണ്. ഞാൻ അസ്വസ്ഥ നായെന്ന് പറയേണ്ടതില്ലല്ലോ. എൻെറ അച്ചടക്കബോധത്തിനു തീരെ യോജിക്കാത്ത പ്രവൃത്തിയാണ് രണ്ടുപേരും ചെയ്യുന്നത്. ഞാൻ തുടക്ക ക്കാരൻ. അവരാണെങ്കിൽ പ്രശസ്തരും. എന്താണ് ചെയ്യുക? രണ്ടും കല്പിച്ച് ഞാൻ അവരുടെ അരികിൽ ചെന്നു: "ക്ഷമിക്കണം നേരത്തേ പറയണമെന്ന് വിചാരിച്ചതാണ്. ഈ സ്ഥലം, അതായത് കാമറക്കു മുൻവശം നാം ജോലിചെയ്യുന്ന ഇടം പരിപാവനമായ ഒന്നായാണ് ഞാൻ കരുതുന്നത്. നമ്മൾ എല്ലാവരും അങ്ങനെ കാണണമെന്നാണ് എന്റെ വിചാരം. അമ്പലത്തിൻെറ ശ്രീകോവിലിനും പള്ളിയിലെ പ്രാർഥന ചെയ്യുന്ന ഇടത്തിനും നാം നൽകുന്ന ബഹുമാനം ഈ സ്ഥലത്തിന് കൊടുക്കണം. ഇവിടെ പുകവലിക്കുകയോ അശ്ലീലം പറയുകയോ അരുതെന്നാണ് എൻെറ വിനീതമായ അഭ്യർഥന. വേണമെങ്കിൽ പുറത്തു പോയി പുകവലി കഴിഞ്ഞിട്ട് വരാം. ഒരു വിരോധവുമില്ല. ഞാൻ കാത്തി രിക്കാം."

പ്രേംനസീറിൻെറയും തിക്കുറിശ്ശിയുടെയും മുഖം വിവർണമായി. എൻെറ ചങ്കിടിപ്പ് വർധിക്കുകയാണ്. "നീ പണിനോക്കി പോടാ" എന്നു പറഞ്ഞ് രണ്ടുപേരും സ്ഥലം വിട്ടാൽ എൻെറ ഭാവി എന്താകും! നസീർ തിക്കുറിശ്ശിയെ നോക്കി. പിന്നെ എന്നെയും. പതുക്കെ സിഗരറ്റ് വായിൽ നിന്നെടുത്തു. എന്നിട്ട് തിക്കുറിശ്ശിയെ വീണ്ടും നോക്കി. ഛായാഗ്രാഹ കനും മറ്റു ജോലിക്കാരും ഈ രംഗം കണ്ട് അന്തംവിട്ടുനിൽക്കുകയാണ്. നസീർ വീണ്ടും എന്നെ നോക്കുന്നു. ആ മുഖം ശാന്തമാകുന്നത് ഞാൻ കണ്ടു. "അസ്സേ, നിങ്ങൾ പറഞ്ഞത് ശരിയാണ്" അദ്ദേഹം സിഗരറ്റ് താഴെയിട്ട് ചവിട്ടിക്കെടുത്തി. "അതെ അതെ..." എന്നുപറഞ്ഞ് തിക്കുറി ശ്ശിയും സിഗരറ്റ് താഴെയിട്ടു.

'ഓടയിൽ നിന്ന്' എന്ന ചിത്രത്തിൽ ചെറിയ വേഷമായിരുന്നു നസീ റിന്. സത്യനായിരുന്നു പ്രധാനകഥാപാത്രത്തെ അവതരിപ്പിച്ചത്. എന്നാൽ

യാതൊരു വൈമനസ്യവും കാണിക്കാതെ നസീർ വന്നു. തന്റെ കഥാപാത്രത്തെ മികച്ചതാക്കുകയും ചെയ്തു. 'മണവാട്ടി'യിലും നസീറിന് ചെറിയ വേഷമേ ഉണ്ടായിരുന്നുള്ളൂ. 'സുശീല'യിൽ വില്ലൻ വേഷം ചെയ്യാനും അദ്ദേഹം തയ്യാറായി. കഥാപാത്രത്തിന്റെ വലുപ്പച്ചെറുപ്പം പരിഗണിക്കാതെ അഭിനയിച്ചു. അത്രയും മനസ്സിനുടമയായിരുന്നു നസീർ.

'പണിതീരാത്ത വീടി'ൻെറ രണ്ടാമത്തെ ഷെഡ്യൂൾ നടക്കുമ്പോൾ നസീർ വയനാട്ടിൽ മറ്റൊരു ചിത്രത്തിൻെറ ഷൂട്ടിങ്ങിലായിരുന്നു. ഞങ്ങൾക്ക് തന്ന ഡേറ്റിൽ തീർച്ചയായും എത്തിച്ചേരാമെന്ന് അദ്ദേഹം ഉറപ്പുനൽകിയിരുന്നു. എന്നാൽ ആ ദിവസം അദ്ദേഹത്തിന് ലൊക്കേഷനിൽ എത്തിച്ചേരാൻ കഴിയില്ലെന്ന് ഞങ്ങൾ മനസ്സിലാക്കി. അവിശ്വസനീയം എന്നു പറയട്ടെ, പുലരുമ്പോഴേക്കും നസീർ ലൊക്കേഷനിൽ എത്തി. വയനാട്ടിൽ നിന്ന് വാഹനമൊന്നും കിട്ടാതെ ഒരു ചരക്കുലോറിയിൽ കയറിയാണ് അദ്ദേഹം ലോക്കേഷനിൽവന്നത്.

'മയിലാടുംകുന്ന്' എന്ന ചിത്രത്തിൻെറ കുറച്ചുഭാഗം ചേലക്കരയിലെ ഒരു എസ്റ്റേറ്റിലായിരുന്നു ചിത്രീകരിച്ചത്. പ്രേംനസീർ, കെ പി ഉമ്മർ, അടൂർ ഭാസി എന്നിവർ ലൊക്കേഷനിൽ ഉണ്ടായിരുന്നു. ഉച്ചവരെയുള്ള ചിത്രീകരണം കഴിഞ്ഞ് ഉച്ചയൂണിനുശേഷം അല്പം വിശ്രമത്തിനായി ഓരോരുത്തരും പലയിടത്തേക്കായി നീങ്ങി. എൻെറ സഹോദരൻ കെ.എസ്.ആർ. മൂർത്തിയായിരുന്നു നിർമാതാവ്. എസ്. ബാബു സംവിധായകൻ. കാഴ്ചക്കാരൻ മാത്രമായി ഞാനും. താരങ്ങൾ എന്തു ചെയ്യുന്നുവെന്ന് വീക്ഷിക്കുകയായിരുന്നു ഞാൻ. അടൂർഭാസി ഒരു ബെഞ്ചിലും കെ.പി. ഉമ്മർ ചാരുകസേരയിലും വിശ്രമിക്കുന്നു. പ്രേംനസീർ കുറച്ചകലെ ഒരു തോർത്ത് തറയിൽ വിരിച്ച് സുഖമായി ഉറങ്ങുന്നു. ഈ രംഗം മൂർത്തിയെ വിളിച്ച് ഞാൻ കാണിച്ചു. നസീറിന് വിശ്രമിക്കാൻ വേണ്ട സൗകര്യം ഒരുക്കാൻ കഴിയാത്തതിൽ മൂർത്തിക്ക് വിഷമമായി. മൂർത്തി നസീറിനെ വിളിച്ചുണർത്തി. അടുത്തുള്ള ഹോട്ടലിൽ പോയി വിശ്രമിക്കാമെന്ന് നിർദേശിച്ചു. "വേണ്ട മൂർത്തീ, ഈ കടപ്പക്കല്ലിൽ കിടക്കുമ്പോൾ എന്തൊരു സുഖം! എ.സി തോറ്റുപോകും. അത്ര നല്ല തണുപ്പ്" എന്നായിരുന്നു നസീറിന്റെ മറുപടി. ഇങ്ങനെയൊരാളെ ഇപ്പോൾ മലയാള സിനിമയിൽ കാണുമോ?

സാഹിത്യകൃതികളും മലയാളസിനിമയും

സാഹിത്യകൃതികൾ സിനിമയാക്കാനുള്ള ആലോചനയും പുതുമ തേടിയുള്ള എന്റെ ചലച്ചിത്രയാത്രകളുടെ തുടർച്ചയായിരുന്നു. മദിരാശിയിൽ കൂട്ടുകാരുടെ നിർബന്ധത്തിന് വഴങ്ങി സിനിമകൾ കാണാൻ തുടങ്ങിയ ഞാൻ പിന്നീട് സാഹിത്യകൃതികൾ അവലംബിച്ചുള്ള ധാരാളം

സിനിമകൾ കണ്ടു. സിനിമ ചെയ്തു തുടങ്ങിയപ്പോൾ ഇതെന്നെ സ്വാധീനിച്ചു. പി കേശവദേവ്, മുട്ടത്തുവർക്കി, പൊൻകുന്നം വർക്കി, തകഴി, തോപ്പിൽ ഭാസി, ശ്രീകണ്ഠൻ നായർ, എസ് എൽ പുരം സദാനന്ദൻ, ജഗതി എൻ കെ ആചാരി, മലയാറ്റൂർ രാമകൃഷ്ണൻ, മുണ്ടൂർ സേതുമാധവൻ, വെട്ടൂർ രാമൻ നായർ, എം ടി വാസുദേവൻ നായർ, പത്മരാജൻ, സി എൽ ജോസ്, സി രാധാകൃഷ്ണൻ എന്നീ എഴുത്തുകാരുടെ രചനകളെ അവലംബിച്ചെല്ലാം സിനിമചെയ്തു.

എന്നാൽ ഇപ്പോൾ കാലം മാറി. അന്നത്തെ പരിതഃസ്ഥിതിയും ഇന്നത്തേതും വ്യത്യാസമുണ്ട്. ഇന്ന് എത്രമാത്രം ചാനലുകളുണ്ട്. എല്ലാ ചാനലുകളിലും സിനിമ വരുന്നു. റിയാലിറ്റി ഷോകളും ധാരാളം. തീയേറ്ററുകളിലേക്ക് ആളുകൾ വരുന്നത് കുറഞ്ഞു. ഇപ്പോൾ തീയേറ്ററിലേക്ക് വരുന്നവരെല്ലാം ചെറുപ്പക്കാരാണ്. 30 വയസ്സിന് താഴെയുള്ളവർ. കുടുംബപ്രേക്ഷകരും വളരെ കുറച്ചേയുള്ളൂ. അപ്പോൾ ചെയ്യാവുന്നത് ചെറുപ്പക്കാർക്ക് രസിക്കുന്ന സബ്ജക്ടുകൾ ഉണ്ടാക്കികൊടുക്കുക എന്നതാണ്. അപ്പോൾ സിനിമാക്കാരെ കുറ്റം പറഞ്ഞിട്ട് കാര്യമില്ല. ഇന്നത്തെ ഇംഗ്ലീഷ് സിനിമകളും ഹിന്ദി സിനിമകളും നമ്മുടെ ചെറുപ്പക്കാർ കാണുന്നു. ആ രീതിയിലേക്ക് പോയാലല്ലേ മലയാള സിനിമയും ചെറുപ്പക്കാർ കാണൂ. ആഗോള തലത്തിലും ഇതുതന്നെയാണ് അവസ്ഥ. വല്ലപ്പോഴും വ്യത്യസ്തമായ ചിലത് ഉണ്ടാവുന്നു എന്ന് മാത്രം. ഒരു സിനിമയെടുക്കുമ്പോൾ പ്രശ്നങ്ങൾ ധാരാളമുണ്ട്. നിർമ്മാണച്ചെലവ് വർധിച്ചു. നമുക്ക് ഇഷ്ടമുള്ളൊരു സിനിയെടുക്കുക എന്ന് പറയുന്നത് പ്രയാസമുള്ള കാര്യമാണ്. മുടക്കിയ കാശെങ്കിലും തിരിച്ചു കിട്ടേണ്ടേ. അപ്പോൾ ഏതാണ് നല്ല സിനിമ. പണം തിരിച്ചുകിട്ടുന്നത് തന്നെ.

'കൂട്ടുകുടുംബ'ത്തിലെ കൊച്ചുനടി

ഉദയായുടെ പടങ്ങൾ കുഞ്ചാക്കോ തന്നെയാണ് സ്ഥിരമായി സംവിധാനം ചെയ്തിരുന്നത്. എന്നാൽ കെ.പി.എ.സിയുടെ നാടകമായ 'കൂട്ടുകുടുംബം' സിനിമയാക്കാൻ എന്നെയാണ് നിശ്ചയിച്ചത്. കുഞ്ചാക്കോ മുതലാളി വിളിച്ചതനുസരിച്ച് അണ്ണാനഗറിലുള്ള ഓഫീസിൽ പോയി ഞാൻ അദ്ദേഹത്തെ കണ്ടു.

തോപ്പിൽ ഭാസി രചിച്ച് സംവിധാനം നിർവഹിച്ച 'കൂട്ടുകുടുംബം' ജനശ്രദ്ധനേടിയ നാടകമായിരുന്നു. സംവിധാനം ചെയ്യാമെന്ന് ഞാൻ സമ്മതിച്ചു. മറ്റു കാര്യങ്ങൾ തീരുമാനിക്കും മുമ്പ് നാടകമൊന്ന് കാണണമെന്ന ആഗ്രഹം ഞാൻ അറിയിച്ചു. അതിന് വഴിയുണ്ടാക്കാമെന്ന് അദ്ദേഹം സമ്മതിച്ചു. അതുപ്രകാരം ഞാൻ ആലപ്പുഴയിലേക്ക് പോയി നാടകം കണ്ടു. അതിലെ കലാകാരന്മാരെ ഭാസി തന്നെ എനിക്ക് പരിചയപ്പെടുത്തിത്തന്നു. ഇതിലെ പ്രധാന കലാകാരന്മാരെ

സിനിമയിലും അഭിനയിപ്പിക്കാമെന്ന് എനിക്ക് തോന്നി. ഇക്കാര്യം കുഞ്ചാക്കോയെ അറിയിച്ചപ്പോൾ അദ്ദേഹത്തിനും സമ്മതം. സിനിമയിൽ അഭിനയിപ്പിക്കുമെന്നറിഞ്ഞപ്പോൾ എല്ലാവർക്കും വലിയ സന്തോഷത്തിലായി. എന്നാൽ ഒരു പെൺകുട്ടി മാത്രം അഭിനയിക്കാൻ തയ്യാറായില്ല.

"സിനിമയിൽ അഭിനയിക്കാനൊന്നും ഞാനില്ല. എനിക്ക് നാടകം തന്നെ മതി''. അവൾ പറഞ്ഞു. പേടിച്ചിട്ടാണ് അവൾ അങ്ങനെ പറയുന്നതെന്ന് എനിക്ക് മനസ്സിലായി.

"ആയിരങ്ങളുടെ മുന്നിൽ അഭിനയിക്കുന്ന നിനക്ക് പതിനഞ്ചോ ഇരുപതോ ആളുകളുടെ മുന്നിൽ നടിക്കുന്നതിൽ എന്ത് ബുദ്ധിമുട്ടാണ് ഉള്ളത്? നാടകത്തിൽ അത്രയും സംഭാഷണങ്ങൾ തെറ്റാതെ പറയണം. സിനിമയിൽ തെറ്റിയാലും കുഴപ്പമില്ല. പിന്നെന്തിനാ പേടിക്കുന്നത്?"

എന്നിട്ടും അവൾ അഭിനയിക്കാനില്ലെന്നു തന്നെ പറഞ്ഞുകൊണ്ടിരുന്നു. നിർബന്ധിച്ചപ്പോൾ അവൾ സ്റ്റുഡിയോയിലേക്ക് വരാൻ തയ്യാറായി.

ചിത്രീകരണ ദിവസം കാമറാമാനായ ദത്തുവിനോട് പെട്ടെന്ന് കാണാത്ത രീതിയിൽ കാമറവെക്കാൻ ഞാൻ ആവശ്യപ്പെട്ടു. അച്ഛനോടൊപ്പമാണ് പെൺകുട്ടി എത്തിയത്. അപ്പോഴും സിനിമയിൽ അഭിനയിക്കാനില്ല എന്നു തന്നെയാണ് അവൾ പറഞ്ഞുകൊണ്ടിരുന്നത്. ഞാൻ വിട്ടില്ല. ആ കുട്ടിയോട് വീട്ടിലെ കാര്യങ്ങളൊക്കെ സംസാരിച്ചു തുടങ്ങി ആദ്യം. അവൾ അതിന് മറുപടി പറഞ്ഞുകൊണ്ടിരുന്നു. അടുക്കളയിലെ ജോലിയെല്ലാം ചെയ്യാറുണ്ടോ എന്ന് ഞാനവളോടു ചോദിച്ചു.

"വീട്ടിലെ ജോലികളെല്ലാം ഞാൻ തന്നെയാണ് ചെയ്യുന്നത്." അവൾ പറഞ്ഞു.

"മുറത്തിൽ അരിയിട്ട് കല്ലും നെല്ലും പെറുക്കുന്നത് ഒന്ന് കാണിച്ചു തരാമോ?"

അവൾ അതെയെന്ന് തലയാട്ടി. അടുത്തുള്ള തിണ്ണയിൽ ഇരുന്ന് മുറത്തിൽ കല്ലും നെല്ലും പാറ്റിയെടുക്കുന്നത് അഭിനയിച്ച് കാണിച്ചു. കോഴിയെ ആട്ടിയോടിക്കുന്നത് ഞാൻ ആവശ്യപ്പെടാതെയും കാണിച്ചു.

"ഇത്രയേയുള്ളൂ അഭിനയം. ഇതിനാണോ പേടിച്ചത്?" ഞാൻ ചോദിച്ചു.

"അതൊക്കെ ശരിയാണ്. എന്നാലും എനിക്ക് സിനിമയിൽ അഭിനയിക്കേണ്ട." പെൺകുട്ടി.

“ഇനി നീ അഭിനയിക്കുകയൊന്നും വേണ്ട. എല്ലാം ഷൂട്ടുചെയ്തു കഴിഞ്ഞു.” ഞാനിതു പറയുമ്പോഴേക്കും സെറ്റിലുണ്ടായിരുന്നവരെല്ലാം ചിരിക്കാൻ തുടങ്ങി. സിനിമയിൽ അഭിനയിച്ചു കഴിഞ്ഞുവെന്ന് അപ്പോഴാണ് ആ പെൺകുട്ടിക്ക് ബോധ്യമായത്! ഇനി ആരാണ് ആ പെൺകുട്ടി എന്നുകൂടി പറയാം- മലയാളിപ്രേക്ഷകരുടെ പ്രിയപ്പെട്ട നടി കെ പി എ സി ലളിത!

ആലപ്പുഴയിൽ വെച്ച് നാടകം കണ്ടപ്പോൾ തന്നെ ലളിതയുടെ അഭിനയം ഞാൻ ശ്രദ്ധിച്ചിരുന്നു. കൃത്രിമത്വം തീരെയില്ലാതെ തെളിഞ്ഞ ആ ശൈലി എനിക്ക് ഇഷ്ടപ്പെട്ടു. സിനിമയിൽ അത്തരമൊരാൾക്ക് സാധ്യതകൾ ഏറെയുണ്ടെന്ന് എനിക്കറിയാമായിരുന്നു. അങ്ങനെ കൂട്ടുകുടുംബത്തിലൂടെ ലളിത വെള്ളിത്തിരയിലെത്തി. പിന്നീട് എന്റെ മിക്ക ചിത്രങ്ങളിലും ലളിതയുണ്ടായിരുന്നു.

എം ജി ആറിന്റെ നാളൈ നമതൈ

എനിക്കു മുമ്പേ പാലക്കാട്ടു നിന്ന് സിനിമാരംഗത്ത് എത്തിയ വ്യക്തിയാണ് എം.ജി. രാമചന്ദ്രൻ. സിനിമയിൽ എത്തിയ കാലം മുതലേ എം ജി ആറുമായി സൗഹൃദം ഉണ്ടായിരുന്നു എനിക്ക്. മലയാളികൾ എന്ന നിലയിലും ആ ബന്ധത്തിന് ഒരു ഊഷ്മളതയുണ്ടായിരുന്നു. നേരിട്ടു കാണുമ്പോഴെല്ലാം അദ്ദേഹം മലയാളത്തിലായിരുന്നു എന്നോട് സംസാരിച്ചിരുന്നത്. ഡി എം കെയിൽ നിന്ന് പുറത്താക്കിയ ശേഷം എം ജി ആർ ആദ്യമായി അഭിനയിച്ചത് എന്റെ സംവിധാനത്തിലായിരുന്നു. നാളൈ നമതേയുടെ ചിത്രീകരണത്തിന് മുമ്പ് ഞാൻ പതിവുപോലെ റിഹേഴ്സൽ ഷോട്ടുകൾ എടുക്കുമായിരുന്നു. എം ജി ആർ കൃത്യസമയത്തു തന്നെ എത്തുമായിരുന്നു.

പ്രേംനസീറുമായി ഞാൻ തമിഴ്നാട് രാഷ്ട്രീയത്തെക്കുറിച്ച് സംസാരിക്കാറുണ്ടായിരുന്നു. ഡി എം കെയിൽ നിന്ന് പുറത്തായ എം.ജി. ആറിന്റെ സ്ഥിതി എന്തായിരിക്കും എന്ന് ഞാൻ ആശങ്കയോടെ പ്രേംനസീറിനോട് ചോദിച്ചു.

“അണ്ണാദുരൈയുടെ പേരിൽ ഒരു പാർട്ടി തുടങ്ങിയാലേ രക്ഷയുള്ളു” എന്നായിരുന്നു നസീറിൻെറ മറുപടി. പിന്നീട് അതുതന്നെ സംഭവിച്ചു. ദിവസങ്ങൾക്കുള്ളിൽ എം.ജി.ആർ ‘അണ്ണാ ഡി.എം.കെ’ എന്ന പുതിയ പാർട്ടി രൂപവത്കരിക്കുന്നതായി പ്രഖ്യാപിച്ചു. നാളൈ നമതെ അക്കാലത്തെ വലിയ ഹിറ്റായിരുന്നു. തുടർന്നുണ്ടായ തെരഞ്ഞെടുപ്പിൽ അണ്ണാ ഡി എം കെയുടെ പ്രചാരണഗാനം നാളൈ നമതൈയിലെ ഗാനങ്ങളായിരുന്നു. പിൽക്കാലത്ത് വലിയ ഉന്നതിയിലെത്തിയിട്ടും എം ജി ആർ എന്നെ മറന്നില്ല. പഴയ സംവിധായകനോടുള്ള സ്നേഹവും ബഹുമാനവും എപ്പോഴും അദ്ദേഹം കാത്തുസൂക്ഷിച്ചു.

നിർമാണ രംഗത്തും ഒരു കൈ

അനിയൻ കെ എസ് ആർ മൂർത്തി ജോലിയൊന്നുമില്ലാതെ ഇരിക്കുന്ന സമയത്ത് ഒരു സുഹൃത്താണ് നിർദേശിച്ചത്, നിങ്ങൾക്ക് പ്രൊഡക്ഷൻ യൂണിറ്റ് തുടങ്ങിയാലെന്തെന്ന്. ചിത്രാഞ്ജലി എന്നായിരുന്നു കമ്പനിയുടെ പേര്. കെ ടി മുഹമ്മദിന്റെ സ്ക്രിപ്റ്റിലായിരുന്നു ആദ്യ പടം- അമ്മ എന്ന സ്ത്രീ. കെ ആർ വിജയയായിരുന്നു നായിക. ഇരുപതോളം സിനിമകൾ ചിത്രാഞ്ജലിയെടുത്തു. ഞാനല്ലാത്തവരും സംവിധാനം ചെയ്തിരുന്നു. എന്റെ എഡിറ്റർ വാസുദേവനും അസിസ്റ്റന്റ് ബാബുവും സിനിമകൾ സംവിധാനം ചെയ്തു. അമ്മ ഞങ്ങളോടൊപ്പം മദ്രാസിലായിരുന്നു. അനിയത്തിയും ഭർത്താവും നാട്ടിലും. അനിയത്തിയുടെ ഭർത്താവ് മരിച്ചപ്പോൾ അമ്മ അങ്ങോട്ടു പോയി. അമ്മ പോയപ്പോൾ ഞങ്ങളിൽ ആരെങ്കിലും ഒരാൾ കൂടെ പോകണമായിരുന്നു. അപ്പോൾ അനിയൻ നാട്ടിലേക്ക് പോയി. അതോടെ നിർമ്മാണരംഗം വിടേണ്ടി വന്നു.

അമ്മയായിരുന്നു ഞങ്ങളുടെ സർവവും. അടിമകൾക്ക് അവാർഡ് ലഭിച്ചപ്പോൾ ആ ഉപഹാരം ഞാൻ അമ്മയുടെ കൈകളിൽ വെച്ചു കൊടുത്തു. അമ്മയുടെ കണ്ണുകൾ നിറയുന്നത് ഞാൻ കണ്ടു. ഈ ജീവിതം ഇവിടെ അവസാനിച്ചെങ്കിൽ... അമ്മ പറഞ്ഞു. ഇതെല്ലാം നിന്റെ അച്ഛന് ലഭിക്കാതെ പോയ അവാർഡുകളാണ്. പുരസ്കാരങ്ങൾ കിട്ടുമ്പോഴെല്ലാം അമ്മ പറയുമായിരുന്നു.

എന്റെ കുടുംബജീവിതത്തിലും സിനിമാസ്പർശമുണ്ട്. ഭാര്യ വത്സല സംവിധായകൻ രാമു കാര്യാട്ടിന്റെ ഭാര്യയുടെ അനുജത്തിയാണ്. തൊഴിലിനെ ആദ്യ ഭാര്യയായി കണ്ട ഞാൻ വത്സലയെ മറന്നുപോയിട്ടേയുള്ളൂ. എന്നാൽ എന്റെ മനസ്സ് വായിച്ചറിഞ്ഞ് വത്സല എല്ലാം ഉൾക്കൊണ്ട് പെരുമാറിയിരുന്നു.

മമ്മൂട്ടിയും മോഹൻലാലും

മമ്മൂട്ടിയും മോഹൻലാലും എന്റെ സിനിമയിൽ അഭിനയിച്ചിട്ടുണ്ട്. രണ്ടുപേരെക്കുറിച്ചും പലരും അഭിപ്രായം ചോദിച്ചിട്ടുണ്ട് എന്നോട്. ഒരു നാണയം എടുത്ത് ഏത് ഭാഗം നല്ലതെന്ന് ചോദിച്ചാൽ നമ്മൾ എന്ത് ഉത്തരമാണ് പറയുക? അതുപോലെയാണ് അവരെ വിലയിരുത്തുന്ന കാര്യവും. ശിവാജി ഗണേശൻ- ജെമിനി ഗണേശൻ അല്ലെങ്കിൽ ശിവാജി ഗണേശൻ- എം ജി ആർ, സത്യൻ- പ്രേംനസീർ.. ഇങ്ങനെ എപ്പോഴും സിനിമയിൽ രണ്ടുപേർ വന്നുകൊണ്ടിരിക്കും. ഓരോരുത്തർക്കും ഓരോ സ്റ്റൈലുമുണ്ട്. 'നാളെ നമതെ' ചെയ്യുന്ന സമയത്ത് ഞാൻ എം ജി ആറിനോട് ചോദിച്ചു- നിങ്ങളെന്തിനാണ് ഫൈറ്റിംഗ് ചിത്രങ്ങളിൽ കൂടുതൽ

അഭിനയിക്കുന്നതെന്ന്. അദ്ദേഹം കുറച്ചു നേരം ആലോചിച്ചു. എന്നിട്ട് പറഞ്ഞു-ശിവാജിക്ക് ഇമോഷൻസുള്ള വേഷങ്ങളാണ് നന്നാവുക. ജനങ്ങൾ അതാണ് ശിവാജിയിൽ നിന്ന് പ്രതീക്ഷിക്കുന്നത്. എന്നിൽ നിന്ന് ഇത്തരം ഫൈറ്റിംഗ് വേഷങ്ങളും. ഞങ്ങൾ തമ്മിലെ വ്യത്യാസം അതാണ്.

ഇനിയുമൊരു സിനിമ മനസ്സിലുണ്ട്

മതങ്ങൾ തമ്മിലുള്ള ഐക്യം എന്നും എന്റെ മനസ്സിലെ വികാരമാണ്. കെ ടി മുഹമ്മദിന്റെ തിരക്കഥയിൽ 'അച്ഛനും ബാപ്പയും' എന്ന സിനിമയെടുക്കുമ്പോഴും ഇതു തന്നെയായിരുന്നു എന്റെ മനസ്സിൽ ഉണ്ടായിരുന്നത്. പാക്കിസ്ഥാന്റെ മുൻ പ്രസിഡന്റ് സിയാവുൽ ഹഖ് ഒരു പ്രസ്താവന നടത്തിയിരുന്നു. സിഖുകാരുടെ ഒരു പുണ്യസ്ഥലമാണ് സാഹിദ് ഗഞ്ച്. പാക്കിസ്ഥാൻ രൂപീകരിച്ചപ്പോൾ മുസ്ലീങ്ങൾ അത് പിടിച്ചെടുത്തു. എന്നാൽ സിയാഉൽ ഹഖ് അത് സിഖുകാർക്ക് തന്നെ തിരിച്ചു കൊടുത്തു. എന്നിട്ട് ഇന്ത്യയിലെ മുസ്ലീങ്ങളോട് അദ്ദേഹം പ്രസ്താവിച്ചു- അയോധ്യ, കാശി, മധുര. ഈ മൂന്ന് സ്ഥലങ്ങളും ഹിന്ദുസഹോദരന്മാർക്ക് കൈമാറണം. നിയമപരമായോ അല്ലാതെയോ തെളിയിക്കാൻ പറ്റിയില്ലെങ്കിൽ കൂടിയും അത് കൊടുക്കണം. കാരണം അത് വിശ്വാസമാണ്. എന്നിട്ട് ഒരു സ്റ്റാറ്റ്യൂട്ടറി വാറന്റ് വാങ്ങണം- മുസ്ലിം പള്ളികളൊന്നും ചോദിക്കില്ലെന്ന്. ഇത് 'ഇസ്ലാം ഇൻ സൗത്ത് ഏഷ്യ' എന്ന പുസ്തകത്തിലാണ് ഞാൻ വായിച്ചത്. ബാബറി മസ്ജിദിന്റെ പ്രശ്നം വന്നപ്പോൾ ഇക്കാര്യങ്ങളെല്ലാംവെച്ച് ഞാൻ ഇന്ത്യൻ എക്സ്പ്രസിൽ ഒരു കത്തെഴുതുകയുംചെയ്തു.

ഒരു യഥാർഥ മുസ്ലിം ഏറ്റവും നല്ലവനാണ്. ഭീകരവാദി മുസ്ലിമല്ല. അങ്ങേയറ്റം സ്നേഹം കൊടുക്കുന്നവരാണ് മുസ്ലീങ്ങൾ. പാലക്കാട്ടെ ഞങ്ങളുടെ വീടിന് എതിർവശത്ത് താമസിച്ചിരുന്നത് മുസ്ലിം കുടുംബമായിരുന്നു. ഇന്ത്യ സ്വാതന്ത്ര്യം നേടിയ സമയത്ത് ആ വീട്ടിലെ ഉമ്മ എന്റെ അമ്മയുടെ അടുത്തേക്ക് കരഞ്ഞു വന്നു- ലക്ഷ്മിയമ്മേ ഞങ്ങളെ ആരെങ്കിലും കൊല്ലാൻ വരുമോ? എന്നും പറഞ്ഞ്. അമ്മ അവരെ സമാധാനിപ്പിച്ചു- നിന്നെ കൊല്ലാൻ വരേ മോളേ? എന്നെ കൊന്നിട്ടേ നിങ്ങളെ കൊല്ലാൻ ഞാൻ സമ്മതിക്കൂ.

അമ്മ അവരെ ആശ്വസിപ്പിച്ചു.

ഇതാണ് മനുഷ്യത്വം. ഇന്ത്യ വിഭജിച്ച് പാക്കിസ്ഥാൻ ഉണ്ടായി. ഇനി ഇവിടെയുള്ള മുസ്ലിംങ്ങളെല്ലാം ഇന്ത്യക്കാരാണ്. പിന്നെ എന്തിനാണ് ന്യൂനപക്ഷവും ഭൂരിപക്ഷവും? ഒരാൾ വിചാരിച്ചിട്ടാണോ ഹിന്ദുവായും മുസ്ലീമായും ജനിക്കുന്നത്? ബ്രിട്ടീഷുകാർ പ്ലാൻ ചെയ്ത് ഹിന്ദുവിനെയും മുസ്ലീമിനെയും വിഭജിക്കുകയായിരുന്നു.

അത് മനസ്സിലാക്കാതെയാണ് നമ്മൾ പരസ്പരം കലഹിക്കുന്നത്. ഇത് ഉദ്ബോധിപ്പിക്കുന്ന, ഈ സ്നേഹം പറയുന്ന ഒരു സിനിമയാണ് എന്റെ മനസ്സിലുള്ളത്. അച്ഛനും ബാപ്പയിലും ഇതിന്റെ ചെറിയൊരു ആശയമുണ്ട്.

ഒരിക്കൽ പ്രേംനസീറിന്റെ വീട്ടിൽ പോയപ്പോൾ അദ്ദേഹം എനിക്കൊരു പുസ്തകം തന്നു- 333 sayings of the prophet അതിലെ ആശയങ്ങൾ എന്നെ ആകർഷിച്ചു. ഇതേ കാലത്താണ് സി എച്ച് മുഹമ്മദ് കോയയും രണ്ട് സുഹൃത്തുക്കളും വന്ന് ചന്ദ്രിക പത്രത്തിൽ ഷെയർ എടുക്കാൻ ആവശ്യപ്പെട്ടത്. ഞാൻ ഇപ്പോഴും ചന്ദ്രികയുടെ ഷെയർ ഹോൾഡറാണ്. എന്നാൽ എന്നെ വേദനിപ്പിച്ച ഒരു സംഭവമുണ്ടായി. കേന്ദ്രസഹമന്ത്രി ഇ അഹമ്മദ് എന്റെ സുഹൃത്താണ്. അഹമ്മദ് മദ്രാസിൽ വരുമ്പോഴെല്ലാം വീട്ടിൽ വരും. അങ്ങനെയൊരു ദിവസം അഹമ്മദ് ആവശ്യപ്പെട്ടിട്ട് ഞാൻ കണ്ണൂർ യത്തീംഖാനയ്ക്ക് സംഭാവന അയക്കാൻ തുടങ്ങി. ഓരോ മാസവും പണം അയയ്ക്കുമായിരുന്നു. എന്നാൽ 2008ൽ എനിക്കൊരു കത്ത് കിട്ടി. ഇനി നിങ്ങൾ യത്തീംഖാനയിലേക്ക് പണം അയക്കേണ്ട എന്നായിരുന്നു അതിലുണ്ടായിരുന്നത്. കാരണമെന്തെന്ന് ഇന്നും എനിക്കറിയില്ല. അതൊരു വലിയ വിഷമായി എന്റെയുള്ളിലുണ്ട്.

സിനിമയിൽ ഞങ്ങളെല്ലാം ഒന്നായിരുന്നു. ഞങ്ങൾക്കിടയിൽ ജാതി ഒരിക്കലും കടന്നു വന്നിട്ടില്ല. എന്റെ നിർമാതാവ് എം ഒ ജോസഫ് ക്രിസ്ത്യൻ, ഞാനൊരു ഹിന്ദു, കാമറാമാൻ മെല്ലി ഇറാനി പാർസി, എന്റെ അസിസ്റ്റന്റ് എസ് ബാബു മുസ്ലിം, എം എസ് മണി തമിഴ് ബ്രാഹ്മണൻ. ഞങ്ങൾ ഒരു കുടുംബമായിരുന്നു. നമ്മൾ ഒത്തൊരുമയോടെ ജീവിച്ചാൽ ആർക്കും നമ്മളെ ഒന്നും ചെയ്യാനാവില്ല. ഇങ്ങനെയൊരു വിഷയത്തിലുള്ള ഒരു സിനിമ എന്റെ മനസ്സിലുണ്ട്.

കെ.എസ്. സേതുമാധവൻ
ജീവിതരേഖ

അച്ഛൻ	:	സുബ്രഹ്മണ്യം
അമ്മ	:	ലക്ഷ്മി
ജനനം	:	1931 പാലക്കാട്
പഠനം	:	ബി.ഇ.എം. ഹൈസ്കൂൾ പാലക്കാട്, വിക്ടോറിയ കോളേജ് പാലക്കാട്, പ്രസിഡൻസി കോളേജ് മദ്രാസ്.
സംവിധായകനായ ആദ്യ പടം	:	വീരവിജയ (1960) സിംഹളഭാഷ
ആദ്യ മലയാള ചിത്രം	:	ജ്ഞാനസുന്ദരി- 1961
അവസാനമായി സംവിധാനം ചെയ്ത മലയാള ചിത്രം	:	വേനൽകിനാവുകൾ 1991
ഭാര്യ	:	വത്സല
മക്കൾ	:	സോനുകുമാർ, സന്തോഷ്കുമാർ, ഉമാ രമണൻ.

അവാർഡുകൾ

മികച്ച സംവിധായകൻ	:	അരനാഴികനേരം, കരകാണാക്കടൽ, പണിതീരാത്ത വീട്, ഓപ്പോൾ - 1970, 1971, 1972, 1980
മികച്ച മൂന്നാമത് സിനിമ	:	കരകാണാക്കടൽ - 1971
മികച്ച ദേശീയോദ്ഗ്രഥന ചിത്രം	:	അച്ഛനും ബാപ്പയും - 1972
മികച്ച സിനിമ	:	പണിതീരാത്ത വീട് - 1972
മികച്ച രണ്ടാമത്തെ സിനിമ	:	ചട്ടക്കാരി - 1974

മികച്ച സിനിമ	:	ഓപ്പോൾ - 1980
മികച്ച രണ്ടാമത്തെ ചിത്രത്തിനുള്ള ദേശീയ അവാർഡ്	:	ഓപ്പോൾ - 1980
മികച്ച (തമിഴ്) പ്രാദേശിക ചിത്രത്തിനുള്ള ദേശീയ അവാർഡ്, സംവിധായകനുള്ള പ്രത്യേക ജൂറി അവാർഡ്	:	മറുപക്കം - 1991
മികച്ച രണ്ടാമത്തെ സിനിമ (തമിഴ്നാട് സർക്കാർ)	:	നമ്മവർ - 1994
ജെ സി ദാനിയേൽ പുരസ്കാരം	:	2009

സേതുമാധവൻ സംവിധാനം ചെയ്ത ചിത്രങ്ങൾ

(സിനിമ, വർഷം, നടീനടന്മാർ എന്ന ക്രമത്തിൽ)

ജ്ഞാനസുന്ദരി	1961	പ്രേംനസീർ, തിക്കുറിശ്ശി സുകുമാരൻ നായർ, വിജയലക്ഷ്മി
കണ്ണും കരളും	1962	സത്യൻ, എസ് പി പിള്ള, അംബിക
സുശീല	1963	പ്രേംനസീർ, ബഹദൂർ, ഷീല, അംബിക, മിസ് കുമാരി
നിത്യകന്യക	1963	സത്യൻ, തിക്കുറിശ്ശി സുകുമാരൻ നായർ, രാഗിണി, അംബിക
അന്ന	1964	സത്യൻ, കൊട്ടാരക്കര ശ്രീധരൻ നായർ, രാഗിണി,
ഓമനക്കുട്ടൻ	1964	സത്യൻ, തിക്കുറിശ്ശി സുകുമാരൻ നായർ, അംബിക
മണവാട്ടി	1964	സത്യൻ, മധു, രാഗിണി, കെ ആർ വിജയ
ഓടയിൽ നിന്ന്	1965	സത്യൻ, പ്രേംനസീർ, കവിയൂർ പൊന്നമ്മ, കെ ആർ വിജയ
ദാഹം	1965	സത്യൻ, കെ പി ഉമ്മർ, ഷീല, കവിയൂർ പൊന്നമ്മ
സ്ഥാനാർഥി സാറാമ്മ	1966	പ്രേംനസീർ, അടൂർ ഭാസി, ഷീല
റൗഡി	1966	സത്യൻ, ടി എസ് മുത്തയ്യ, സുജാത
അർച്ചന	1966	മധു, മുതുകുളം രാഘവൻപിള്ള, കെ പി ഉമ്മർ, ശാരദ
ഒള്ളതുമതി	1967	സത്യൻ, പ്രേംനസീർ, ഷീല, ശോഭ
നാടൻപെണ്ണ്	1967	സത്യൻ, പ്രേംനസീർ, ഷീല, ജയഭാരതി
കോട്ടയം കൊലക്കേസ്	1967	പ്രേംനസീർ, കൊട്ടാരക്കര ശ്രീധരൻ നായർ, ഷീല,

യക്ഷി	1968	സത്യൻ, എൻ ഗോവിന്ദൻകുട്ടി, ശാരദ, ഉഷാറാണി
തോക്കുകൾ കഥപറയുന്നു	1968	സത്യൻ, പ്രേംനസീർ, കെ പി ഉമ്മർ, ജയഭാരതി
ഭാര്യമാർ സൂക്ഷിക്കുക	1968	പ്രേംനസീർ, ഷീല, കെ പി ഉമ്മർ, അമ്മിണി
കൂട്ടുകുടുംബം	1969	സത്യൻ, പ്രേംനസീർ, ഷീല, ശാരദ
കടൽപ്പാലം	1969	സത്യൻ, പ്രേംനസീർ, ഷീല, ജയഭാരതി
അടിമകൾ	1969	സത്യൻ, പ്രേംനസീർ, ഷീല, ശാരദ
വാഴ്‌വേമായം	1970	സത്യൻ, കെ പി ഉമ്മർ, ഷീല,
മിണ്ടാപ്പെണ്ണ്	1970	പ്രേംനസീർ, ബഹദൂർ, ഷീല, ശാരദ
കുറ്റവാളി	1970	സത്യൻ, രാഘവൻ, ശാരദ, ടി ആർ ഓമന
കല്പന	1970	സത്യൻ, പ്രേംനസീർ, ഷീല, മീന
അരനാഴിക നേരം	1970	സത്യൻ, പ്രേംനസീർ, ഷീല, രാഗിണി
അമ്മ എന്ന സ്ത്രീ	1970	പ്രേംനസീർ, കെ പി ഉമ്മർ, കെ ആർ വിജയ, ജയഭാരതി
തെറ്റ്	1971	സത്യൻ, കെ പി ഉമ്മർ, ഷീല
ഒരു പെണ്ണിൻെറ കഥ	1971	സത്യൻ, കെ പി ഉമ്മർ, ഷീല, ജയഭാരതി
ലൈൻ ബസ്	1971	മധു, കെ പി ഉമ്മർ, ജയഭാരതി, പ്രമീള
കരകാണാക്കടൽ	1971	സത്യൻ, മധു, ജയഭാരതി
ഇൻക്വിലാബ് സിന്ദാബാദ്	1971	സത്യൻ, മധു, ഷീല, ജയഭാരതി
അനുഭവങ്ങൾ പാളിച്ചകൾ	1971	സത്യൻ, പ്രേംനസീർ, ഷീല,
ആദ്യത്തെ കഥ	1972	പ്രേംനസീർ, വിജയശ്രീ, ജയഭാരതി
ദേവി	1972	പ്രേംനസീർ, മധു, ഷീല, റാണിചന്ദ്ര
അച്ഛനും ബാപ്പയും	1972	കെ പി ഉമ്മർ, വിൻസെൻറ്, ജയഭാരതി
പുനർജന്മം	1972	പ്രേംനസീർ, ജയഭാരതി, സുജാത
പണിതീരാത്ത വീട്	1973	പ്രേംനസീർ, ബഹദൂർ, നന്ദിതാ ബോസ്
കലിയുഗം	1973	സുധീർ, ജയഭാരതി, അടൂർ ഭാസി
ചുക്ക്	1973	മധു, എം ജി സോമൻ, ഷീല, സുജാത
അഴകുള്ള സലീന	1973	പ്രേംനസീർ, വിൻസെൻറ്, ജയഭാരതി, കാഞ്ചന

കന്യാകുമാരി	1974	കമൽഹാസൻ, പ്രേംനവാസ്, റീത്ത ബാധുരി, മല്ലികാ സുകുമാരൻ
ജീവിക്കാൻ		
മറന്നുപോയ സ്ത്രീ	1974	എം ജി സോമൻ, മാഹൻ ശർമ, ഷീല, വിജയശ്രീ
ചട്ടക്കാരി	1974	മോഹൻ ശർമ, എം ജി സോമൻ, ലക്ഷ്മി
മക്കൾ	1975	എം ജി സോമൻ, മല്ലികാ സുകുമാരൻ, സതീഷ് സത്യൻ, ജയഭാരതി
ചുവന്ന സന്ധ്യകൾ	1975	മോഹൻ ശർമ, എം ജി സോമൻ, ലക്ഷ്മി, സുജാത
പ്രിയംവദ	1976	മോഹൻ ശർമ, വിൻസെൻറ്, ലക്ഷ്മി, പ്രേമ
ഓർമകൾ മരിക്കുമോ?	1977	കമൽഹാസൻ, എം ജി സോമൻ, വിധുബാല, ശോഭ
അമ്മേ അനുപമേ	1977	കെ പി ഉമ്മർ, സുകുമാരൻ, ശാരദ, വിധുബാല
നക്ഷത്രങ്ങളേ കാവൽ	1978	എം ജി സോമൻ, ജയഭാരതി, ശുഭ
ഓപ്പോൾ	1980	ബാലൻ കെ നായർ, മേനക, മാസ്റ്റർ അരവിന്ദ്
അറിയാത്ത വീഥികൾ	1984	മധു, മോഹൻലാൽ, മമ്മൂട്ടി, രോഹിണി
ആരോരുമറിയാതെ	1984	മധു, ഭരത് ഗോപി, മമ്മൂട്ടി, സുഹാസിനി
അവിടത്തെ പോലെ		
ഇവിടേയും	1985	മോഹൻലാൽ, മമ്മൂട്ടി, ശോഭന
സുനിൽ വയസ്സ് 20	1986	റഹ്മാൻ, വേണു നാഗവള്ളി, ഉർവശി
വേനൽക്കിനാവുകൾ	1991	തിലകൻ, കൃഷ്ണപ്രസാദ്, സുധീഷ്, മോനിഷ

തമിഴ് ചിത്രങ്ങൾ

പാൽമനം	1968	കെ ജയശങ്കർ, കെ ആർ വിജയ, കെ എസ് സേതുരാമൻ
കല്യാണ ഊർവലം	1970	നാഗേഷ്, മേജർ സുന്ദരരാജൻ, കെ ആർ വിജയ
നാളൈ നമതൈ	1975	എം ജി ആർ

നിജങ്കൾ	1982	ശിവകുമാർ, മേനക, ചോ
മറുപക്കം (തമിഴ്)	1991	ശിവകുമാർ, ജയഭാരതി, രാധ
നമ്മവർ	1994	കമൽഹാസൻ, നാഗേഷ്, ഗൗതമി, ശ്രീവിദ്യ

തെലുങ്ക്

സ്ത്രീ	1995	രാഹിണി, തലൽവാസൽ വിജയ്, പി എൽ നാരായണ

കന്നട

മാനിനി

ഹിന്ദി

ജൂലി	1975
യഹീ ഹൈ സിന്ദഗി	1977
അഫ്സാന ദോ ദിലോം ക	1982
സിന്ദഗീ ജാനേ കേ ലിയേ	1984

ശശികുമാർ
ഹിറ്റ്മേക്കർ

കെ ആന്റ് കെ പ്രൊഡക്ഷൻസിന്റെ ആദ്യ സിനിമയായ 'വിശപ്പിന്റെ വിളി'യുടെ ചിത്രീകരണം അവസാന ഘട്ടത്തിലാണ്. ഉദയാ സ്റ്റുഡിയോയിൽ പ്രത്യേകം സജ്ജീകരിച്ച സെറ്റിൽ നിർമാതാക്കളായ കുഞ്ചാക്കോയും കെ വി കോശിയും എത്തിയിട്ടുണ്ട്. തിക്കുറിശ്ശി സുകുമാരൻ നായർ, എസ് പി പിള്ള, നാണുക്കുട്ടൻ, മാത്തപ്പൻ, കാലാക്കൽ കുമാരൻ, വാണക്കുറ്റി, പങ്കജവല്ലി, അടൂർ പങ്കജം, ബേബി ഗിരിജ തുടങ്ങിയ അഭിനേതാക്കളുമുണ്ട്. ചിറയൻകീഴുകാരനായ അബ്ദുൽഖാദറാണ് നായകൻ. വില്ലനും പുതിയൊരു ചെറുപ്പക്കാരനാണ്; ആലപ്പുഴ പൂന്തോപ്പ് സ്വദേശിയായ ജോൺ.

അപ്പോഴാണ് കോശി ഒരു നിർദേശവുമായി വന്നത്. ഹിന്ദി സിനിമകളിലെല്ലാം സംഘട്ടന രംഗങ്ങളുണ്ട്. പ്രേക്ഷകരെ ടാക്കീസുകളിലേക്ക് ആകർഷിക്കുന്നതിൽ വലിയൊരു പങ്ക് സ്റ്റണ്ടിനുണ്ട്. അതുകൊണ്ട് ഈ പടത്തിലും സംഘട്ടനം വേണം. സംവിധായകനായ മോഹൻറാവുവും ആ നിർദേശത്തെ പിന്തുണച്ചു. പക്ഷേ സംഘട്ടനം ചിത്രീകരിക്കാൻ പറ്റുന്ന കാമറ ഇല്ലല്ലോ. എങ്കിൽ യഥാർഥമായി ചിത്രീകരിക്കാമെന്നായി കുഞ്ചാക്കോ. നായകനെയും വില്ലനെയും അദ്ദേഹം അടുത്തേക്ക് വിളിച്ചു, രണ്ടുപേരോടും പ്രത്യേകമായി സ്വകാര്യമെന്നോണം പറഞ്ഞു- അടി കിട്ടിയാൽ വിട്ടേക്കരുത്, തിരിച്ചുകൊടുത്തേക്കണം.

ഛായാഗ്രഹകന്മാരായ ഇ ആർ കൂപ്പറും ബാലസുബ്രഹ്മണ്യവും 'ആക്ഷൻ' പറഞ്ഞു. നായകൻ ഒറ്റയിടി! വില്ലനായ ജോണത് പ്രതീക്ഷിച്ചിരുന്നില്ല. ഇടികൊണ്ടത് മൂക്കിന്. ജോൺ നിലത്തുവീണുപോയി. മൂക്കിൽ നിന്ന് ചോരയൊലിച്ചു. കുഞ്ചാക്കോ ജോണിനടുത്തേക്ക് ഓടിച്ചെന്നു- "വിടരുത് അവനെ. തിരിച്ചു കൊടുത്തേക്കൂ." അദ്ദേഹം പറഞ്ഞു. ജോൺ എഴുന്നേറ്റ് അബ്ദുൽ ഖാദറിനെ തിരിച്ചിടിച്ചു. പിന്നെ, ഇടിയുടെ പൂരം തന്നെയായിരുന്നു. രണ്ടു പേരെയും കാമറാൻമാർ പിന്തിരിപ്പിക്കും വരെ ഇടിതുടർന്നു.

മലയാള സിനിമയിലെ ആദ്യ സംഘട്ടനം ചിത്രീകരിക്കപ്പെടുകയായിരുന്നു 1952ലെ ആ ദിവസം. അന്ന് നായകനായി എത്തിയ അബ്ദുൽ ഖാദർ പ്രേംനസീറെന്ന പേരിൽ പ്രസിദ്ധനായി; വില്ലനായ ജോൺ, ശശികുമാർ എന്ന പേരിലും. ജീവിതത്തിൽ പക്ഷേ, വില്ലനും നായകനുമായിരുന്നില്ല രണ്ടു പേരും, ആത്മസുഹൃത്തുക്കളായി അവർ. ഒരാൾ നായകനായപ്പോൾ മറ്റെയാൾ സംവിധായകനായി. നസീർ മലയാള സിനിമയിലെ നിത്യഹരിത നായകൻ. എക്കാലത്തെയും ഹിറ്റ് മേക്കറായി ശശികുമാർ.

വേറെയും ചില പ്രത്യേകതകൾ ഈ കൂട്ടുകാർക്കായി ചരിത്രം കാത്തുവെച്ചിരുന്നു. ഏറ്റവും കൂടുതൽ സിനിമകളിൽ നായകവേഷമിട്ട നടൻ പ്രേംനസീർ, ഏറ്റവുമധികം സിനിമകൾ സംവിധാനം ചെയ്ത സംവിധായകൻ ശശികുമാർ. ഒരു നായകനെ വെച്ച് കൂടുതൽ സിനിമകൾ സംവിധാനംചെയ്ത ചലച്ചിത്രകാരനും ശശികുമാർ തന്നെ. 140ഓളം സിനിമകൾ ശശികുമാർ സംവിധാനം ചെയ്തു. അതിൽ 81 സിനിമകളിലും നായകൻ പ്രേംനസീറായിരുന്നു. ആത്മസൗഹൃദത്തിന്റെ തെളിച്ചമുള്ളതായി ആ സിനിമകൾ. പ്രേംനസീർ എന്ന വിജയനായകനെ വാർത്തെടുത്തതിലും ശശികുമാറിന് വലിയ പങ്കുണ്ടായിരുന്നു. ഒരു വർഷം 13 സിനിമകൾ സംവിധാനം ചെയ്ത ചരിത്രവും ശശികുമാറിനുണ്ട്. നിരവധി പേരെ സിനിമാലോകത്തിന് പരിചയപ്പെടുത്തുകയും ചെയ്തിട്ടുണ്ട് ശശികുമാർ.

മലയാള സിനിമാചരിത്രത്തിലെ വിസ്മയമായ ശശികുമാറിന്റെ തിരയും ജീവിതവും.

കലയിലേക്ക് വഴികാട്ടിയ സഹോദരി

ആലപ്പുഴയിലെ പൂന്തോപ്പ് എന്ന ഗ്രാമത്തിൽ 1927 ഒക്ടോബർ 14നാണ് ഞാൻ ജനിച്ചത്. അപ്പൻ എൻ എൽ വർക്കി. അമ്മ മറിയം. എട്ടു മക്കളിൽ മൂന്നാമനായിരുന്നു ഞാൻ. ആലപ്പുഴ പട്ടണത്തിലെ ചെറിയൊരു മില്ലുടമയായിരുന്നു അപ്പൻ.

പൂന്തോപ്പിൽ നിന്ന് എല്ലാ ദിവസവും അപ്പൻ പട്ടണത്തിൽ പോകും. വൈകുന്നേരം മില്ലിലെ ജോലിയെല്ലാം തീർത്ത് തിരിച്ചുവരും. ഇതിനേക്കാൾ നല്ലത് ആലപ്പുഴയിലേക്ക് താമസം മാറുന്നതാണെന്ന് അപ്പൻ വിചാരിച്ചു. ഞങ്ങൾ ആലപ്പുഴയിലേക്ക് താമസം മാറ്റി. എനിക്കപ്പോൾ അഞ്ചു വയസ്സ് തികയുന്നേയുണ്ടായിരുന്നുള്ളു. അടുത്ത വർഷം ആലപ്പുഴ ലിയോ തേർട്ടീൻത് സ്കൂളിൽ എന്റെ വിദ്യാർഥിജീവിതം തുടങ്ങി. ലിയോ തേർട്ടീൻത് ആയിരുന്നു ഞങ്ങളെ സംബന്ധിച്ച് സാമുദായികമായി മികച്ച സ്കൂൾ. ക്രിസ്ത്യൻ വിദ്യാർഥികൾക്ക് വേദോപദേശ ക്ലാസുകൾ കൂടി നൽകണമെന്നത് അക്കാലത്ത് നിർബന്ധമായിരുന്നു. അല്പം ദൂരക്കൂടുതലുണ്ടെങ്കിലും ലിയോ തേർട്ടീൻതിൽ വേദപഠനമുണ്ടായിരുന്നു.

ജെസ്യൂട്ട് മാനേജ്മെന്റ് സ്കൂളായിരുന്നു അത്. നല്ല നിലവാരമുള്ള വിദ്യാലയം. അവിടെ ഫിഫ്ത് വരെ പഠിച്ചു.

ഞങ്ങളുടെ കുടുംബത്തിൽ ഒരാൾക്കുപോലും കലാപരമായ അഭിരുചി ഉണ്ടായിരുന്നില്ല. അപ്പൻ വ്യവസായി, അമ്മ തനി വീട്ടമ്മ. പഠിക്കുക, മുമ്പോട്ട് പോകുക എന്നതായിരുന്നു കുടുംബാന്തരീക്ഷം. എന്റെ മൂത്ത സഹോദരി അന്നമ്മ പഠിക്കാൻ മിടുക്കിയായിരുന്നു. നല്ല സാഹിത്യവാസന ഉണ്ടായിരുന്ന അവർ ബി എസ് സി, ബി ടി എ പാസ്സായി അധ്യാപികയായി. ആലപ്പുഴ സെന്റ് ജോസഫ് സ്കൂളിലാണ് അവർ പഠിപ്പിച്ചിരുന്നത്. ചെറുപ്പം മുതലേ കവിതയിൽ താത്പര്യമുണ്ടായിരുന്നു അവർക്ക്. എപ്പോഴും കവിതചൊല്ലിക്കൊണ്ടേയിരിക്കും.

വീട്ടിൽ വൈദ്യുതിയുണ്ടായിരുന്നില്ല. ഒരു നിലവിളക്കിന് ചുറ്റുമിരുന്നായിരുന്നു ഞങ്ങളുടെ പഠനം. അടുത്തിരുന്ന് പഠിക്കുകയാണെങ്കിലും എന്റെ ശ്രദ്ധ മുഴുവൻ ഈ കവിതാപാരായണത്തിലായിരിക്കും. അങ്ങനെ സഹോദരിക്ക് പഠിക്കാനുള്ള കവിതകളൊക്കെ എനിക്കു കാണാപ്പാഠമായി. ഇടയ്ക്ക് ഞാനത് ചൊല്ലിക്കേൾപ്പിക്കും. അവർ പ്രോത്സാഹിപ്പിക്കും. സാഹിത്യത്തോടും കലയോടും താത്പര്യമുണ്ടാക്കിയത് കവിതയാണ്.

നാടകത്തിലൂടെ കലാരംഗത്തേക്ക്

ലിയോ സ്കൂളിലെ തലവന്മാരായ വൈദികരെല്ലാം വിദേശികളായിരുന്നു. ഇറ്റലി, ഫ്രാൻസ്, ഇംഗ്ലണ്ട് തുടങ്ങിയ രാജ്യങ്ങളിൽ നിന്നു വന്നവരായിരുന്നു അവർ. നമ്മുടെ ഭാഷ വലിയ വശമില്ലെങ്കിലും കഷ്ടിച്ച് അതെല്ലാം കൈകാര്യംചെയ്തിരുന്നു അവർ. സമർത്ഥരായ അധ്യാപകരായിരുന്നു അവർ. കൂട്ടത്തിലുള്ള ഒരു വൈദികനെ എനിക്ക് വളരെ ഇഷ്ടമായിരുന്നു. ജർമ്മൻകാരനായിരുന്ന അദ്ദേഹമായിരുന്നു ഞങ്ങളുടെ ഹെഡ്മാസ്റ്റർ.

അച്ചന്മാരുടെ മുറിയിലേക്ക് പോകുന്ന വഴിയിൽ ഒരു വരാന്തയുണ്ട്, അതിന്റെ ഇടതുവശത്ത് ഒരു മതിലും. അതിൽ ഒരു ചിത്രം തൂക്കിയിരുന്നു- ഒരു വൈദികനെ സൈനികൻ വെടിവെച്ചു കൊല്ലുന്നു! ആ വഴി പോകുമ്പോഴെല്ലാം ചിത്രം എന്റെ കണ്ണുകളിൽ ഉടക്കും. ചിത്രത്തിനു പിന്നിലെ കഥയറിയാനുള്ള ജിജ്ഞാസ എന്നിൽ വളർന്നു. ഒരിക്കൽ ഞാനത് വൈദികനോട് ചോദിച്ചു. അദ്ദേഹം എന്നെ തന്റെ മുറിയിലേക്ക് കൊണ്ടുപോയി. ആ കഥ പറഞ്ഞുതന്നു.

അദ്ദേഹത്തിന്റെ കൂടെ ഫാദർ മൈക്കിൾ പ്രോ എന്നൊരു വൈദികൻ പഠിച്ചിരുന്നു. അന്നത്തെ സർക്കാരിനെതിരായി പ്രവർത്തിച്ചതിന്റെ പേരിൽ അദ്ദേഹത്തെ സർക്കാർ വെടിവെച്ചു കൊന്നു. ദൈവവഴിയിൽ സഞ്ചരിച്ച ഫാദർ പ്രോയെ രക്തസാക്ഷിയായി തിരുസഭ അംഗീകരിച്ചു. ഫാദർ പ്രോയുടെ ഓർമയ്ക്കായി വരച്ചതായിരുന്നു ആ ചിത്രം. ഈ

അനുഭവകഥ എന്റെ മനസ്സിൽ ആഴത്തിലുള്ള ഒരു മുറിവുപോലെയായി. രാപ്പകൽ അതെന്നെ അസ്വസ്ഥമാക്കി. കഥയായോ നോവലായോ ഈ സംഭവം എഴുതണമെന്ന ആഗ്രഹം മനസ്സിൽ മൊട്ടിട്ടു. സഹോദരിയോട് അഭിപ്രായം ചോദിച്ചു. അതിനുള്ള സമയമൊന്നും ആയില്ല, നീ പഠനത്തിൽ മാത്രം ശ്രദ്ധിക്ക് എന്നായിരുന്നു അവരുടെ ഉപദേശം. അതോടെ തൽക്കാലം എഴുതേണ്ടെന്ന് തീരുമാനിച്ചു.

ഒമ്പതാം ക്ലാസിൽ എത്തിയപ്പോഴും ഫാദർ പ്രോ എന്നെ വിട്ടുപോയില്ല. അതെന്നെ പിന്തുടരുക തന്നെയായിരുന്നു. ഒടുവിൽ വരുന്നതുവരട്ടെ എന്നു കരുതി അദ്ദേഹത്തിന്റെ ജീവിതം ഒരു നാടകമാക്കി എഴുതി. 'ജീവാർപ്പണം' എന്ന് പേരിട്ടു. അടുത്ത വർഷം ഞാൻ ലിയോ തേർട്ടീൻത് സ്കൂൾ വിട്ട് മാന്നാനത്ത് കാർമ്മലീത്ത വൈദികർ നടത്തുന്ന സെന്റ് എഫ്രേംസ് സ്കൂളിൽ ചേർന്നു. എന്റെ ഇളയ സഹോദരിയുടെ ഭർത്താവിന്റെ ശിപാർശയിലാണ് അവിടെ പ്രവേശനം കിട്ടിയത്. ഈ വിദ്യാലയമാറ്റം എന്റെ ജീവിതത്തിൽ വഴിത്തിരിവായി. കർമ്മലീത്തയിലും വൈദികർ തന്നെയായിരുന്നു അധ്യാപകർ. അതിൽ രണ്ടുപേർ കലയോട് താത്പര്യമുള്ളവരും വിദ്യാർത്ഥികളുടെ അഭിരുചികളെ പ്രോത്സാഹിപ്പിക്കുന്നവരുമായിരുന്നു. ഒരു ദിവസം മടിച്ചു മടിച്ച് ഞങ്ങളുടെ ക്ലാസിന്റെ ചുമതലയുള്ള വൈദികനെ ഞാൻ നാടകം കാണിച്ചു. അദ്ദേഹം അത് വായിച്ചു. മറ്റു വൈദികരോടും എന്റെ നാടകത്തെക്കുറിച്ച് അദ്ദേഹം അഭിമാനത്തോടെ സംസാരിച്ചു. അവരുടെ ഇടയിൽ ഞാനെഴുതിയ നാടകം സംസാരവിഷയമായി. സ്കൂളിലെ മലയാളം മുൻഷി നാടകം അവതരിപ്പിക്കാൻ മുന്നോട്ടുവന്നു. അദ്ദേഹത്തിന്റെ സംവിധാനത്തിൽ നാടകം കളിച്ചു. അതൊരു നല്ല വാർത്തയായി. സ്കൂളിനു പുറത്തും ആളുകൾ നാടകത്തെപ്പറ്റി സംസാരിച്ചു. എല്ലാവരിൽ നിന്നും വലിയ പ്രോത്സാഹനം ലഭിച്ചു. നാടകം അച്ചടിച്ച് പുസ്തകമാക്കാൻ വൈദികർ തീരുമാനിച്ചു. മാന്നാനത്ത് അവർക്കൊരു പ്രസ്സുണ്ടായിരുന്നു. നസ്രാണി ദീപിക ഇറങ്ങിയിരുന്നത് ആ പ്രസ്സിൽ നിന്നായിരുന്നു. അവിടെ നിന്ന് അച്ചടിക്കാൻ പ്രയാസമുണ്ടായില്ല. പ്രസ്സിന്റെ ചുമതല വഹിക്കുന്ന വൈദികൻ പ്രൂഫ് വായിക്കേണ്ടതും ഫൈനൽ പ്രിന്റിനുള്ള മാറ്റർ ഒരുക്കേണ്ടതും എങ്ങനെയെല്ലാമെന്ന് മനസ്സിലാക്കിത്തന്നിരുന്നു. അക്കാലത്ത് ഒരു വിദ്യാർഥിക്ക് ലഭിക്കുന്ന അപൂർവ ഭാഗ്യമായിരുന്നു ഇതെല്ലാം. എന്റെ ജീവിതത്തിൽ പുതിയൊരു ജാലകം തുറന്നുതന്നു അത്. പുസ്തകം പുറത്തു വന്നപ്പോൾ അതുമായി ഞാൻ അപ്പന്റെ അടുക്കലെത്തി. അത് അദ്ദേഹത്തിന്റെ കൈയിൽ കൊടുത്തു. അപ്പൻ എന്നെ കെട്ടിപ്പിടിച്ചു. ആ കണ്ണുകളിൽ നിന്ന് ആനന്ദത്തിന്റെയും അഭിമാനത്തിന്റെയും തിളക്കമുള്ള നീർത്തുള്ളികൾ എന്റെ മൂർദ്ധാവിലേക്ക് വീണു. ആ ആശ്ലേഷവും അനുഗ്രഹവുമായിരിക്കണം പിൽക്കാലത്ത് എന്റെ വെളിച്ചമായത്. കലയും പഠനവുമായി സെന്റ് എഫ്രേംസിലെ സ്കൂൾ ജീവിതം കടന്നുപോയി.

തേവര സേക്രഡ് ഹാർട്ടിൽ

വലിയ ആത്മവിശ്വാസത്തോടെയാണ് തേവര സേക്രഡ് ഹാർട്ട് കോളെജിന്റെ കവാടം ഞാൻ കടന്നത്. അവിടെ ഇന്റർമീഡിയറ്റ് വിദ്യാർഥിയായി ഞാൻ. പി ടി ദേവസ്യ എന്ന പ്രശസ്തനായ മലയാളം പണ്ഡിതൻ അവിടെ അധ്യാപകനായിരുന്നു. എന്റെ സാഹിത്യാഭിരുചി തൊട്ടറിഞ്ഞ അദ്ദേഹം ഷേക്സ്പിയർ നാടകങ്ങളുടെ ഒരു സമാഹാരം എനിക്ക് തന്ന് അവ വിവർത്തനം ചെയ്യാനാവശ്യപ്പെട്ടു. ആ നാടകങ്ങൾ കോളെജിലും പുറത്തും ഞങ്ങൾ അവതരിപ്പിച്ചു. നാടകമെഴുത്തും സംവിധാന രീതിയുമെല്ലാം ഞാൻ മനസ്സിലാക്കുന്നത് ഇക്കാലത്താണ്.

ഞാൻ ഇന്റർമീഡിയറ്റ് പാസ്സായ അതേ വർഷമാണ് ആലപ്പുഴയിൽ എസ് ഡി കോളെജ് തുടങ്ങിയത്. അവിടെ ബി എ ധനതത്ത്വശാസ്ത്രത്തിനു ചേർന്നു. അവിടെയും സാഹിത്യത്തിൽ താത്പര്യമുള്ള അധ്യാപകരെയും കൂട്ടുകാരെയും എനിക്ക് ലഭിച്ചു. അമേച്വർ നാടകങ്ങളിൽ അഭിനയിച്ച് ശ്രദ്ധിക്കപ്പെട്ടൊരു ചെറുപ്പക്കാരൻ കലാരംഗത്ത് ഉണ്ടെന്നും അയാൾ പഠിക്കുന്നത് എസ് ഡി കോളജിലാണെന്നും എല്ലാവരും അറിഞ്ഞുതുടങ്ങി.

കോളെജിൽ യൂണിവേഴ്സിറ്റി ഫുട്ബാൾ ടീമിലെ അംഗമായിരുന്നു ഞാൻ. കായികരംഗത്ത് തിളങ്ങുന്നവർക്ക് പൊലീസിൽ ചേരാമായിരുന്നു. എനിക്കും പൊലീസിലേക്ക് അവസരം വന്നു. എന്നാൽ വീട്ടിൽ നിന്ന് അനുമതി തന്നില്ല. (പിൽക്കാലത്ത് സംവിധായകനായി പലയിടത്തും ഷൂട്ടിംഗ് സംഘവുമായി സഞ്ചരിക്കാൻ ഇടവന്നു. അപ്പോൾ അന്നത്തെ പല സുഹൃത്തുക്കളെയും ഇൻസ്പെക്ടർമാരായും ഉയർന്ന പൊലീസ് ഉദ്യോഗസ്ഥരായും കണ്ടുമുട്ടി. പലപ്പോഴും ഷൂട്ടിംഗിന് അവരുടെ സഹായം ലഭിക്കുകയും ചെയ്തു.)

നാടകമെഴുത്തും അഭിനയവുമായി എന്റെ കോളെജ് പഠനം പൂർത്തിയായി. വീട്ടിൽ തിരിച്ചെത്തി ഏറെനാൾ കഴിഞ്ഞിട്ടുണ്ടാവില്ല ഒരു കത്ത് എന്നെത്തേടിയെത്തി. 'അടൂർ പാർഥസാരഥി കലാനിലയ'ത്തിൽ നിന്നായിരുന്നു എഴുത്ത്. അടൂർ പങ്കജത്തിന്റെ നാടക ട്രൂപ്പുണ്ടാക്കിയിരുന്നു പാർഥസാരഥി കലാനിലയം. അവർക്കുവേണ്ടി ജഗതി എൻ കെ ആചാരി എഴുതിയ പുതിയ നാടകത്തിൽ അഭിനയിക്കാനുള്ള ക്ഷണമായിരുന്നു അത്. അതുവരെ പ്രഫഷണൽ നാടകത്തിൽ അഭിനയിച്ചിട്ടില്ലാത്ത ഞാൻ അടൂരിലേക്ക് വണ്ടികയറി. നാടകത്തിലെ വില്ലൻ കഥാപാത്രമായി. ജോസ്പ്രകാശ്, കാലായ്ക്കൽ കുമാരൻ തുടങ്ങി പിൽക്കാലത്ത് സിനിമയിൽ അറിയപ്പെട്ട കുറെയധികം കലാകാരന്മാരും ഞങ്ങളുടെ ട്രൂപ്പിലുണ്ടായിരുന്നു. എല്ലാവരും കലയ്ക്കായി ജീവിതം സമർപ്പിച്ചവർ. അത് നാടകാവതരണത്തിലും പ്രകടമായി. കേരളത്തിലുടനീളം കളികിട്ടി. ജനങ്ങളിൽ നിന്നും നല്ല സ്വീകരണവും ലഭിച്ചു. പ്രഫഷണൽ നാടകങ്ങളിൽ അഭിനയിച്ചാൽ സ്റ്റേജൊന്നിന് 25 രൂപയാണ്

കിട്ടുക. ഒരു ദിവസം തന്നെ ചിലപ്പോൾ ഒന്നിലധികം കളിയുണ്ടാകും. നാടകത്തിലെ മാത്രം പ്രതിഫലം കൊണ്ട് ജീവിക്കുന്ന നിരവധി ആളുകളുണ്ടായിരുന്നു അക്കാലത്ത്.

സിനിമയിലേക്ക് വഴിതുറന്ന കുഞ്ചാക്കോ

അബ്കാരി കരാറുകാരനായിരുന്ന കുഞ്ചാക്കോ മന്ത്രിയായിരുന്ന ടി വി തോമസിന്റെ പ്രേരണയിൽ ആലപ്പുഴയിൽ ഉദയ എന്ന പേരിൽ സ്റ്റുഡിയോ തുടങ്ങി. 'വെള്ളിനക്ഷത്ര'മായിരുന്നു ഉദയയുടെ ആദ്യത്തെ ചിത്രം. തുടർന്ന് രണ്ട് മലയാള പടങ്ങൾ കൂടി നിർമിച്ചു. ഒന്നും സാമ്പത്തികമായി വിജയിച്ചില്ല. തുടർന്നുള്ള യാത്രയുടെ വേവലാതിയിൽ കഴിയുകയായിരുന്ന കുഞ്ചാക്കോയ്ക്ക് ഒരു സഹചാരിയെ കിട്ടി. കെ വി കോശി. രണ്ടു പേരും ചേർന്ന് കെ എൻ കെ പ്രൊഡക്ഷൻസ് എന്ന നിർമാണ കമ്പനിക്ക് രൂപം നൽകി. കെ എൻ കെ പ്രൊഡക്ഷൻസിന്റെ ആദ്യ ചിത്രമായിരുന്നു 'വിശപ്പിന്റെ വിളി'. അതിൽ അഭിനയിക്കാൻ എനിക്ക് അവസരം കിട്ടി. അപ്പനെ ചാക്കോച്ചന് (കുഞ്ചാക്കോ) പരിചയമുണ്ടായിരുന്നു. നാടകപ്രവർത്തകനായ എന്നെയും അറിയാമായിരുന്നു. ആ പരിചയമാണ് സിനിമയിലേക്ക് വഴി തുറന്നത്.

സ്റ്റുഡിയോയിലേക്ക് വിളിപ്പിച്ച് എന്റെ സ്ക്രീൻടെസ്റ്റ് നടത്തി. മൂന്നോ നാലോ വ്യത്യസ്തമായ രംഗങ്ങൾ പറഞ്ഞുതരും. ശോകത്തിന് പ്രാധാന്യമുള്ളത്, ഹാസ്യത്തിന് പ്രാധാന്യമുള്ളത്... ആ രീതിയിൽ മൂന്നു നാല് പാരഗ്രാഫ് സംഭാഷണങ്ങളും വിവരിച്ചുതരും. അത് കാണാതെ പഠിക്കണം. പിന്നീട് നമ്മുടെ എക്സ്പ്രഷൻസ് എടുക്കും. അതാണ് അക്കാലത്തെ ടെസ്റ്റ്. ആ ടെസ്റ്റിൽ വിജയിക്കാൻ എന്നെ നാടകപരിചയം തുണച്ചു.

ഇതേ സിനിമയിൽവെച്ചാണ്, ഞാനും എന്റെ പ്രിയങ്കരനായ സുഹൃത്ത് പ്രേംനസീറും തമ്മിലുള്ള ചങ്ങാത്തം ആരംഭിക്കുന്നത്. അന്ന് തുടങ്ങിയ ആ സൗഹൃദം പിൽക്കാലത്ത് ഞങ്ങൾ രണ്ടുപേർക്കും ഗുണം ചെയ്തു. എനിക്ക് നസീറിൽ നിന്ന് ലഭിച്ചിട്ടുള്ള അഭിനന്ദനങ്ങളും പ്രോത്സാഹനങ്ങളും അവിസ്മരണീയമാണ്. ഞാനത് നന്ദിയോടെ ഓർക്കുന്നു.

പ്രേംനസീറിനെ കണ്ടുമുട്ടിയ കഥ

എന്റെയും നസീറിന്റെയും സ്ക്രീൻ ടെസ്റ്റ് ഒരേ ദിവസമായിരുന്നു. വലിയൊരു സ്ഥലം അക്വയർ ചെയ്ത് ഉണ്ടാക്കിയതാണ് ഉദയാ സ്റ്റുഡിയോ. അതിനകത്ത് ഓല കൊണ്ട് നിർമിച്ച കൊച്ചു കൊച്ചു കുടിലുകൾ. ഈ കുടിലുകളിലാണ് അഭിനേതാക്കളും സാങ്കേതികവിദഗ്ധരും താമസിച്ചിരുന്നത്. എല്ലാവർക്കുമായി ഒരു ഭക്ഷണശാലയുമുണ്ട്. എന്നെ അഭിനയിക്കാൻ തെരഞ്ഞെടുത്ത ശേഷം ചാക്കോച്ചൻ ചോദിച്ചു:

"ജോൺ നായകനെ പരിചയപ്പെട്ടോ? അയാൾ ആ മുറിയിലുണ്ട്." താൽക്കാലികമായി ഉണ്ടാക്കിയ ഒരു ചെറിയ ഓല ഷെഡ്. അതിലായിരുന്നു നസീർ. ഞങ്ങൾ ടെസ്റ്റ് സമയത്ത് നേരത്തേ കണ്ടതാണ്. ഞാൻ അദ്ദേഹത്തിന്റെ മുറിയിലേക്ക് ചെന്നു. ഒരു ഉൾവിളിയെന്നോണം ഞങ്ങൾ കെട്ടിപ്പിടിച്ചു.

മലയാളം, തമിഴ്, തെലുങ്ക്, കന്നട ഭാഷകളിലെല്ലാം 'വിശപ്പിന്റെ വിളി' ചിത്രീകരിച്ചു. എല്ലാം ചേർത്ത് 3,250 രൂപ പ്രതിഫലം എനിക്ക് കിട്ടി. മലയാളത്തിൽ സ്റ്റണ്ട് പരിചയപ്പെടുത്തിയത്, ഈ ചിത്രത്തിലൂടെയാണ്. അന്ന് ഹിന്ദി ചിത്രങ്ങളിൽ, പ്രത്യേകിച്ച് ആക്ഷൻ ചിത്രങ്ങളിൽ ഫൈറ്റ് ഉണ്ട്. വ്യവസായ മനഃസ്ഥിതിയുള്ള ആളായിരുന്നു കോശി സാർ. വ്യവസായം ആദായകരമായിരിക്കണം, അത് ജനങ്ങൾ ഇഷ്ടപ്പെടുന്നതായിരിക്കണം എന്ന ധാരണയുള്ള വ്യക്തി. ചിത്രത്തിന്റെ ക്ലൈമാക്സിൽ നല്ലൊരു സംഘട്ടനം വേണമെന്നു കോശി സാർ പറഞ്ഞു. അന്നത്തെ കാലത്ത് ഫൈറ്റ് ഷൂട്ട് ചെയ്യാൻ പ്രത്യേക കാമറ വേണം. സ്പീഡ് വേരിയേഷൻ ഉള്ള കാമറ. ഇടി ഒറിജിനലായാൽ അഭിനേതാക്കൾക്ക് പരുക്ക് പറ്റും. അങ്ങനെയുള്ള കാമറ ഉണ്ടായിരുന്നില്ല. സ്റ്റണ്ട് എങ്ങനെയാണ്, എന്താണ് എന്ന് പറഞ്ഞുതരാനും ആളില്ലായിരുന്നു.

ചാക്കോച്ചൻ സാറ് പറഞ്ഞു: "ഏതായാലും ഫൈറ്റ് എടുക്കണമെന്ന് നമ്മൾ തീരുമാനിച്ചു. അബ്ദുൽ ഖാദർ കാലത്ത് വ്യായാമം ചെയ്ത് നല്ല ശരീരവുമായി നിൽക്കുകയാണ്. അവൻ ഇടിച്ചാൽ വിടരുത്. തിരിച്ച് ഇടിച്ചോളണം." കാലത്ത് ഒമ്പത് മണിക്ക് 'ലൈറ്റ് അപ്പ്' ചെയ്തു. വില്ലൻ നായികയെ കട്ടിലിലേക്ക് എറിയുമ്പോഴേക്കും നായകനെത്തി. സംഘട്ടനം തുടങ്ങി. ഡയലോഗ് കഴിഞ്ഞപ്പോഴേക്കും കാമറാമാൻ 'ആക്ഷൻ' പറഞ്ഞു. നസീർ എന്റെ മൂക്കിനൊരു ഇടി ഇടിച്ചു. മൂക്കിൽ നിന്ന് ചോര വന്നു. പിന്നീടാണ് മനസ്സിലാക്കുന്നത് ശരീരം നോവാത്തവിധത്തിൽ ചെയ്യലാണ് സ്റ്റണ്ട് എന്ന്. രണ്ടു രാപ്പകലുകൾ ഷൂട്ടുചെയ്താണ് സ്റ്റണ്ട് രംഗം പൂർത്തിയാക്കിയത്. സത്യംപറഞ്ഞാൽ ആ പടത്തിന്റെ വിജയത്തിന് താങ്ങായി ഈ സ്റ്റണ്ട് രംഗം മാറി. പിൽക്കാലത്ത്, ഒരു പടത്തിന്റെ വിജയത്തിന് സ്റ്റണ്ട് സഹായിക്കുമെന്ന് ഈ അനുഭവത്തിലൂടെ അറിഞ്ഞതുകൊണ്ടായിരിക്കാം എന്റെ എല്ലാ പടങ്ങളിലും സ്റ്റണ്ട് ഉണ്ടായിരുന്നു.

സിനിമയ്ക്കായി എന്റെയും നസീറിന്റെയും പേരുമാറ്റിയതും ഒരു ദിവസമാണ്. ഹിന്ദി പടങ്ങളുടെ ഘോഷയാത്രയായിരുന്നല്ലോ അക്കാലം. സിനിമയിലെ നായകന്റെയും നായികയുടെയും പേര് ആളുകൾ താത്പര്യത്തോടെ സ്വീകരിച്ചിരുന്ന കാലം. 'വിശപ്പിന്റെ വിളി'യുടെ ചിത്രീകരണം നടക്കുന്ന ഒരു ദിവസം. ഏതാനും രംഗങ്ങൾ ചിത്രീകരിച്ച ശേഷം ഞങ്ങളെല്ലാവരും ഇരിക്കുകയാണ്. തിക്കുറിശ്ശി, ചാക്കോച്ചൻ, ഞാൻ, നസീർ.. എല്ലാവരും വിശ്രമിക്കുകയാണ്. അന്നേരം തിക്കുറിശ്ശിയോട് ചാക്കോച്ചൻ പറഞ്ഞു: "നമുക്ക് ഇവരുടെ പേരൊന്നു മാറ്റി

മാമോദിസ മുക്കിയെടുത്താലോ? ഇപ്പോഴത്തെ പേരൊന്നും സിനിമ യ്ക്ക് ചേരില്ല. പുതിയൊരു പേരാകട്ടെ ഇവർ രണ്ടു പേർക്കും." തിക്കുറിശ്ശി പേരിടുന്നതിൽ കേമനാണ്. അദ്ദേഹം അബ്ദുൽ ഖാദറിനെ പ്രേംനസീ റാക്കി. ജോൺ എന്ന എന്നെ ശശികുമാറും.

അഗസ്റ്റിൻ ജോസഫിന്റെ അച്ഛൻ, വിമൽകുമാറിന്റെ സഹായി

'വിശപ്പിന്റെ വിളി'യുടെ ചിത്രീകരണവും റിലീസും കഴിഞ്ഞു. ഉദയ യ്ക്ക് ഒരു രീതിയുണ്ട്. ഒരു സിനിമ കഴിഞ്ഞാൽ അതിന്റെ വിജയത്തിനു വേണ്ടിയുള്ള പരിശ്രമങ്ങളിലായിരിക്കും അവർ. എല്ലാം കഴിഞ്ഞ് അടു ത്തൊരു കഥയുണ്ടായി വരാൻ വൈകും. അത്രയുംനാൾ വെറുതെ നിൽക്കേണ്ട കാര്യമില്ല എന്ന് ഞാൻ തീരുമാനിച്ചു. കാഞ്ഞിരപ്പള്ളിയിൽ പുതിയൊരു നിർമാണ കമ്പനി രൂപീകരിച്ച വിവരം ആരോ പറഞ്ഞു- ഭദ്രാ പ്രൊഡക്ഷൻസ്. അവർ ആദ്യ ചിത്രം അനൗൺസ് ചെയ്തിരി ക്കുന്നു- 'വേലക്കാരൻ'. 'വിശപ്പിന്റെ വിളി'യുടെ ഛായാഗ്രാഹകനായി രുന്ന ഇ ആർ കൂപ്പറാണ് സംവിധായകൻ. കാമറയും അദ്ദേഹം തന്നെ യാണ്. കഥയും സംഭാഷണവും മുതുകുളം രാഘവൻപിള്ള. യേശു ദാസിന്റെ അച്ഛനായ അഗസ്റ്റിൻ ജോസഫാണ് നായകൻ. മെരിലാന്റ് സ്റ്റുഡിയോയിൽ വെച്ചാണ് ചിത്രീകരിക്കുന്നത്. ഞാൻ തിരുവനന്തപുര ത്തേക്കു വണ്ടി കയറി.

ഷൂട്ടിംഗിനിടെ ഒരു ദിവസം, അഭിനയിക്കാമെന്നേറ്റ ഒരു നടൻ എത്തി യില്ല. ഒരു നാടകക്കാരനായിരുന്നു അയാൾ. പകരം ആളെ കിട്ടിയില്ലെങ്കിൽ അന്നത്തെ ചിത്രീകരണം മുടങ്ങും. ഞാനന്ന് പുതുതായി വന്ന നടനാ ണല്ലോ. മുത്തയ്യ സാർ എന്നെ വിളിച്ചു പറഞ്ഞു- "ശശികുമാറെ, ഇതൊരു അവസരമാണ്, പോയി അഭിനയിക്ക്." എന്താണ് കഥയെന്നോ കഥാപാത്ര മെന്നോ അറിയുമായിരുന്നില്ല. ഞാൻ സെറ്റിലെത്തി. ചെന്നപാടെ മേക്കപ് മാൻ ഒരു കാരണവരുടെ കുടുമ എന്റെ തലയിൽ കെട്ടിവെച്ചു. തിക്കു റിശ്ശി, എസ് പി പിള്ള ഇവരെല്ലാമാണ് കൂടെ അഭിനയിക്കുന്നത്. കുറച്ചു കഴിഞ്ഞപ്പോഴാണ് എന്റെ വേഷം എന്താണെന്ന് മനസ്സിലായത്. ഹീറോ യായ അഗസ്റ്റിൻ ജോസഫിന്റെ അച്ഛന്റെ വേഷമായിരുന്നു എനിക്ക്.

'വേലക്കാരൻ' കഴിഞ്ഞ് 'തിരമാല'യിൽ അഭിനയിച്ചു. 'തിരമാല' യുടെ ഷൂട്ടിംഗ് നടക്കുമ്പോഴാണ് ഭാസ്കരൻ മാസ്റ്റർ, സത്യൻ തുടങ്ങി യവരെ കാണുന്നതും പരിചയപ്പെടുന്നതും. ഇതേ സെറ്റിൽവെച്ചാണ് സംഗീതസംവിധായകനായ വിമൽകുമാറിനെ അറിയുന്നത്. അദ്ദേഹ ത്തിന്റെ സഹായിയായിരുന്നു അപ്പോൾ ബാബുരാജ്. ബാബുരാജിന്റെ സിനിമാസംഗീതജീവിതത്തിന്റെ തുടക്കം.

അരൂക്കുറ്റിക്കടുത്തുള്ള ഒരു ദേശത്താണ് വിമൽകുമാർ ജനിച്ചതും വിദ്യാഭ്യാസം നേടിയതും. സംഗീതം തലയ്ക്കു പിടിച്ചപ്പോൾ

ബോംബെയിലേക്ക് വണ്ടികയറി. പലയിടത്തും അലഞ്ഞു. കഷ്ടപ്പെട്ടു. സംഗീതം സ്വായത്തമാക്കി. സംഗീതസംവിധായകനായി. നാട്ടിൽ തിരിച്ചെത്തി. അപ്പോഴാണ് 'തിരമാല' സിനിമയെടുക്കുന്ന വിവരം അറിയുന്നത്. നിർമാതാവായ പി ആർ എസ് പിള്ളയെ പോയിക്കണ്ടു. വിമൽകുമാറിനെ സഹകരിപ്പിക്കുന്നതിൽ അദ്ദേഹത്തിനും സന്തോഷമായിരുന്നു. പിള്ള തന്നെയാണ് പടം സംവിധാനം ചെയ്യുന്നത്. സിനിമയെക്കുറിച്ചാണെങ്കിൽ അദ്ദേഹത്തിന് വലിയ പിടിത്തവുമില്ലായിരുന്നു. ബോംബെയിലെ അലച്ചിലിനിടിൽ സംവിധാനത്തെ കുറിച്ച് കുറെ കാര്യങ്ങൾ വിമൽകുമാർ കണ്ടു മനസ്സിലാക്കിയിട്ടുണ്ട്. അദ്ദേഹത്തെ കൂടി സംവിധായകനാക്കിയാൽ കാര്യങ്ങൾ എളുപ്പമാകുമെന്ന് പിള്ള കണക്കുകൂട്ടി. വിമൽകുമാറിന്റെ സഹായികളായി ഞാനും രാമു കാര്യാട്ടും. പി ഭാസ്കരൻ രചിച്ച പതിമ്മൂന്ന് ഗാനങ്ങളുണ്ടായിരുന്നു 'തിരമാല'യിൽ. ശാന്താ പി നായർ, ലക്ഷ്മി ശങ്കർ, മാലതി, കോഴിക്കോട് അബ്ദുൽ ഖാദർ എന്നിവരായിരുന്നു ഗായകർ. ബാബുരാജിന്റെ സംഗീതാവഗാഹവും ഈ സിനിമയിൽ ഉപയോഗിച്ചിട്ടുണ്ട് വിമൽകുമാർ.

എന്നാൽ ശ്രദ്ധിക്കപ്പെടാതെ പോയ കലാജീവിതമായി വിമൽകുമാറിന്റേത്. കാര്യമായ അവസരങ്ങളൊന്നും അദ്ദേഹത്തെ തേടിയെത്തിയില്ല. അഞ്ച് വർഷങ്ങൾക്കു ശേഷം അദ്ദേഹം ഉദയായെ സമീപിച്ചു. കുഞ്ചാക്കോ വിമലിനെ സഹസംവിധായകനാക്കി. 'ഉമ്മ', 'സീത' തുടങ്ങിയ ചിത്രങ്ങൾ യഥാർഥത്തിൽ വിമൽകുമാറാണ് സംവിധാനം ചെയ്തത്. കിട്ടുന്ന അവസരങ്ങൾ പ്രയോജനപ്പെടാതെ പോകുന്ന ദൗർഭാഗ്യവാന്മാർ ഒരുപാടുണ്ട് സിനിമയിൽ. അങ്ങനെ ഒരാളായിരുന്നു വിമൽകുമാർ. സംവിധാനത്തിന്റെ ബാലപാഠങ്ങൾ എനിക്ക് പഠിപ്പിച്ചുതന്നത് അദ്ദേഹമാണ്.

'തിരമാല'യ്ക്ക് ശേഷം 'ആശാദീപ'ത്തിലും ഞാൻ വേഷമിട്ടു. അഭിനയം മാത്രമല്ല, ജെമിനി ഗണേശന് വേണ്ടി ഡബ്ബിംഗും നിർവഹിച്ചു. അസോസിയേറ്റ്സ് പിക്ചേഴ്സിന്റെ ടി ഇ വാസുദേവനായിരുന്നു നിർമാതാവ്. ജി ആർ റാവു സംവിധായകൻ. സത്യന്റെ ശുപാർശയിലാണ് ആ സിനിമയിലേക്ക് ഞാൻ എത്തുന്നത്. എന്റെ റോൾ കഴിഞ്ഞപ്പോൾ നാട്ടിലേക്ക് മടങ്ങി. ബി എക്ക് ഒരു വിഷയം കൂടി കിട്ടാനുണ്ടായിരുന്നു. അത് സെപ്തംബറിൽ എഴുതാനുള്ള ഒരുക്കം തുടങ്ങി. ആ സമയത്താണ് സത്യൻ മാഷിന്റെ എഴുത്തുമായി ഒരാൾ വന്നത്– ഈ കത്തുമായി വരുന്ന ആളിന്റെ കൂടെ വരിക, എന്ന് സത്യൻ. അത്രയേ എഴുതിയിരുന്നുള്ളൂ. ഞാൻ പുറപ്പെട്ടു. അവിടെ എത്തിയപ്പോഴാണ് അറിയുന്നത്, ഹീറോയായ ജെമിനി ഗണേശന് ഡബ്ബ് ചെയ്യാൻ ആളെ കിട്ടിയില്ല എന്ന വിവരം. വാസുദേവൻ സാറ് പറഞ്ഞു: "രാവിലെ നമുക്ക് ഒരു ടെസ്റ്റ് എടുക്കാനുണ്ട്." പി ഭാസ്കരൻ മാഷിനായിരുന്നു ഡബ്ബിംഗിന്റെ ചുമതല. അദ്ദേഹം ഈ രംഗത്തേക്ക് കയറിവരുന്ന കാലമാണ്. അക്കാലത്ത് സാങ്കേതികവിദഗ്ധരെല്ലാം തമിഴന്മാരായിരുന്നു. തമിഴരിൽ നിന്നാണ്

മലയാളി സിനിമയുടെ സാങ്കേതികവശങ്ങൾ പഠിക്കാൻ തുടങ്ങുന്നത്. 'വിശപ്പിന്റെ വിളി'ക്ക് ഔട്ട്ഡോറുണ്ടായിരുന്നു. അത് ഡബ്ബ് ചെയ്തു എന്നല്ലാതെ മറ്റൊരു നടനുവേണ്ടി ഡബ്ബ്ചെയ്യുന്നത് ആദ്യമായിട്ടായിരുന്നു. ഭാസ്കരൻ മാഷ് ഡബ്ബ് ചെയ്യേണ്ട രീതിയെല്ലാം വിവരിച്ചുതന്നു. ഒരു വക്കീലിന്റെ വേഷംകൂടി വാസു സാർ എനിക്ക് തന്നു. അന്ന് ഡബ്ബിംഗിനും പാട്ട് റെക്കോഡിംഗിനുമെല്ലാം സൗകര്യമുള്ളത് മദിരാശിയിൽ മാത്രമാണ്. അങ്ങനെ ഒരു ഡബ്ബിംഗ് ആർടിസ്റ്റും അഭിനേതാവുമായി ഞാൻ സിനിമയുടെ നഗരമായ മദിരാശിയിലെത്തി.

ഞാൻ മദിരാശിയിലായപ്പോഴായിരുന്നു അപ്പന്റെ മരണം. വിവരം അറിഞ്ഞ ഉടനെ ഞാൻ നാട്ടിലേക്ക് തിരിച്ചുപോന്നു. അപ്പന്റെ കച്ചവടം ഏറ്റെടുത്തു. പക്ഷേ, കല എന്നെ വിട്ടുപോയില്ല. മില്ലിലെ തിരക്കിനിടയിലും പ്രഫഷണൽ നാടകങ്ങളിലെ അഭിനയം തുടർന്നു. രണ്ട് നാടകങ്ങൾ എഴുതി സംവിധാനം ചെയ്തു. ചങ്ങനാശ്ശേരി പ്രകാശ് തീയേറ്റഴ്സിനുവേണ്ടിയെഴുതിയ '144' ആയിരുന്നു ഒന്ന്. ആയിടയ്ക്ക് ഒരു ഇംഗ്ലീഷ് നാടകം മലയാള ഭാഷാന്തരം നടത്തി സംവിധാനംചെയ്തു. എറണാകുളത്ത് നടന്ന ആൾ ഇന്ത്യ യൂത്ത് ഫെസ്റ്റിവലിൽ ഈ നാടകം അവതരിപ്പിച്ചു. അതിലെ അഭിനയത്തിന് എന്നെ മികച്ച നടനായി തെരഞ്ഞെടുത്തു. ഫെസ്റ്റിവലിൽ മികച്ച ഗായകനായി തെരഞ്ഞെടുക്കപ്പെട്ടത് യേശുദാസായിരുന്നു; നാടകകൃത്തായി സി എൽ ജോസും.

വീണ്ടും സിനിമയിലേക്ക്

1955ൽ 'കിടപ്പാടം' എന്നൊരു സിനിമ കുഞ്ചാക്കോ നിർമിച്ചു. കുഞ്ചാക്കോ തന്നെയാണ് തിരക്കഥയും എഴുതിയത്. മുതുകുളം രാഘവൻപിള്ള സംഭാഷണമെഴുതിയ ചിത്രം സംവിധാനം ചെയ്തത് എം ആർ എസ് മണിയായിരുന്നു. തിക്കുറിശ്ശി, പ്രേംനസീർ, മിസ് കുമാരി, കൊട്ടാരക്കര ശ്രീധരൻനായർ, അടൂർ പങ്കജം, ബോബൻ കുഞ്ചാക്കോ അടക്കം വലിയൊരു താരനിര ഉണ്ടായിരുന്നിട്ടും പടംപൊട്ടി. കുഞ്ചാക്കോയുടെ കിടപ്പാടം വരെ പോകുന്ന അവസ്ഥയിലായി. അതോടെ സിനിയെടുക്കൽ അവസാനിപ്പിച്ച് കുഞ്ചാക്കോ മലബാറിലേക്ക് പോയി. അവിടെ റബ്ബർ തോട്ടങ്ങൾ വാങ്ങി. കച്ചവടത്തിലൂടെ കൈയിൽ പണം വന്നപ്പോൾ സിനിമാ മോഹം വീണ്ടും ചാക്കോച്ചനിൽ തളിർത്തു. അദ്ദേഹം ആലപ്പുഴയിൽ തിരിച്ചെത്തി. പുതിയൊരു സിനിമയുടെ ആലോചന തുടങ്ങി. എന്നെയും വിളിപ്പിച്ചു. മില്ലിലേക്ക് ആളെ വിടുകയായിരുന്നു ചാക്കോച്ചൻ.

'ഉമ്മ'യുടെ ജോലികൾക്കാണ് എന്നെ വിളിപ്പിച്ചത്. മൊയ്തു പടിയത്തിന്റെ കഥയ്ക്ക് വിമൽ തിരക്കഥയും ശാരംഗപാണി സംഭാഷണവുമെഴുതുന്നു. പി ഭാസ്കരൻ- ബാബുരാജ് ടീമിന്റെ പാട്ടുകൾ കൂടിയായപ്പോൾ പടം വൻവിജയമായി. എല്ലാ തീയേറ്ററുകളിലും നൂറ് ദിവസം തികച്ച സിനിമയായിരുന്നു 'ഉമ്മ'. രണ്ടാം വരവ് മോശമായില്ല കുഞ്ചാക്കോയ്ക്ക്. ഏറെ കഴിയാതെ മറ്റൊരു സിനിമ തുടങ്ങി- 'സീത'.

പുരാണ കഥയായിരുന്നു അത്. നാടകവുമായി എനിക്കുള്ള ബന്ധം അറിയുമായിരുന്ന കുഞ്ചാക്കോ സംഭാഷണമെഴുതാൻ എന്നെയാണ് ചുമതലപ്പെടുത്തിയത്. ഉദയായുടെ ആദ്യ പുരാണ ചിത്രംകൂടിയായി രുന്നു 'സീത'. 'സീത'യും നൂറ് ദിവസം ഓടി. കുഞ്ചാക്കോയുടെ കട ങ്ങളെല്ലാം വീട്ടി.

'ഉമ്മ'യും 'സീത'യും വിജയിച്ചപ്പോൾ ആദായനികുതിവിഭാഗം കുഞ്ചാക്കോയ്ക്ക് തലവേദനയുണ്ടാക്കാൻ തുടങ്ങി. അതിൽ നിന്ന് രക്ഷപ്പെടണമല്ലോ. പരാജയപ്പെടുന്ന ഒരു സിനിമയെടുക്കുക. അതാണ് പോംവഴിയായി കണ്ടത്. അങ്ങനെ നിർമിച്ചതാണ് ബഹദൂർ നായകനായ 'നീലിസാലി'. കുഞ്ഞാലി എന്ന നടൻ ബഹദൂറാകുന്നത് ഈ സിനിമ യിലൂടെയാണ്.

എന്റെ സിനിമാപ്രവർത്തനങ്ങളെല്ലാം നസീർ മനസ്സിലാക്കുന്നുണ്ടാ യിരുന്നു. 'ഉമ്മ'യുടെയും 'സീത'യുടെയും വിജയത്തിൽ ലയിച്ച എന്നോട് നസീർ പറഞ്ഞു: "അസ്സേ, ഈ കാമറയുടെ മുന്നിൽ നിന്നിട്ട് ആവശ്യ മില്ലാത്ത വേഷമൊന്നും കെട്ടിനടക്കേണ്ട ആളല്ല നിങ്ങൾ. നിങ്ങളുടെ സ്ഥാനം കാമറയുടെ പിറകിലാണ്. എഴുതുക. കാമറയുടെ മുമ്പിൽ നിൽക്കുന്ന കഥാപാത്രങ്ങളെ പാകപ്പെടുത്തിയെടുക്കുക. അതാണ് നിങ്ങളുടെ വഴി''.

ആത്മസുഹൃത്തിന്റെ ആ ഉപദേശം ഞാൻ സ്വീകരിച്ചു. കുഞ്ചാക്കോ യോട് യാത്ര പറഞ്ഞു. തിരുവനന്തപുരത്തെത്തി. മെരിലാന്റായിരുന്നു എന്റെ ലക്ഷ്യം.

മെരിലാന്റിലെ ജീവിതം

മെരിലാന്റിലെ ജീവിതമാണ് ശശികുമാറെന്ന കലാകാരനെ ശ്രദ്ധേ യനാക്കിയത്. സത്യം പറഞ്ഞാൽ മെരിലാന്റിൽ പോകുമ്പോൾ അകം നിറയെ ഭയമായിരുന്നു. അവിടെ എങ്ങനെ യോജിച്ച് പോകുമെന്നൊരു ആശങ്ക. എം കൃഷ്ണൻ നായർ മെരിലാന്റിൽ അസിസ്റ്റന്റായിപ്രവർത്തി ക്കുകയായിരുന്നു. മദ്രാസിൽ അവസരം കിട്ടി പോകുന്ന അദ്ദേഹത്തിന്റെ പകരക്കാരനാകാൻ വേണ്ടിയാണ് നസീറിന്റെ നിർദേശപ്രകാരം പി സുബ്രഹ്മണ്യത്തെ കാണുന്നത്.

സുബ്രഹ്മണ്യത്തെ കാണാൻ പോകുന്ന നേരം നസീർ പറഞ്ഞിരുന്നു: "സുബ്രഹ്മണ്യംമുതലാളി പറയുന്ന കാര്യങ്ങൾ ശ്രദ്ധിച്ച് കേൾക്കണം. അദ്ദേഹം വാതപ്പനിയായി വീട്ടിൽകിടപ്പാണ്. ടി കെ ബാലചന്ദ്രനും കുമാരിയും നായികാനായകന്മാരായ 'ക്രിസ്തുമസ് രാത്രി' എന്ന പട ത്തിന്റെ ഷൂട്ടിംഗിനിടയിലാണ് പനിപിടിച്ചത്. അതുകാരണം സിനിമ നിർത്തിവെച്ചിരിക്കുകയാണ്. മുതലാളിയുടെ അടുക്കലെത്തി നമസ്കാരം പറഞ്ഞാൽ അദ്ദേഹം ഇരിക്കാൻ പറയും. അപ്പോൾ ഇരുന്നേക്കണം. ഇരുന്നില്ലെങ്കിൽ പിന്നീട് ജീവിതകാലം മുഴുവൻ അദ്ദേഹത്തിന്റെ മുന്നിൽ

നിൽക്കേണ്ടിവരും. അദ്ദേഹത്തിന് അങ്ങനെ ചില സ്വഭാവസവിശേഷതകളുണ്ട്." സുബ്രഹ്മണ്യം മുതലാളിയെ കണ്ടു, ഞാൻ പരിചയപ്പെടുത്തി. അദ്ദേഹം ഇരിക്കാൻ പറഞ്ഞു. ഞാൻ അദ്ദേഹം കിടക്കുന്ന കട്ടിലിൽ ഇരുന്നു. പല കാര്യങ്ങളും എന്നോട് ചോദിച്ചറിഞ്ഞു. അനുഭവവും അറിവും വെച്ച് ഞാൻ സംസാരിച്ചു. എന്നോട് ഇഷ്ടം തോന്നിയിരിക്കണം അദ്ദേഹത്തിന്. അടുത്ത ദിവസം രാവിലെ മുതൽ ജോലിയിൽ പ്രവേശിക്കാൻ നിർദേശിച്ചു. സ്ക്രിപ്റ്റ് വായിച്ചുകൊടുക്കാനായിരുന്നു അദ്ദേഹം പറഞ്ഞത്.

എനിക്ക് സാമാന്യം വിവരമുണ്ടെന്ന് സുബ്രഹ്മണ്യം മുതലാളി നേരത്തെ മനസ്സിലാക്കിയിരുന്നു. നസീർ എന്നെക്കുറിച്ച് അദ്ദേഹത്തോട് സംസാരിച്ചിരുന്നു. സ്വതന്ത്രമായി എന്നെ ചില കാര്യങ്ങൾ ഏല്പിക്കാനുള്ള നല്ല മനസ്സുകാട്ടി അദ്ദേഹം. ഒരു തുടക്കക്കാരന് കിട്ടുന്ന മഹാഭാഗ്യം. ഒരു ദിവസം ഷൂട്ടിംഗ് രണ്ട് സംഘമാക്കി വിഭജിച്ചു. ഒന്നിന്റെ ചുമതല എന്നെ ഏല്പിച്ചു. മുക്കുത്തിമല എന്നു പറഞ്ഞ് മെരിലാന്റിന്റെ കിഴക്ക് ഭാഗത്ത് ഒരു മലയുണ്ട്. മനോഹരമായ സ്ഥലം. അവിടെ ഒരു രംഗം ചിത്രീകരിക്കുന്നു. ഇങ്ങേഭാഗത്ത് ഞാൻ ഒരു പാട്ടെടുക്കുന്നു.

സിനിമയിൽ കണ്ടിന്വിറ്റി (തുടർച്ച) എന്നൊരു സംഗതിയുണ്ട്. ഒരാളെ വെട്ടിക്കൊന്ന് മറ്റൊരാൾ പോകുന്നു. അതാണ് ഒരു ദിവസം ചിത്രീകരിക്കുന്നത്. സംഭവസ്ഥലത്ത് പൊലീസ് വരുന്നതും മറ്റും മൂന്നോ നാലോ ദിവസങ്ങളോ അല്ലെങ്കിൽ ആഴ്ചകളോ കഴിഞ്ഞാവും ഷൂട്ടുചെയ്യുക. വെട്ടിക്കൊന്നതിന്റെ ചോരപ്പാടുകൾ, കൊല്ലപ്പെട്ടവന്റെ വേഷം എല്ലാം അതേപോലെ ഇട്ടുകൊടുത്തില്ലെങ്കിൽ നേരത്തെ ചിത്രീകരിച്ചതിന്റെ തുടർച്ചയാവില്ല. സംവിധാന സഹായികളും മേക്കപ്പ്മാനുമാണ് ഇതെല്ലാം ശ്രദ്ധിക്കേണ്ടത്. ആ ദിവസം എടുക്കേണ്ട സീനിൽ ടി കെ ബാലചന്ദ്രന് നെറ്റിയിൽ ഒരു മുറിവുണ്ടായിരുന്നു. മുറിവിൽ പഞ്ഞിവെച്ച് കെട്ടിയിട്ടുണ്ട്. ടി കെ ബാലചന്ദ്രനുമായി ഒരു സംഘം പോയി. ഞങ്ങൾ രണ്ടുമൂന്ന് പേർ എസ് പി പിള്ളയുടെ ഒരു രംഗം എടുക്കാനും തീരുമാനിച്ചു. ഉച്ചക്ക് ഇരുസംഘവും ഒരുമിച്ചുകൂടും. കഴിഞ്ഞ ദിവസത്തെ സീൻ എനിക്ക് നല്ല ഓർമയുണ്ടായിരുന്നു. രാവിലെ പോകാൻ നേരം ബാലചന്ദ്രനോട് മുറിവു വെച്ചുകെട്ടി അഭിനയിക്കണമെന്ന് പ്രത്യേകം ഓർമിപ്പിക്കുകയും ചെയ്തു. മെയ്ക്കപ്പ് ചീഫും പറഞ്ഞു- സാർ ഞാൻ ഏറ്റിരിക്കുന്നു. നിർഭാഗ്യമെന്നല്ലാതെ എന്തുപറയാൻ! മുറിവുകെട്ടുന്ന കാര്യം എല്ലാവരും മറന്നുപോയി. അതില്ലാതെയാണ് രംഗങ്ങൾ മുഴുവനും ചിത്രീകരിച്ചത്. ജോലി പൂർത്തിയാക്കി ഞാൻ എത്തുമ്പോഴേക്കും ടി കെ ബാലചന്ദ്രനുള്ള രംഗം മുക്കാലും പൂർത്തിയായിരുന്നു. അത്രയും അടി ഫിലിമും പ്രവർത്തകരുടെ അധ്വാനവും നഷ്ടമായി. എന്താണ് ചെയ്യേണ്ടത് എന്ന് എനിക്കൊരു പിടിയും കിട്ടിയില്ല. മുതലാളിയോട് കാര്യം പറയാതിരിക്കാനുമാവില്ല. പണം മുടക്കുന്നത് അദ്ദേഹമാണല്ലോ. അദ്ദേഹം പ്രായമായ ആളാണ്.

പെട്ടെന്ന് ക്ഷോഭിക്കും. മുതലാളി എത്തിയപ്പോൾ ഞാൻ അദ്ദേഹത്തി നടുത്തേക്ക് ചെന്നു.

“മുതലാളി, ഇന്ന് ചിത്രീകരിച്ച രംഗം റീഷൂട്ട് ചെയ്യണം.” ഞാൻ പറഞ്ഞു.

“വൈ?”

“ഒരബദ്ധം പറ്റിപ്പോയി. തെറ്റ് എന്റെ ഭാഗത്താണ്. കണ്ടിന്വിറ്റിയിൽ പ്രശ്നമുണ്ട്. ബാലചന്ദ്രന്റെ നെറ്റിയിൽ ബാൻഡേജ് വെക്കാതെയാണ് രംഗം എടുത്തത്.”

അദ്ദേഹത്തിന്റെ മുഖം കോപംകൊണ്ട് ചുവന്നു.

‘പാക്ക് അപ്’ അദ്ദേഹം ഒച്ചവെച്ചു. വണ്ടിയിൽ കയറി വീട്ടിലേക്ക് പോയി. ഉച്ചയോടെ ഞങ്ങൾ സ്റ്റുഡിയോയിലേക്കു ചെന്നു. വാച്ച്മാൻ വണ്ടി തടഞ്ഞു. “ശശികുമാർ സാർ ഇറങ്ങണം, ഉള്ളെപ്പോകക്കൂടാതെന്ന് മുതലാളി ശൊല്ലിയിറിക്ക്.” അയാൾ പറഞ്ഞു.

കൂടെയുള്ളവരെല്ലാം അകത്തേക്കുപോയി. ഞാൻ പുറത്തുതന്നെ നിന്നു. നാലു മണി വരെ ആ നില്പുതുടർന്നു. മുതലാളി അകത്തേക്ക് വിളിച്ചില്ല. കുറച്ചുനേരം കൂടി കാത്തശേഷം ഞാൻ താമസിക്കുന്ന ലോഡ്ജിലേക്കു പോയി. ലോഡ്ജിന്റെ മുൻവശത്തൊരു തളമുണ്ടായിരുന്നു. വൈകുന്നേരങ്ങളിൽ അവിടെ ചീട്ടുകളിക്കാൻ വരുന്ന പതിവുണ്ട് മുതലാളിക്ക്. ഈ തളത്തിന് തൊട്ടടുത്താണ് എന്റെ മുറി. അന്നു വൈകുന്നേരം അങ്ങോട്ടും മുതലാളി വന്നില്ല. എന്നെ വിളിപ്പിച്ചതുമില്ല. മെരിലാന്റിലെ എന്റെ ജീവിതം അവസാനിച്ചുവെന്ന് എനിക്ക് ബോധ്യമായി. രാത്രി 12 മണിക്ക് ആലപ്പുഴയിലേക്ക് ഒരു ബസുണ്ട്. ശനിയാഴ്ചകളിൽ ഞാൻ വീട്ടിൽ പോകാറുള്ളത് ആ ബസിനാണ്. പത്തരയായപ്പോൾ എന്റെ സാധനങ്ങളെല്ലാം പാക്ക് ചെയ്തു. പതിനൊന്ന് മണിക്ക് വീട്ടിലേക്ക് പുറപ്പെടാൻ തീരുമാനിച്ചു. മെരിലാന്റിൽ ഉള്ളവരെല്ലാം എന്നെ ഇഷ്ടപ്പെടുന്നവരാണ്. പക്ഷേ, ഈ അവസ്ഥയിൽ അവർക്കും പരിഹാരം നിർദേശിക്കാനില്ല. ഞാൻ കിടക്കയും പെട്ടിയുമായി പുറത്തിറങ്ങി. അപ്പോഴുണ്ട് മുതലാളി പതിവു ചീട്ടുകളി സ്ഥലത്ത് ഇരിക്കുന്നു. അദ്ദേഹത്തെ കണ്ടയുടനെ എന്റെ കാലുകൾ നിശ്ചലമായി.

“എങ്കെടാ പോറേൻ?”

എനിക്ക് വാക്കുകൾ വന്നില്ല. എന്റെ കണ്ഠമിടറി. ഞാൻ പൊട്ടിക്കരഞ്ഞുപോയി. അദ്ദേഹം എന്നെ അടുത്തേക്ക് വിളിച്ചു.

“ഡേയ്.. അന്ത പെട്ടിയെല്ലാം വാങ്കി ഉള്ളെവയ്യെടാ..” അദ്ദേഹത്തിന്റെ സഹായി എന്റെ കൈയിലുള്ള പെട്ടി വാങ്ങി അകത്തേക്ക് കൊണ്ടുപോയി. വീട്ടിലേക്കാണ് മുതലാളി എന്നെ കൂട്ടിക്കൊണ്ടുപോയത്. അവിടെയെത്തുമ്പോൾ അദ്ദേഹത്തിന്റെ ഭാര്യ കാത്തുനിൽപ്പുണ്ട്. ഊണു മേശയിൽ രണ്ട് ഇലയിട്ട് വെച്ചിരിക്കുന്നു. അപ്പോഴും ഞാൻ കരഞ്ഞു.

"ഡേയ്.... പോടാ... ബ്ലഡി ഫൂൾ...." മുതലാളി ആശ്വസിപ്പിച്ചു. അച്ഛൻ മകനെയെന്ന പോലെ ആ കൈകൾ എന്നെ തലോടി.

ജീവിതത്തിൽ അത്രയും വൈകാരികമായൊരു രംഗം ഞാൻ അനുഭവിച്ചിട്ടില്ലായിരുന്നു. അദ്ദേഹത്തിന്റെ വലിയ മനസ്സ് ഞാൻ അറിയുകയായിരുന്നു. പിറ്റേന്ന് ഞാൻ പതിവുപോലെ ജോലികളിൽ സജീവമായി.

പി സുബ്രഹ്മണ്യം എന്ന സ്കൂൾ

സുബ്രഹ്മണ്യം മുതലാളി ഒരുപാട് കാര്യങ്ങൾ നമ്മുടെ മനസ്സിലേക്ക് ഇട്ടുതരും. മെരിലാന്റ് സിനിമകൾക്ക് തിരക്കഥയും സംഭാഷണവും എഴുതുന്നത് ആർ എസ് കുറുപ്പും മുട്ടത്തു വർക്കിയുമാണ്. ഒരു രംഗത്തോടുള്ള അവരുടെ ഇമോഷൻസ് അനുസരിച്ച് ചിലപ്പോൾ ഒരുപാട് എഴുതിപ്പോകും. അത് മുഴുവൻ ഷൂട്ട്ചെയ്താൽ അഞ്ഞൂറ് അടിയിൽ തീരേണ്ട ഒരു സീൻ ആയിരത്തി അഞ്ഞൂറോളം എത്തും. ഇതെല്ലാം എഡിറ്റിംഗ് സമയത്ത് വെട്ടിക്കുറയ്ക്കുകയാണ് പതിവ്. ഇതുകൊണ്ട് രണ്ട് തരത്തിലുള്ള നഷ്ടം ഉണ്ടാകുന്നു; സമയ നഷ്ടവും പണനഷ്ടവും. ഇതിന് പരിഹാരം കണ്ടെത്തണമെന്ന് മുതലാളി ഒരിക്കൽ പറഞ്ഞു. വളരെ ദിവസത്തെ ആലോചനയ്ക്ക് ശേഷം അദ്ദേഹം തന്നെ അതിനുള്ള മാർഗവും കണ്ടെത്തി: റീഡിംഗ് ടൈം പരിശോധിക്കുക. അതായത് സ്ക്രിപ്റ്റ് വായിക്കുക. ആ രംഗം അഭിനയിക്കുന്ന ലെങ്ത് കണക്കാക്കി വായിക്കുക. സ്റ്റോപ് വാച്ച് വെച്ചു ടൈംനോക്കുക. അപ്പോൾ എത്ര അടി ഫിലിം വേണ്ടിവരുമെന്ന് വ്യക്തമാകും. അതിനനുസരിച്ച് സ്ക്രിപ്റ്റ് വെട്ടിക്കുറയ്ക്കുക. ഇങ്ങനെ വെട്ടിക്കുറയ്ക്കുന്നതിൽ അല്പം വിഷമം എഴുത്തുകാർക്ക് ഉണ്ടായിരുന്നു. അത് സ്വാഭാവികവുമാണ്. പിന്നീട് അവർക്കും കാര്യം വ്യക്തമായി. വ്യവസായം എന്ന നിലയിലും സിനിമ എന്ന നിലയിലും ചില വീട്ടുവീഴ്ചകൾ ചെയ്തേ പറ്റൂ. ഇങ്ങനെ ഒരുപാട് പുതിയ കാര്യങ്ങൾ സുബ്രഹ്മണ്യൻ മുതലാളി പറഞ്ഞു തന്നിട്ടുണ്ട്.

കുറെ സിനിമകളിൽ അദ്ദേഹത്തോടൊപ്പം നിന്നു. അച്ഛനു സമമായിരുന്നു എനിക്ക് സുബ്രഹ്മണ്യം മുതലാളി. ജീവിതത്തിൽ എന്തെങ്കിലും ആയിട്ടുണ്ടെങ്കിൽ അതിനെല്ലാം ആ മനുഷ്യനോട് കടപ്പെട്ടിരിക്കുന്നു. എന്നാൽ കുറച്ചു വർഷങ്ങൾ കഴിഞ്ഞ് എനിക്ക് മെരിലാന്റ് വിടേണ്ടിവന്നു. എന്റെ വളർച്ചയ്ക്ക് അത് അതാവശ്യമായിരുന്നു. പ്രേം നസീറാണ് അങ്ങനെയൊരു നിർദേശം വച്ചത്. "അസ്സേ, ഇവിടെ കെട്ടിക്കിടന്നാൽ താൻ രക്ഷപ്പെടില്ല. സ്വന്തമായി ഒരു പടം സംവിധാനം ചെയ്യാനുള്ള ഏർപ്പാടുണ്ടാക്കി നിന്നെ ഞാൻ മദ്രാസിലേക്ക് വിളിപ്പിക്കാം. അന്നേരം വരണം. മുതലാളിയോട് യാത്രപറയാൻ നിന്നേക്കരുത്. അദ്ദേഹത്തിന് നിന്നോടുള്ള ഇഷ്ടം കാരണം അനുവാദം തന്നു എന്നുവരില്ല." നസീർ പറഞ്ഞു.

തോമസ് പിക്ചേഴ്സിൽ സഹസംവിധാകൻ

1964ന്റെ തുടക്കത്തിലാണ് തോമസ് പിക്ചേഴ്സ് എന്ന പേരിൽ പി എ തോമസ് ഒരു നിർമാണക്കമ്പനി തുടങ്ങുന്നത്. എസ് എൽ പുരം സദാനന്ദന്റെ തിരക്കഥയിൽ 'ഒരാൾ കൂടി കള്ളനായി' എന്ന സിനിമ യെടുക്കാനും അദ്ദേഹം തീരുമാനിച്ചു. ഈ സിനിമയുടെ ചർച്ചതുടങ്ങിയ സമയത്ത് തോമാച്ചനോട് നസീർ എന്റെ കാര്യം സംസാരിച്ചു. അദ്ദേ ഹവും ഒരാളെ അന്വേഷിക്കുകയായിരുന്നു അപ്പോൾ. പുറപ്പെടാനുള്ള കമ്പി സന്ദേശംകിട്ടിയ ഉടനെ ഞാൻ മദിരാശിയിലേക്ക് പുറപ്പെട്ടു. വെല്ലിംഗ് ടൺ ഐലന്റിൽ നിന്നാണ് മദിരാശിയിലേക്കുള്ള വണ്ടി കയറിയത്. 13 രൂപയായിരുന്നു ടിക്കറ്റ് ചാർജ്.

അവിടെ എത്തിയ ഉടനെ 'ഒരാൾ കൂടി കള്ളനായി' പടത്തിന്റെ സംവിധാനച്ചുമതല തോമാച്ചൻ എന്നെ ഏൽപിച്ചു. മദിരാശിയിലെ എന്റെ താമസവും തോമസ് പിക്ചേഴ്സിൽ തന്നെയായിരുന്നു. പി ജെ ആന്റണി, യേശുദാസ്, അഭയദേവ്, പി. ഡേവിഡ്, ഞാൻ.. അങ്ങനെ ഒരു സംഘത്തിന്റെ താവളമായിരുന്നു അക്കാലത്ത് അഭിരാമപുരത്തുള്ള തോമസ് പിക്ചേഴ്സിന്റെ ഓഫീസ്. രാവിലെ ചായ കുടിക്കണമെങ്കിൽ പണം ആരുടെയെങ്കിലും പോക്കറ്റിൽ നിന്നെടുക്കണം. മിക്ക ദിവസവും ആരുടെ കൈയിലും പണമുണ്ടാകില്ല. ഞങ്ങളുടെ സംഘത്തിൽ, വൈകു ന്നേരം വന്ന് കാലത്ത് തിരിച്ചുപോകുന്ന ആളായിരുന്നു യേശുദാസ്. പഞ്ചാബി എന്നു വിളിപ്പേരുള്ള ഒരാളായിരുന്നു തോമസ് പിക്ചേഴ്സിന്റെ പ്രൊഡക്ഷൻ എക്സിക്യൂട്ടീവ്. ഞങ്ങൾ എത്തിയാൽ, തോമാച്ചൻ പഞ്ചാബിയെ വിളിക്കും: "കാശ് വല്ലതും ഉണ്ടോടോ അവിടെ?"

"ഇല്ല സാറെ, ഒന്നര രൂപായേ ഉള്ളൂ.." എന്നു മറുപടി വരും. തോമാച്ചൻ പുറത്തുപോയി രണ്ട് മണിയാകുമ്പോഴേക്ക് കാശ് സംഘടി പ്പിച്ച് വരും. എന്നിട്ട് എല്ലാവരും കൂടി ഭക്ഷണം കഴിക്കും.

ഇതേകാലത്ത് ടി ഇ വാസുദേവൻ സാറിന്റെ അസോസിയേറ്റഡ് പിക്ചേഴ്സിന്റെ ഓഫീസും മദിരാശിയിൽ ഉണ്ടായിരുന്നു. അവിടെ രാജ കീയമായ രീതിയാണ്. പി ഭാസ്കരൻ, പൊൻകുന്നം വർക്കി അങ്ങനെ യുള്ള ആളുകളാണ് അവിടെ താമസിക്കുന്നത്. മറ്റൊന്ന് ചന്ദ്രതാര യായിരുന്നു. അത് പ്രത്യേക ഗ്രൂപ്പാണ്. വിൻസെന്റ് മാഷ്, അടൂർ ഭാസി, ആർ എസ് പ്രഭു, ശോഭനാപരമേശ്വരൻ നായർ, വി അബ്ദുല്ല, രാമു കാര്യാട്ട് തുടങ്ങിയവരായിരുന്നു അവിടെ. അവിടെയും അന്നത്തിന് മുട്ടുണ്ടായിരുന്നില്ല.

ഞാൻ സ്വതന്ത്രമായി സംവിധാനം ചെയ്ത ആദ്യ സിനിമയാണ് 'ഒരാൾകൂടി കള്ളനായി'. എന്നാൽ സഹസംവിധായകനെന്നാണ് ക്രെഡിറ്റിൽ പേരു വന്നത്. നിർമാതാവായിരുന്ന പി എ തോമസിന്റെ പേരാണ് സംവിധായകനായികൊടുത്തത്. അതെല്ലാം സിനിമയിൽ പതിവായിരുന്നു. മലയാള സിനിമയിൽ പലരും സംവിധായകരായി

മാറിയത് നല്ല കാമറാമാൻമാരോ സഹസംവിധായകരോ കൂടെ ഉണ്ടായിരുന്നതുകൊണ്ട് മാത്രമാണ്.

ഞാൻ തോമസ് പിക്ചേഴ്സിൽ താമസിക്കുമ്പോഴാണ് യേശുദാസിന്റെ അപ്പന് സുഖമില്ലാതായത്. അദ്ദേഹത്തെ മദിരാശിയിലേക്ക് ചികിത്സയ്ക്കായി കൊണ്ടു വന്നു. ആശുപത്രിയിലെ കാര്യങ്ങളെല്ലാം ഒരു ജോലിക്കാരനെ ഏല്പിച്ച് യേശുദാസ് തോമസ് പിക്ചേഴ്സിൽ വരും. ചില്ലറയെല്ലാം പെറുക്കിക്കൂട്ടി കാലത്ത് ഞങ്ങളൊരുമിച്ച് ചായ കുടിക്കും. ഉച്ചയ്ക്ക് ഊണു കഴിഞ്ഞേ ദാസ് തിരിച്ചുപോകൂ. അവന് പാട്ടൊന്നും കിട്ടിത്തുടങ്ങിയിരുന്നില്ലല്ലോ അപ്പോൾ. അതിനാൽ ഞങ്ങളെപ്പോലെ അരപ്പട്ടിണിയും മുഴുപ്പട്ടിണിയുമായാണ് ദാസും കഴിഞ്ഞത്.

കവിയൂർ പൊന്നമ്മയും 'കുടുംബിനി'യും

തിരുവനന്തപുരത്ത് മെരിലാന്റ് സ്റ്റുഡിയോയിൽവെച്ചാണ് കവിയൂർ പൊന്നമ്മയെ ആദ്യമായി കാണുന്നത്. കൊട്ടാരക്കര ശ്രീധരൻനായരുടെ ജോടിയായി ഒരു പടത്തിൽ അഭിനയിക്കാൻ വന്നതായിരുന്നു അവർ. കാലക്രമത്തിൽ ഒരു സഹോദരബന്ധം ഞങ്ങൾ തമ്മിലുണ്ടായി. ആ സൗഹൃദമാണ് 'കുടുംബിനി'യിലേക്ക് അവരെ വിളിക്കാൻ കാരണമായത്. കുടുംബിനിയുടെ തിരക്കഥ എന്റേതായിരുന്നു. നസീർ, തിക്കുറിശ്ശി, ഷീല തുടങ്ങി മികച്ചൊരു താരനിരയും ഉണ്ടായിരുന്നു. സംവിധാനം നിർവഹിച്ചതും ഞാനായിരുന്നു. പൊന്നമ്മയെ ഫിലിം ഇൻഡസ്ട്രി ഒരു നടിയായി അംഗീകരിച്ചത് 'കുടുംബിനി'യിലൂടെയാണ്. എന്റെ എഴുപതോളം സിനിമയിൽ പൊന്നമ്മ അഭിനയിച്ചു. നസീർ മകനായിട്ടും അവർ അമ്മയായിട്ടും. ഇണങ്ങിക്കഴിഞ്ഞ ഒരു ടീമായിരുന്നു ഞങ്ങൾ.

കുടുംബിനിയെക്കുറിച്ച് വേദനയുള്ള ഒരോർമ കൂടിയുണ്ട്. കെ ജി സേതുനാഥിന്റെ കഥയ്ക്ക് തിരക്കഥയെഴുതിയത് ഞാനാണ്. കാനം ഇ ജെ യുടേതായിരുന്നു സംഭാഷണം. പിന്നീട് ഞാനും ഭരതന്റെ അസിസ്റ്റന്റായിരുന്ന രഘുവും ചേർന്ന് സ്ക്രിപ്റ്റ് ഒന്നുകൂടി നന്നാക്കി. എൽ പി ആർ വർമയായിരുന്നു സംഗീതം. വീടിന് പൊന്മണി വിളക്കുനീ... തുടങ്ങി നല്ല പാട്ടുകളും ഉണ്ടായിരുന്നു. സിനിമ മുഴുവനും ഷൂട്ട് ചെയ്തതും ഞാനാണ്. റിലീസിനു മുമ്പ് പടത്തിന്റെ റഷസ് കണ്ടപ്പോൾ ടി.ഇ വാസുദേവൻ സാർ പറഞ്ഞു: "ഈ സിനിമയ്ക്ക് അവാർഡ് കിട്ടും, പടം അവാർഡിന് അയയ്ക്കണം". അവാർഡ് കിട്ടുമെന്ന് കേട്ടപ്പോൾ തോമാച്ചൻ എന്റെ പേര് സംവിധായകന്റെ ടൈറ്റിലിൽ നിന്ന് ഒഴിവാക്കി. പ്രൊഡ്യൂസ്ഡ് ആന്റ് ഡയറക്ടഡ് ബൈ പി എ തോമസ് എന്നാക്കി. വേദനതോന്നിയെങ്കിലും ഞാൻ എതിരുനിന്നില്ല. ഇതാണ് നമുക്ക് വിധിച്ചതെന്ന് കരുതി സമാധാനിച്ചു. പിന്നിലേക്ക് തിരിഞ്ഞു നോക്കാതിരിക്കുക. ആരെയും നോവിക്കാതിരിക്കുക. അതായിരുന്നു എന്റെ പോളിസി.

തൊമ്മന്റെ മക്കൾ
സംവിധാനം: ശശികുമാർ

'ഒരാൾക്കൂടി കള്ളനായി', 'കുടുംബിനി', 'പോർട്ടർ കുഞ്ഞാലി' തുടങ്ങിയ പടങ്ങൾ കഴിഞ്ഞപ്പോഴേക്കും 'തൊമ്മന്റെ മക്കൾ' എന്ന പടത്തിന് എഗ്രിമെന്റ് കിട്ടി. പതിനായിരം രൂപ ഒന്നിച്ച് കാണുന്നത് അന്നാണ്. ഭഗവതി പിക്ചേഴ്സിന്റെ വി പി എം മാണിക്കവും കാശി വിശ്വനാഥനും എന്നെ സമീപിക്കുകയായിരുന്നു. ആ സമയം എന്റെ മനസ്സിൽ ഒരു കഥയുണ്ടായിരുന്നു. മധ്യതിരുവിതാംകൂറിൽ നിന്ന് മലബാറിലേക്ക് കുടിയേറി വരുന്ന ധാരാളം കുടുംബങ്ങളുണ്ടായിരുന്നു അക്കാലത്ത്. അവർ മലബാറിലെത്തി മണ്ണിൽ പണിയെടുത്ത് പുതിയ ജീവിതം കെട്ടിപ്പടുക്കുന്നു. അതു വെച്ചാണ് 'തൊമ്മന്റെ മക്കൾ' എഴുതിയത്. കഥ കേട്ടപ്പോൾ അവർക്ക് വലിയ താത്പര്യമായി. പി ജെ ആന്റണിയെക്കൊണ്ട് സംഭാഷണം എഴുതിച്ചു. സത്യൻ, മധു, കൊട്ടാരക്കര ശ്രീധരൻനായർ, അടൂർ ഭാസി, അംബിക, ഷീല, കവിയൂർ പൊന്നമ്മ, നിലമ്പൂർ ആയിഷ തുടങ്ങിയവർ വേഷമിട്ടു. പൊന്നമ്മയുടെ മക്കളായി സത്യനും മധുവും തകർത്തഭിനയിച്ചു. വീനസ്, സത്യാ സ്റ്റുഡിയോകളിൽവെച്ചായിരുന്നു ചിത്രീകരണം. വയലാർ- ബാബു രാജ് കൂട്ടുകെട്ടിന്റേതായിരുന്നു ഗാനങ്ങൾ.

സ്വന്തമായി വരുമാനമുണ്ടായതോടെ തോമാച്ചന്റെ ഓഫീസ് വിട്ട് റായ്പേട്ട വൈ എം സി എയിൽ ഒരു മുറിയെടുത്ത് അവിടെയായി എന്റെ താമസം. (പിന്നീട് കുറച്ചു കൂടി സൗകര്യമായപ്പോൾ ഒരു വീടെടുത്തു കുടുംബത്തെയും കൊണ്ടു വന്നു.)

നൂറ്റി നാല്പതോളം സിനിമകൾ ഞാൻ സംവിധാനം ചെയ്തിട്ടുണ്ട്. എന്നാൽ സംവിധായകനെന്ന നിലയിൽ ഏറ്റവും പ്രിയപ്പെട്ട സിനിമ 'തൊമ്മന്റെ മക്കളാ'ണ്. അത് ഷൂട്ട് ചെയ്യാൻ തന്നെ നല്ല ഉന്മേഷമായിരുന്നു. ഒരു നദിയെപ്പോലെ ഒഴുകിപ്പോകുന്ന അനുഭവം. ചില രംഗങ്ങൾ ഇന്നും ആലോചിക്കുമ്പോൾ മനസ്സ് ഉന്മേഷഭരിതമാകും. ഈ സിനിമയാണ് വർഷങ്ങൾക്കിപ്പുറം 'സ്വന്തമെവിടെ ബന്ധമെവിടെ' എന്ന പേരിൽ എടുത്തത്. അതും ഓടി 100 ദിവസം. സത്യനും മധുവും ചെയ്ത വേഷം മോഹൻലാലും ലാലു അലക്സുമാണ് ചെയ്തത്.

കാളവണ്ടി ഉപയോഗിച്ച് ക്രെയിൻ ഷോട്ട്

അക്കാലത്ത് മലയാള സിനിമയിൽ ക്രെയിൻ എന്നൊരു ഉപകരണത്തെക്കുറിച്ച് ചിന്തിക്കാൻ പോലും കഴിയില്ലായിരുന്നു. മദിരാശിയിൽ അസം ഭായിയുടെ സിനിക്രാഫ്റ്റിൽ മാത്രമേ ക്രെയിൻ വാടകയ്ക്ക് കിട്ടുമായിരുന്നുള്ളൂ. അവിടെ നിന്ന് ക്രെയിൻ ഒരു ലോറിയിൽ കയറ്റി പാലക്കാട്ടുകൊണ്ടുവന്ന് ചിത്രീകരണം കഴിഞ്ഞ് തിരിച്ചെത്തിക്കാൻ ഒരു ചെറിയ മലയാള പടം എടുക്കുന്ന തുകയോളം തന്നെ ചെലവാകും.

എനിക്കാണെങ്കിൽ അതിയായ ആഗ്രഹം, ക്രെയിൻ വേണമെന്ന്. അത്തരമൊരു രംഗമാണ് ചിത്രീകരിക്കേണ്ടിയിരുന്നത്. അപ്പനും അമ്മയും മൂന്ന് കുഞ്ഞുങ്ങളും. അവർ ഉണ്ടായിരുന്ന വസ്തുവകകളെല്ലാം വിറ്റ് ബാക്കിയുള്ളവ ഒരു കാളവണ്ടിയിൽ കെട്ടിപ്പെറുക്കി എവിടമാണെന്ന് അറിയാൻ പാടില്ലാത്ത നാട്ടിലെ ഏതോ വിജനമായ സ്ഥലത്ത് രാത്രിയിൽ എത്തിച്ചേരുകയാണ്. രണ്ട് കാളകളുണ്ട്. കോഴിക്കുഞ്ഞുങ്ങളുണ്ട്. ഒരാടുണ്ട്. ഇവരെല്ലാം കൂട്ടി ഏകാന്തമായ, വരണ്ട നിലാവിൽ പ്രാർഥിക്കുന്നതാണ് രംഗം. ഈ സീൻ പ്ലാൻ ചെയ്തപ്പോൾ ഭ്രാന്തുപിടിച്ചപോലെയായി ഞാൻ. ഈ രംഗം മനസ്സിനെ വല്ലാതെ ഭ്രമിപ്പിച്ചുകൊണ്ടേയിരുന്നു. ആദ്യത്തേത് ഒരു ക്രെയിൻ ഷോട്ടായാൽ കൊള്ളാമെന്ന് എനിക്ക് തോന്നി. ഞാൻ നിർമാതാക്കളോട് കാര്യം വിശദീകരിച്ചു. അവർക്കും താത്പര്യം. പക്ഷേ, വലിയ തുക മുടക്കി ക്രെയിൻ കൊണ്ടുവരുന്നതെങ്ങനെ?

എസ് കൊന്നനാട്ടായിരുന്നു കലാസംവിധായകൻ. മലബാറിലെ ഒരു സ്കൂളിൽ ഡ്രോയിംഗ് മാസ്റ്ററായിരുന്ന ആളാണ് സ്വാമി. അദ്ദേഹം പറഞ്ഞു: "ശശികുമാർ ഇപ്പോൾ അതിനെക്കുറിച്ച് ചിന്തിച്ച് വിഷമിക്കേണ്ട. ആ സീൻ വിട്ടുവെയ്ക്കുക. നമുക്ക് ആലോചിച്ച് ചെയ്യാം." ഞാൻ ദിവസവും അദ്ദേഹത്തോട് പറയും- "സാറേ.. ആ ക്രെയിൻ ഷോട്ട്..."

"എടോ അതിന് ദൈവം അനുഗ്രഹിക്കും, നമ്മളത് ചിത്രീകരിക്കും."

ഒരു ദിവസം സ്വാമി ഒരു കാളവണ്ടിയുമായി വന്നു. ഒരു മരം ഉപയോഗിച്ച് നുകത്തിന്റെ അറ്റം കുറച്ചുകൂടി നീട്ടിക്കെട്ടി കാമറ അവിടെ സ്ഥാപിച്ചു. ഡബ്ല്യൂ ആർ സുബ്ബറാവു ആയിരുന്നു കാമറാമാൻ. പ്രായമായ ആളാണ്. അദ്ദേഹത്തിന് നുകത്തിൽ കയറി ഇരിക്കാനായില്ല. ഉദയായിലെ കൃഷ്ണൻ കുട്ടിയാണ് ഈ രംഗം ചിത്രീകരിച്ചത്.

ഒരു രാത്രി കൊണ്ട് കഥ, അടുത്ത ദിവസം ഷൂട്ടിംഗ്

അക്കാലത്ത് ഏറെ തിരക്കുള്ള സംവിധായകനായിരുന്നു ഞാൻ. പല നിർമാതാക്കളും കാൾഷീറ്റുമായി വരും. അല്ലെങ്കിൽ നസീർ വന്ന് പറയും- അസ്സേ, ഒരു പുതിയ നിർമാതാവ് വന്നിട്ടുണ്ട്. ഞാൻ ഡേറ്റ് കൊടുത്തിട്ടുണ്ട് എന്ന്. അതേസമയം കഥപോലും ആയിട്ടുപോലുമുണ്ടാകില്ല.

ഞങ്ങളുടെ സുഹൃത്തായ പുഷ്പരാജൻ ഒരുപടമെടുത്തുകൊടുക്കാൻ എന്നെ സമീപിച്ചു. നസീർ ഡേറ്റ് കൊടുത്തു. അടുത്ത ദിവസം തന്നെ ഷൂട്ടിംഗ് തുടങ്ങണം. ഷൂട്ടിംഗ് കഴിഞ്ഞ് വൈകുന്നേരം എന്നെ കൊണ്ടുവന്നിരിക്കുകയാണ്. കഥയുടെ ഒരുവരിപോലും ആയിട്ടില്ല. ഞാൻ, തമ്പി കണ്ണന്താനം, കാവിൽ സുരേന്ദ്രൻ, പുഷ്പരാജൻ. ദൂരെ ഒരിടത്ത് ഒരു വീട്ടിൽ ഒത്തുചേർന്ന് കഥയുടെ ആലോചനയിലാണ്. മുകൾത്തട്ടുള്ള വീടായിരുന്നു അത്. ആലോചിച്ചിട്ട് ഒന്നും വരുന്നില്ല. പുഷ്പരാജൻ

അരക്കുപ്പി മദ്യം വാങ്ങിവെച്ചിട്ടുണ്ടായിരുന്നു. ഞാൻ പറഞ്ഞു: "നിങ്ങളൊരു കാര്യംചെയ്യ്. ഇവിടെ ഇരിക്കുക. ഞാൻ മുകളിൽ പോയി എന്തെങ്കിലും തരപ്പെടുമോ എന്നു നോക്കട്ടെ. കഥയിൽ അൺ യൂഷ്വൽ ആയി ഒരു സംഭവം ഉണ്ടാകണം. എന്നാലേ വഴിത്തിരിവുണ്ടാകൂ."

ഞാൻ നെഞ്ചത്തടിച്ചു. സുബ്രഹ്മണ്യം മുതലാളിയെ വിളിച്ചു. പെട്ടെന്നൊരു ഐഡിയ മനസ്സിലെത്തി. ഞാൻ താഴെ ഇറങ്ങി വന്നു. 'മകൻ നടത്തുന്ന ഇൻവെസ്റ്റിഗേഷൻ, അച്ഛന്റെ അസാന്നിധ്യത്തിൽ ഒരു കുഴി തോണ്ടി ശവപ്പെട്ടി തുറക്കുമ്പോൾ സ്വന്തം അച്ഛന്റെ മൃതദേഹമാണ് അതിൽ കാണുന്നത്.' ആ ത്രെഡ് അവർക്കെല്ലാം പിടിച്ചു. രാത്രി തന്നെ സ്ക്രിപ്റ്റിന്റെ ഏകദേശരൂപം തയ്യാറാക്കി. ആദ്യ രംഗങ്ങൾ എഴുതി. അതാണ് 'പോസ്റ്റുമോർട്ടം' എന്ന പടം.

അക്കാലത്ത് ഒരു ദിവസം മൂന്ന് പടങ്ങൾ വരെ ചെയ്തിട്ടുണ്ട്. 1977ൽ 13 പടങ്ങൾ റിലീസ്ചെയ്തു. രാവിലെ ഏഴു മുതൽ ഒന്നുവരെ ഒരു ചിത്രം. ഉച്ചയ്ക്ക് രണ്ടു മുതൽ രാത്രി ഒമ്പതുവരെ മറ്റൊന്ന്. പത്തു മുതൽ പുലർച്ചെ നാലു വരെ അടുത്തത്. ഇങ്ങനെ സമയം തരപ്പെട്ടില്ലെങ്കിൽ ഒരിടത്തെ കാര്യങ്ങൾ ബേബിയെ ഏല്പിക്കും. രണ്ടാം സിനിമയുടെ കാര്യം വിശ്വംഭരൻ നോക്കും. ഞാൻ ഒരിടത്തും. ഉച്ചയ്ക്ക് ഞങ്ങൾ ഒത്തുചേരുന്നു. അന്ന് ചിത്രീകരിക്കേണ്ട രംഗങ്ങൾ ചർച്ചചെയ്ത് തീരുമാനിക്കുന്നു. എന്നാൽ എത്ര തിരക്കുണ്ടെങ്കിലും രാത്രി വീട്ടിലെത്തിയേ ഉറങ്ങുമായിരുന്നുള്ളൂ. ചിലപ്പോൾ നാലു മണിയാകും. എന്നാലും പുലർച്ചെ ഉണർന്ന് ഏഴുമണിക്ക് ഷൂട്ടിംഗിന് പോകും.

ബഷീറിന്റെ 'ബാല്യകാല സഖി'

ജനഹൃദയങ്ങളിൽ വളരെയധികം ശ്രദ്ധിക്കപ്പെട്ട അസാമാന്യ കഴിവുള്ള എഴുത്തുകാരനായ വൈക്കം മുഹമ്മദ് ബഷീറിന്റെ മികച്ച നോവലാണ് 'ബാല്യകാല സഖി'. ആ പടം ചലച്ചിത്രമാക്കാനുള്ള ഭാഗ്യം എനിക്കുണ്ടായി. എന്നാൽ ആ കഥയോട് നീതി കാണിക്കാൻ എനിക്ക് സാധിച്ചില്ല. നസീറാണ് പ്രോജക്ട് കൊണ്ടുവന്നത്. ക്ഷമാപണത്തോടെ പറയട്ടെ, അന്നത് ആ രീതിയിൽ മനസ്സിലാക്കാൻ എനിക്കായില്ല. ആ കഥ കൈകാര്യം ചെയ്യാനുള്ള കഴിവ് എനിക്കില്ലായിരുന്നു. എന്നോട് പലരും പറഞ്ഞിരുന്നു, അത് നിങ്ങൾക്ക് പറ്റിയ കഥയല്ല എന്ന്. പക്ഷേ, ചെയ്യണമെന്ന് ഒരാഗ്രഹമുണ്ടായി. കൊക്കിലൊതുങ്ങുന്നതായിരിക്കും എന്ന വിശ്വാസത്തിൽ ആ സിനിമ ചെയ്തു പോയി. ഇന്നും ദുഃഖമുണ്ട്. ബഷീർ മരിച്ച് നമ്മുടെ തലയ്ക്ക് മുകളിൽ നിൽക്കുകയാണ്. ഞാൻ ആ ആത്മാവിനോട് മാപ്പ് ചോദിക്കുന്നു.

സിനിമയെക്കുറിച്ച് ആലോചന തുടങ്ങുമ്പോൾ ബഷീറിന്റെ വ്യവസ്ഥ ഇതായിരുന്നു: "ഞാൻ സ്ക്രിപ്റ്റെഴുതാം. ഒരു അക്ഷരം വ്യത്യാസമില്ലാതെ എടുക്കണം. യാതൊരുവിധ മാറ്റങ്ങളും വരുത്തരുത്".

ഈ സിനിമയ്ക്ക് വേണ്ടിയാണ് ബഷീറിനെ പരിചയപ്പെടുന്നത്. കൊച്ചിയിലെ എച്ച് എച്ച് ഇബ്രാഹിം ആണ് നിർമ്മിച്ചത്. പ്രേംനസീറും ഷീലയുമായിരുന്നു മജീദും സുഹറയും.

പ്രേംനസീർ എന്ന നായകൻ

നസീറും ഞാനും ഒരേ വയറ്റിൽ ജനിക്കേണ്ടവരായിരുന്നുവെന്ന് എനിക്ക് തോന്നുന്നു. കുടുംബത്തിൽ ഭാര്യയും മക്കളോടുമൊപ്പം കഴിഞ്ഞതിനേക്കാൾ കൂടുതൽ സമയം ഞങ്ങൾ ഒരുമിച്ചാണ് കഴിഞ്ഞിരിക്കുന്നത്. സെറ്റിൽ മാത്രമല്ല, പുറത്ത് പോകുകയാണെങ്കിലും ഒരുമിച്ചായിരുന്നു. ഷൂട്ടിംഗ് സ്ഥലത്തും അടുത്തടുത്ത മുറികളിലാണ് താമസിക്കുക. ആ ബന്ധം തന്നെയാണ് നസീറിനെ നായകനാക്കി കൂടുതൽ പടങ്ങൾ ചെയ്യാൻ കാരണമായതും. എന്റെ മനസ്സിലുള്ളത് ഞാൻ പറയാതെ തന്നെ നസീർ ഉൾക്കൊള്ളും. നാലോ അഞ്ചോ പടത്തിൽ മാത്രമേ സത്യൻ അഭിനയിച്ചുള്ളൂ. അപ്പോഴേക്കും അദ്ദേഹം മരിക്കുകയും ചെയ്തു.

കരിയറിലെ അവസാന വർഷങ്ങളിൽ നസീറില്ലാതെയും സിനിമകൾ ചെയ്യേണ്ടിവന്നിട്ടുണ്ട്. ഇക്കാലത്ത് ഞങ്ങൾ തമ്മിലുണ്ടായ ഗ്യാപ് എങ്ങനെ പരിഹരിക്കുമെന്നതിന് സംവിധായകനെന്ന നിലയിൽ ഉത്തരം കണ്ടെത്താൻ കഴിഞ്ഞിരുന്നില്ല. ഞങ്ങൾ സിനിമാജീവിതം ആരംഭിച്ചത് നായകനും സംവിധായകനും ആയാണ്. ആ ഒഴുക്ക് എൺപതിലേറെ സിനിമകളിലേക്ക് നീണ്ടു. കാലം കടന്നുപോകുന്നതും വയസ്സു കൂടുന്നതും ഞങ്ങൾ അറിഞ്ഞതേയില്ല. ഒരു ഘട്ടം വന്നപ്പോൾ ചില നിർമാതാക്കളും വിതരണക്കാരും ഒരു മാറ്റം ജനങ്ങൾ ആഗ്രഹിക്കുന്നു എന്ന അഭിപ്രായം അറിയിക്കാൻ തുടങ്ങി. നായകനെ മാറ്റണമെന്ന് അവർ പറഞ്ഞുകൊണ്ടിരുന്നു. എനിക്കാണെങ്കിൽ അതിനെക്കുറിച്ച് ചിന്തിക്കാൻ പോലും സാധിക്കുമായിരുന്നില്ല. പക്ഷേ, പണം മുടക്കി സിനിമയെടുക്കുന്ന നിർമാതാവും വിതരണക്കാരും നിർബന്ധിച്ചപ്പോൾ പുതിയ തലമുറയിലെ ആർടിസ്റ്റുകളെ വെച്ച് സിനിമയെടുക്കേണ്ടിവന്നു. അത്തരം പടങ്ങളിലും നസീറിന് പ്രാധാന്യം കുറയതരുതെന്ന നിർബന്ധത്തോടെയാണ് തിരക്കഥ തയ്യാറാക്കിയത്. 'പോസ്റ്റുമോർട്ട'വും 'ആട്ടക്കലാശ'വുമൊക്കെ അങ്ങനെയെടുത്ത സിനിമകളായിരുന്നു. അതിന് ശേഷം മോഹൻലാലും മമ്മൂട്ടിയും ശ്രദ്ധിക്കപ്പെട്ടുതുടങ്ങി. പല നിർമാതാക്കളും ഇവരുടെ ഡേറ്റ് വാങ്ങി സമീപിച്ചു. അങ്ങനെ നസീറിനെ കൂടാതെ ഒരു കൂട്ടം പടങ്ങൾ ചെയ്യേണ്ടി വന്നു.

ഇത്തരമൊരവസ്ഥയിൽ എന്താണ് ചെയ്യുക? ഒന്നുകിൽ ഈ രംഗത്തോട് വിടപറയണം. അല്ലെങ്കിൽ വിട്ടുവീഴ്ചചെയ്യണം. തിക്കുറിശ്ശി സാറിന്റെ കാലഘട്ടത്തുനിന്നാണ് നസീറിലേക്ക് വരുന്നത്. നസീറിന്റെ കാലത്ത് സോമൻ, സുകുമാരൻ പോലെ ഒരു ബാച്ചു വന്നുപോയി.

അവർക്ക് നിൽക്കാൻ കഴിഞ്ഞില്ല. അപ്പോഴും നസീർ പിടിച്ചുനിന്നു. പിന്നീട് പുതിയതായി കുറെ ചെറുപ്പക്കാർ വന്നു. കൂട്ടത്തിൽ ലാലും മമ്മൂട്ടിയും ഉണ്ടായിരുന്നു. നമ്മൾ അവസരം കൊടുത്തില്ലെങ്കിലും അവർ വളർന്നുവരുമായിരുന്നു. രവീന്ദ്രനെയാണ് അക്കാലത്ത് ഞങ്ങളെല്ലാം ശ്രദ്ധിച്ചിരുന്നത്. സത്യന്റെയും നസീറിന്റെയും സ്റ്റാൻഡേർഡിലേക്ക് നല്ല ഒരാർട്ടിസ്റ്റായി അയാൾ വളർന്നുവരും എന്ന് വിചാരിച്ചിരുന്നു. പക്ഷേ, എന്തോ അയാൾക്കതിന് കഴിഞ്ഞില്ല. മമ്മൂട്ടിയും മോഹൻലാലുമാണ് ആ ഇരിപ്പിടങ്ങൾ സ്വന്തമാക്കിയത്.

എനിക്ക് എന്റെ പടത്തിലെ നായകൻ മാത്രമായിരുന്നില്ല നസീർ. എന്റെ അമ്മയുടെ വയറ്റിൽ പിറക്കാത്ത സഹോദരൻ കൂടിയായിരുന്നു. എന്റെ മകൾ ഷീലയുടെ വിവാഹത്തിന് കേരളത്തിൽ പോയി തിരിച്ചെത്തിയപ്പോഴാണ് നസീർ ഗുരുതരാവസ്ഥയിലാണെന്ന് അറിയുന്നത്. ഉടനെ ഞാൻ ആശുപത്രിയിൽ എത്തി. ഡോക്ടർ ചെറിയാനാണ് അദ്ദേഹത്തെ ചികിത്സിച്ചിരുന്നത്. ചെറിയാൻ എന്നോട് പറഞ്ഞു: “അഞ്ചാംപനിയുള്ള ആരിൽ നിന്നോ നിർഭാഗ്യവശാൽ പകർന്ന രോഗമാണ്. മണിക്കൂറുകൾ മാത്രമേ ഇനി അദ്ദേഹം ജീവിച്ചിരിക്കൂ.” ഐ സി യുവിൽ കിടക്കുന്ന നസീറിനെ കാണാൻ അനുമതി തന്നു ഡോക്ടർ. ഞാൻ അകത്തേക്ക് കയറി. എന്റെ കാലുകളുടെ ഭാരം വർധിച്ചപോലെ. നടക്കാൻ പ്രയാസപ്പെടുന്നുണ്ടായിരുന്നു ഞാൻ. വേദനയാൽ വിങ്ങുന്ന മനസ്സ്. നിറയാൻ തുടങ്ങിയ കണ്ണുകളോടെ ഞാൻ നസീറിനെ നോക്കി. നിശ്ചലനായി കിടക്കുകയായിരുന്നു എന്റെ പ്രിയപ്പെട്ട ചങ്ങാതി. കണ്ണു തുറക്കാനോ എന്നോട് സംസാരിക്കാനോ സാധിക്കാതെ... ഭൂമിയിലെ ഏറ്റവും വലിയൊരു സൗഹൃദം അവിടെ അവസാനിക്കുകയായിരുന്നു...

ഷീല, ശാരദ, ജയഭാരതി, വിജയശ്രീ

മലയാളത്തിൽ ഏറ്റവും ശ്രദ്ധിക്കപ്പെട്ട നായികയായിരുന്നു ഷീല. എന്റെ കൂടുതൽ പടങ്ങളിലെ നായികയും ഷീലയായിരുന്നു. ഒരു കഥാപാത്രം ലഭിച്ചാൽ അത് ഉൾക്കൊള്ളാനും പ്രതിഫലിപ്പിക്കാനും നടിക്കാവണം. ആകാരസൗന്ദര്യവും ആവശ്യം തന്നെ. ആകാരം അമ്പത് ശതമാനവും ബാക്കി അമ്പത് നടിയുടെ പെർഫോമൻസുമാണ്. ഷീലയും ശാരദയുമല്ലാതെ വേറെ ആരും ആ നിലവാരത്തിലേക്ക് വന്നില്ല. പടം വിൽക്കാനും വിജയിക്കാനും അക്കാലത്ത് ഷീല ആവശ്യമായിരുന്നു. അഭിനയിക്കാനുള്ള കഴിവോടു കൂടി ഒരു നടിയും സിനിമയിൽ വന്നിട്ടില്ല. അധ്വാനവും ദൈവാനുഗ്രഹവുമാണ് ഒരാളെ വളർത്തിക്കൊണ്ടു വരുന്നത്. എന്റെ ‘ഒരാൾക്കൂടി കള്ളനായി’ എന്ന പടത്തിലാണ് ഷീല ആദ്യമായി അഭിനയിക്കുന്നത്. ‘കുടുംബിനി’യിൽ അവർ ചെയ്ത വേഷമാണ് എനിക്ക് ഏറെ ഇഷ്ടം. അറുപതോളം പടങ്ങളിൽ നായികയായി ഷീല.

എന്റെ ‘പെൺമക്കൾ’ എന്ന സിനിമയിലാണ് ജയഭാരതി ആദ്യമായി അഭിനയിക്കുന്നത്. കെ പി കൊട്ടാരയുടെ നിർമാണ കമ്പനിയാണ് ഗണേശ് പിക്ചേഴ്സ്. അവരുടെ ആദ്യ പടം മുതലേ ഞാനും നസീറുമാണ് ചെയ്തിരുന്നത്. ശശികുമാർ, പ്രേംനസീർ, കൊട്ടാരക്കര–ഞങ്ങൾ കെട്ടുറപ്പുള്ള ഒരു ടീമായി വളർന്നു. പിൽക്കാലത്ത് കുറെ നല്ല സിനിമകൾ എടുത്തു. ഞങ്ങളിലൂടെ സാമ്പത്തികമായി പലരും രക്ഷപ്പെട്ടു. ഗണേശ് പിക്ചേഴ്സിനു വേണ്ടി പുതിയൊരു കഥ(പെൺമക്കൾ)യുടെ ചർച്ചയിലായിരുന്നു ഞങ്ങൾ. പുതുമുഖമായിരിക്കണം നായികയെന്ന് ഞങ്ങൾ തീരുമാനിച്ചു. പറ്റിയ ഒരാളെ അന്വേഷിച്ചു. ത്യാഗരാജൻ എന്ന പ്രൊഡക്ഷൻ എക്സിക്യൂട്ടീവാണ് കെ പി കൊട്ടാരക്കരയോട് ജയഭാരതിയെക്കുറിച്ച് പറഞ്ഞത്. ഭാരതി ഞങ്ങളുടെ ഓഫീസിലെത്തി. സാമാന്യം തരക്കേടില്ലാത്തൊരു പെൺകുട്ടി. കഥയ്ക്ക് അനുയോജ്യയാണ്. അങ്ങനെ ജയഭാരതിയെ നായികയായി നിശ്ചയിച്ചു. അവരും പിന്നീട് എന്റെ കുറെ ചിത്രങ്ങളിൽ അഭിനയിച്ചു.

ശാരദയായിരുന്നു മറ്റൊരു നായിക. നടിയെന്ന നിലയിൽ ശാരദ ഏറ്റവും കടപ്പെട്ടിരിക്കുന്നത് കുഞ്ചാക്കോയോടാണ്. നായികയെ തേടി മദിരാശിയിൽ എത്തിയ കുഞ്ചാക്കോ കുറെ ആർടിസ്റ്റുകളെ കണ്ടു. കൂട്ടത്തിൽ ശാരദയെയും. അവരുടെ ഭാഗ്യം! ഈ നടി മതിയെന്ന് കുഞ്ചാക്കോയ്ക്ക് തോന്നി. പടം ക്ലിക്കായി. ഗ്ലാമറല്ല ശാരദയെ സിനിമയിൽ സഹായിച്ചത്, മൊട്ടുസൂചികൊണ്ട് കുത്തുന്ന വേദന മലയാളിയുടെ ഹൃദയത്തിൽ ഏല്പിക്കാൻ കഴിഞ്ഞതാണ്. മറ്റുള്ളവരുടെ കാര്യത്തിൽ ആവശ്യമില്ലാതെ ഇടപെടുന്ന ആളല്ല ശാരദ. മറ്റു നടിമാരെപ്പോലെ ബാലിശമായ വാശികളും ഇല്ല. അതു വേണം ഇതു വേണം എന്ന് നിർബന്ധമില്ല. ഒതുങ്ങി ജീവിക്കുന്ന കുലീനയായ ഒരാൾ.

ഷീല കഴിഞ്ഞാൽ എന്റെ പടങ്ങളിൽ കൂടുതൽ അഭിനയിച്ച നടി വിജയശ്രീയാണ്. മാറാത്ത ദുഃഖത്തിന്റെ പ്രതീകമായി എന്റെ മനസ്സിൽ ഇപ്പോഴുമുണ്ട് വിജയശ്രീ. കുറെ ഭ്രാന്തന്മാർ ചേർന്ന് തല്ലിക്കെടുത്തിയ ഒരു ജീവിതം. നമ്മുടെ ഗുരുക്കന്മാരും ഉണ്ടായിരുന്നു അക്കൂട്ടത്തിൽ. നല്ല തടിയും പൊക്കവും എല്ലാമുണ്ട്. എന്നാൽ പന്ത്രണ്ടു വയസ്സുള്ള കുഞ്ഞിന്റെ പ്രകൃതമായിരുന്നു വിജയശ്രീയുടേത്. ജനങ്ങളുടെ ഇടയിൽ താരമായി ഉദിച്ചുയർന്നപ്പോൾ, അത് മുതലെടുക്കാൻ വേണ്ടപ്പെട്ടവരെല്ലാം ശ്രമിച്ചപ്പോൾ ആ പാവം പെൺകുട്ടിക്ക് അത് താങ്ങാനാവാതെ വന്നു. അങ്ങനെയാണ് ഏതോ ദുർബല നിമിഷത്തിൽ ജീവിതം അവസാനിപ്പിക്കണമെന്ന് അവൾക്ക് തോന്നിയത്. നസീറും വിജയശ്രീയും നല്ലൊരു ജോടിയായിരുന്നു. രക്തപുഷ്പങ്ങൾ ആയിരുന്നു ഞങ്ങൾ ഒരുമിച്ച ആദ്യ സിനിമ.

ഒരു രാത്രികൊണ്ട് വളർന്ന് നക്ഷത്രമായി രവീന്ദ്രൻ

ആകസ്മികമായാണ് കുളത്തൂപ്പുഴ രവി എന്ന രവീന്ദ്രൻ ചൂള യിലൂടെ സംഗീത സംവിധായകനായത്. ഒരു ദൈവാനുഗ്രഹമായി രവീന്ദ്രന്റെ വരവിനെ കാണാനാണ് ഞാൻ ഇഷ്ടപ്പെടുന്നത്. എന്റെ എല്ലാ പടങ്ങളിലും സ്ഥിരമായി പാടിയിരുന്നത് യേശുദാസാണ്. യേശു മദിരാശിയിൽ വന്ന കാലം മുതൽ തുടങ്ങിയ ബന്ധമാണ് ഞങ്ങളുടേത്. സംഗീതവുമായി ബന്ധപ്പെട്ട് രവിയെ എനിക്ക് പരിചയമില്ലായിരുന്നു. എന്റെ ചില പടങ്ങൾക്ക് കോറസ് പാടാനും ഡബ്ബ് ചെയ്യാനുമൊക്കെ അയാൾ വന്നിട്ടുണ്ട്. അങ്ങനെയൊരു അറിവേ ഉണ്ടായിരുന്നുള്ളൂ. സാമ്പത്തികമായി വളരെ പ്രയാസത്തിലായിരുന്നു രവി. ഒരു ദിവസം ഒരു പാട്ടിന്റെ റെക്കോഡിംഗ് കഴിഞ്ഞ് ഞാൻ സ്റ്റുഡിയോയിൽ നിന്ന് ഇറങ്ങി വരുമ്പോഴുണ്ട് യേശുദാസും രവിയും സംസാരിച്ചു നിൽക്കുന്നു. യേശുദാസ് പരിചയപ്പെടുത്തി: "ഇത് കുളത്തൂപ്പുഴ രവിയാണ്." ഞാൻ പറഞ്ഞു:"എനിക്കറിയാം രവിയെ. കോറസ് പാടാനും ഡബ്ബിംഗിനുമെല്ലാം വന്നിട്ടുണ്ടല്ലോ." യേശുദാസ് എന്നോട് പറഞ്ഞു: "എനിക്കൊരു കാര്യം പറയാനുണ്ട്."

ഞങ്ങൾ അല്പം മാറിനിന്നു. ദാസ് തുടർന്നു: "സംഗീത കോളജിൽ എന്റെ കൂടെ പഠിച്ച ആളാണ് രവി. ഒരു ലിഫ്റ്റ് കിട്ടിയാൽ അയാൾ ഉയർന്നു വരും. എനിക്ക് വേണ്ടി ഒരു കാര്യം ചെയ്യണം. ഒരു പടത്തിൽ അദ്ദേഹത്തിന് സ്വതന്ത്രമായി സംഗീതം ചെയ്യാൻ അവസരം കൊടു ക്കണം."

മറ്റൊന്നും ആലോചിക്കാതെ ഞാൻ വാക്കുകൊടുത്തു. യേശുദാസു മായുള്ള ബന്ധം അതായിരുന്നു. ആയിടയ്ക്കാണ് ഒരു പടംചെയ്തു കൊടുക്കണമെന്ന് പറഞ്ഞ് മെയ്ക്കപ്പ്മാൻമാർ എന്നെ സമീപിച്ചത്. അതായിരുന്നു 'ചൂള'. കഥാചർച്ച പൂർത്തിയായപ്പോൾ വീണ്ടും നിർമാ താക്കളെത്തി. അവരോട് ഞാൻ സംസാരിച്ചു: "നിങ്ങൾ ദൈവാനുഗ്രഹം കൊണ്ട് അവസരം കിട്ടി ഉയർന്നുവന്നവരാണ്. ഇപ്പോൾ അറിയപ്പെടുന്ന കലാകാരന്മാരായി. അതുപോലെ ഈ സിനിമയിൽ നമുക്കൊരാൾക്ക് അവസരം കൊടുത്തുകൂടേ? കഴിവുള്ള കലാകാരനാണ് രവി. ഈ സിനിമയിലൂടെ അയാളെ ഭാഗ്യം കാത്തിരിക്കുന്നുണ്ടാകാം" അവർ സമ്മതിച്ചു. അങ്ങനെ 'ചൂള'യിലൂടെ രവീന്ദ്രൻ സംഗീത സംവിധായ കനായി. ഒരു രാത്രി കൊണ്ട് വളർന്ന് ഒരു നക്ഷത്രമായി രവീന്ദ്രൻ. 'ആട്ടക്കലാശ'ത്തിലും സംഗീതസംവിധാനം രവീന്ദ്രനായിരുന്നു.

'ചൂള'യ്ക്ക് വേറെയും ചില സവിശേഷതകൾ ഉണ്ടായിരുന്നു. സംഘട്ടനമില്ലാത്ത എന്റെ ഏക പടമായിരുന്നു അത്. എനിക്ക് തൃപ്തിക്കു വേണ്ടി ഒരു പടവും ഞാൻ സംവിധാനംചെയ്തിട്ടില്ല. എന്റെ നിർമാതാ വിന് വേണ്ടിയാണ്, അവരുടെ നിലനില്പിനു വേണ്ടിയാണ് ഞാൻ

സിനിമയെടുത്തത്. അതിനാലാണ് വില്പനയ്ക്ക് ആവശ്യമായ ചേരുവകളെല്ലാം ഉൾപ്പെടുത്തിയത്. നല്ലൊരു പടമായിരുന്നു 'ചൂള'. ഒരു ദൗർഭാഗ്യം ഉണ്ടായത് മനസ്സിൽ കണ്ടതു പോലെ അവസാനിപ്പിക്കാൻ കഴിഞ്ഞില്ല എന്നതാണ്. ഷൂട്ടിംഗ് നടക്കുമ്പോഴായിരുന്നു പി ജെ ആന്റണിയുടെ മരണം. ഡ്യൂപ്പിനെ വെച്ച് ലോംഗ്ഷോട്ടിലാണ് ആന്റണി അഭിനയിക്കേണ്ട ഭാഗങ്ങൾ പൂർത്തിയാക്കിയത്. ഡബ്ബിംഗും മറ്റൊരാളെക്കൊണ്ട് ചെയ്യിക്കേണ്ടിവന്നു. ഡ്യൂപ്പിനെ വെക്കുക എന്ന് പറഞ്ഞാൽ വിട്ടുവീഴ്ച ചെയ്യുക എന്നാണ് അർഥം. അത് സിനിമയുടെ വിജയത്തേയും ബാധിച്ചു.

ജയന്റെ പോസ്റ്റുമോർട്ടം ഇന്നും വേദന

ജീവിതത്തിൽ വേദനയുടെ ചില ദിനങ്ങളുണ്ടാകും. അത് ദൈവനിശ്ചയമാണ്. അത്തരം നിമിഷങ്ങളിലൂടെ നമ്മൾ കടന്നുപോയേ മതിയാകൂ. ഹെലിക്കോപ്ടർ അപടത്തിൽ ജയൻ മരിച്ചപ്പോൾ അദ്ദേഹത്തിന്റെ പോസ്റ്റുമോർട്ടത്തിന് ദൃക്സാക്ഷിയാകേണ്ടിവന്നത് അത്തരമൊരു ദിവസമായിരുന്നു എനിക്ക്. ആ ദിനം എനിക്ക് വേദനയുടേതായി. മദ്രാസിലെ ജനറൽ ഹോസ്പിറ്റലിൽ വെച്ചായിരുന്നു ജയന്റെ പോസ്റ്റുമോർട്ടം. സാധാരണ രാവിലെ പത്തുമണി മുതലാണ് പോസ്റ്റുമോർട്ടം തുടങ്ങാറ്. ജയന്റെ മൃതദേഹം എത്രയും വേഗം നാട്ടിലെത്തിക്കേണ്ടതിനാൽ പോസ്റ്റുമോർട്ടം നേരത്തെയാക്കി. രാവിലെ ഏഴിന് തന്നെ ഒരുക്കങ്ങൾ തുടങ്ങി. ഡോക്ടർമാർ നേരത്തെ വന്നു. സഹായികളിൽ ഒരാൾ പോലും എത്തിയിരുന്നില്ല. പോസ്റ്റുമോർട്ടം തുടങ്ങാൻ നേരം രണ്ടു പേർ അകത്തേക്ക് വരണമെന്ന് ഡോക്ടർമാർ ആവശ്യപ്പെട്ടു. ഞാനും ഡാൻസർ തമ്പിയും അകത്ത് കയറി. ഞങ്ങൾ ആ കാഴ്ച കണ്ടു; പോസ്റ്റുമോർട്ടം ടേബിളിൽ മലയാളത്തിന്റെ അനശ്വര നടൻ ഉറങ്ങിക്കിടക്കുകയാണ്. ചെറിയ കഥാപാത്രങ്ങൾ മുതൽ നായകവേഷം വരെ നൽകി ഞാനടക്കമുള്ള സംവിധായകർ വളർത്തിയെടുത്ത മഹാനായ ഒരു നടനാണ് നിശ്ചലനായി കിടക്കുന്നത്. ഡോക്ടർമാർ ആ ദേഹം വെട്ടിമുറിക്കാൻ തുടങ്ങി. അവർക്കും ആ നടനെ അറിയാം. അവരുടെ കൈകളിൽ വിറപടർന്ന പോലെ. പക്ഷേ പോസ്റ്റുമോർട്ടം നടത്താതെ തരമില്ലല്ലോ. അല്പം ധൈര്യം അവർക്ക് വേണമായിരുന്നു. അറ്റൻഡർ ഒരു കുപ്പി മദ്യവുമായി പോസ്റ്റുമോർട്ടം ടേബിളിനടുത്തു വന്നു. മദ്യം ഗ്ലാസിലേക്ക് പകർന്നു കൊടുക്കാൻ കൂട്ടത്തിലൊരു ഡോക്ടർ എന്നോട് ആവശ്യപ്പെട്ടു. അത്രയും മാനസികസംഘർഷം ആ ഡോക്ടർമാർ അനുഭവിക്കുന്നുണ്ടായിരുന്നു. ഞങ്ങൾ മദ്യം ഒഴിച്ചുകൊടുത്തു. അവർ അത് കഴിച്ചു. പിന്നെ ജയനെ അവർ പിളർക്കാൻ തുടങ്ങി. എന്റെ കണ്ണു നിറഞ്ഞൊഴുകുന്നതു പോലും ഞാൻ അറിയുന്നുണ്ടായിരുന്നില്ല. ഇപ്പോഴും അതോർക്കുമ്പോൾ വേദന തോന്നുന്നു.

മോഹൻലാൽ: വില്ലനും നായകനും

'മഞ്ഞിൽ വിരിഞ്ഞ പൂക്കളി'ലൂടെ വില്ലനായി എത്തിയ ചെറുപ്പക്കാരനെ ഞാൻ ശ്രദ്ധിച്ചിരുന്നു. അല്പം സ്ത്രൈണത കലർന്ന ഭാവമുള്ള അയാളെ മറ്റു വില്ലന്മാരിൽ നിന്ന് വേറിട്ടു തോന്നി എനിക്ക്. തുടർന്നും ഒന്നു രണ്ട് പടങ്ങളിൽ അയാൾ അഭിനയിച്ചു. 'മദ്രാസിലെ മോൻ' എന്ന പടത്തിന്റെ ചർച്ചയിൽ ആ ചെറുപ്പക്കാരൻ എന്റെ മനസ്സിലെത്തി. വില്ലന്മാരിൽ ഒരാളായി ആയാളെ നിശ്ചയിച്ചു. അനായാസമായുള്ള അഭിനയം എനിക്ക് ഏറെ ഇഷ്ടമായി. തുടർന്ന് അട്ടിമറി, കൊലകൊമ്പൻ, അറബിക്കടൽ, ചക്രവാളം ചുവന്നപ്പോൾ തുടങ്ങിയ എന്റെ ചിത്രങ്ങളിലെല്ലാം അയാൾ വില്ലനായി.

വില്ലനിൽ മാത്രം ഒതുങ്ങി നിൽക്കേണ്ടയാളല്ല ലാലെന്ന് എനിക്ക് പലപ്പോഴും തോന്നിയിരുന്നു. അങ്ങനെയാണ് ആട്ടക്കലാശത്തിൽ നായകപ്രാധാന്യമുള്ള വേഷം കൊടുക്കുന്നത്. ആ കഥാപാത്രത്തെ നല്ല രീതിയിൽ ലാൽ അവതരിപ്പിക്കുകയും ചെയ്തു. തുടർന്ന് സ്വന്തമെവിടെ ബന്ധമെവിടെയിലും നായകനായി. ഇവിടെ തുടങ്ങുന്നു എന്ന പടം ലാലിനെ ഹീറോയാക്കി. പത്താമുദയം, ഏഴു മുതൽ ഒമ്പത് വരെ, ഇനിയും കുരുക്ഷേത്രം, ശോഭ് രാജ്, കുഞ്ഞാറ്റക്കിളികൾ, മനസ്സിൽ ഒരു മണിമുത്ത്... ലാലിന്റെ വളർച്ച അടയാളപ്പെടുത്തുകയായിരുന്നു ഈ ചിത്രങ്ങൾ മുഴുവനും.

തമിഴിൽ ഒരേയൊരു പടം

മലയാളികളായ സംവിധായകർ തമിഴ് പടങ്ങളും എടുക്കാറുണ്ടായിരുന്നു. മിക്ക പടങ്ങളും വിജയിക്കുകയും ചെയ്തിട്ടുണ്ട്. ശിവാജി ഗണേശനെ നായകനാക്കി ഒരു പടം ഞാനും ചെയ്തു. ശിവാജി ഗണേശന്റെ കോസ്റ്റ്യൂമറായിരുന്ന രാമകൃഷ്ണനു വേണ്ടി ഞാനൊരു മലയാള പടംചെയ്തിരുന്നു. അത് ശിവാജിക്ക് ഇഷ്ടമായി. അതേ പടം തമിഴിൽ എടുക്കാൻ അദ്ദേഹം എന്നെ സമീപിച്ചു. കാൾഷീറ്റു തന്നു. കാര്യങ്ങളെല്ലാം പെട്ടെന്ന് നീക്കി. അന്നത്തെ ടോപ്പ് ഹീറോയിനായിരുന്ന സാവിത്രിയായിരുന്നു നായിക. ഒരു ഷെഡ്യൂൾ പൂർത്തിയായി. എന്തുകൊണ്ടോ തമിഴ് അന്തരീക്ഷവുമായി ഒത്തുപോകാൻ എനിക്ക് കഴിഞ്ഞില്ല. ഭാഷ പ്രശ്നമായി, തമിഴിലെ രീതികളും. ഞാനൊരു ആത്മപരിശോധന നടത്തി. തുടക്കക്കാരനായ ഞാൻ മലയാളത്തിൽ ഒതുങ്ങി നിൽക്കുന്നതാണ് ബുദ്ധി എന്ന് തോന്നി. ശിവാജി ഗണേശനെ കണ്ട് കാര്യം പറഞ്ഞു. അങ്ങനെ ആ സിനിമ ഉപേക്ഷിച്ചു.

'ഡോളർ' ആണ് അവസാനമായി ചെയ്ത സിനിമ. അമേരിക്കയിലെ സുഹൃത്തിന്റെ നിർബന്ധം. കഥയെഴുതിയത് ഒരു വൈദികനായിരുന്നു. കോട്ടയത്തെ സെമിനാരിയിൽ വെച്ചായിരുന്നു കഥാചർച്ച. പത്മിനിയുടെ അവസാന പടംകൂടിയായിരുന്നു അത്.

എനിക്ക് ഏറ്റവും പ്രിയപ്പെട്ട പടം 'തൊമ്മന്റെ മക്കളാ'ണ്. എന്റെ ജീവിതത്തോട് ഒട്ടി നിൽക്കുന്ന ഒന്നായിരുന്നു അത്. ഞാൻ ജനിച്ചു വളർന്ന എന്റെ കുടുംബത്തിലും ചുറ്റുപാടുമുള്ള മനുഷ്യബന്ധങ്ങളായിരുന്നു അതിന്റെ ഇതിവൃത്തം. തൊമ്മന്റെ മക്കൾ റിലീസ് ചെയ്ത ദിവസം പടം കണ്ട് എന്റെ മൂത്ത സഹോദരൻ എന്നെ വിളിച്ചു- എടാ ജോണേ... നിന്റെ സിനിമ കണ്ടു, ഞാൻ മാത്രമല്ല നാട്ടുകാരും. തൊമ്മന്റെ മക്കൾ എന്നല്ല ഇവിടെ ആളുകൾ ഈ സിനിമയ്ക്ക് ഇട്ടപേര്, എൻ എൽ വർക്കിയുടെ മക്കളെന്നാണ്.

ഞങ്ങളുടെ കുടുംബത്തെ അറിയുന്നവർക്ക് അത്തരമൊരു അഭിപ്രായം ഉണ്ടായതിൽ അതിശയപ്പെടാനുമില്ലായിരുന്നു. അത് ഞങ്ങളുടെ ജീവിതം തന്നെയായിരുന്നു. ഇനിയൊരു പടം സംവിധാനംചെയ്യാൻ ഇട വന്നാൽ തൊമ്മന്റെ മക്കൾ തന്നെയാകും ഞാൻ വീണ്ടും തെരഞ്ഞെടുക്കുക.

തിരക്കുകളില്ലാത്ത ജീവിതം

പത്തു വർഷമായി തീയേറ്ററിൽ പോയി സിനിമ കണ്ടിട്ട്. ആ ലോകത്തോട് എപ്പോഴോ ഞാൻ വിടപറഞ്ഞിരിക്കുന്നു. ഒരു വലിയ വെള്ളച്ചാട്ടം. കൂലം കുത്തിയൊഴുകുകയായിരുന്നു അത്. ഇപ്പോൾ അത് ശാന്തമായി ഒഴുകിക്കൊണ്ടിരിക്കുന്നു. തിരിഞ്ഞു നോക്കുമ്പോൾ ഈ വെള്ളച്ചാട്ടത്തിലൂടെയാണോ ഞാൻ വന്നത്, ഈ ചുഴികൾക്കിടയിലൂടെയാണോ ദൈവം നമ്മെ കൈപിടിച്ചത് എന്ന് അദ്ഭുതപ്പെടുന്നു. ഇത്തിരിയേ ദൈവത്തോടു ഞാൻ ചോദിച്ചുള്ളൂ. പക്ഷേ, എനിക്കൊരു കൈവണ്ടി തന്നെ ദൈവം സമ്മാനിച്ചു.

ശശികുമാർ

ജീവിതരേഖ

ശരിയായ പേര്	:	നമ്പ്യാതുശേരിൽ വർക്കി ജോൺ
ജനനം	:	1927 ഒക്ടോബർ 14
അച്ഛൻ	:	എൻ എൽ വർക്കി
അമ്മ	:	മറിയ
പഠനം	:	ലിയോ തേട്ടീൻത് ഹൈസ്കൂൾ ആലപ്പുഴ, സെൻറ് എഫ്രേംസ് സ്കൂൾ മാന്നാനം, സേക്രഡ് ഹാർട്ട് കോളേജ് തേവര
അഭിനയിച്ച ആദ്യ സിനിമ	:	വിശപ്പിൻെറ വിളി
ആദ്യമായി സംഭാഷണമെഴുതിയ പടം	:	സീത
കഥയും തിരക്കഥയും തയ്യാറാക്കിയ ആദ്യ പടം	:	രഹസ്യം 1969
സംവിധാനം ചെയ്ത ആദ്യ സിനിമ	:	കുടുംബിനി 1964
അവസാനമായി സംവിധാനം നിർവഹിച്ച സിനിമ	:	ഡോളർ 1993
ഭാര്യ	:	ത്രേസ്യാമ്മ
മക്കൾ	:	ഉഷ തോമസ്, ഷീല റോബിൻ, ഷാജി ജോൺ
മരണം	:	2014 ജൂലായ് 17
അവാർഡുകൾ	:	2013ലെ ജെ സി ദാനിയേൽ പുരസ്കാരം

റെക്കോഡുകൾ

ഏറ്റവും കൂടുതൽ പടങ്ങളുടെ സംവിധായകൻ

ഒരു നായകനെ വെച്ച് കൂടുതൽ പടങ്ങൾ സംവിധാനംചെയ്ത ചലച്ചിത്ര കാരൻ

ശശികുമാർ സംവിധാനം ചെയ്ത ചിത്രങ്ങൾ

(സിനിമ, വർഷം, നടീനടന്മാർ എന്ന ക്രമത്തിൽ)

കുടുംബിനി (പി എ തോമസിനൊപ്പം)	1964	തിക്കുറിശ്ശി, പ്രേംനസീർ, കവിയൂർ പൊന്നമ്മ, ഷീല
ജീവിതയാത്ര	1965	പ്രേംനസീർ, തിക്കുറിശ്ശി, അംബിക, ശോഭ
തൊമ്മൻെറ മക്കൾ	1965	സത്യൻ, മധു, ഷീല, കൊട്ടാരക്കര ശ്രീധരൻ നായർ
പോർട്ടർ കുഞ്ഞാലി	1965	പ്രേംനസീർ, തിക്കുറിശ്ശി, ഷീല
പെണ്മക്കൾ	1966	പ്രേംനസീർ, കൊട്ടാരക്കര ശ്രീധരൻ നായർ, ജയഭാരതി, ശോഭ
കൂട്ടുകാർ	1966	സത്യൻ, പ്രേംനസീർ, അംബിക
കണ്മണികൾ	1966	പ്രേംനസീർ, തിക്കുറിശ്ശി, മീന, ശാരദ
കാവാലം ചുണ്ടൻ	1967	സത്യൻ, ശാരദ, എസ് പി പിള്ള
ബാല്യകാലസഖി	1967	പ്രേംനസീർ, കൊട്ടാരക്കര ശ്രീധരൻ നായർ, ഷീല.
വിദ്യാർഥി	1968	പ്രേംനസീർ, കെ പി ഉമ്മർ, ഷീല, ജയ ഭാരതി
വെളുത്ത കത്രീന	1968	സത്യൻ, പ്രേംനസീർ, ഷീല, ജയഭാരതി
ലൗ ഇൻ കേരള	1968	പ്രേംനസീർ, കെ പി ഉമ്മർ, ജൂനിയർ പത്മിനി
റസ്റ്റ് ഹൗസ്	1969	പ്രേംനസീർ, ഷീല, അടൂർ ഭാസി
രഹസ്യം	1969	പ്രേംനസീർ, കെ പി ഉമ്മർ, ഷീല, ജയ ഭാരതി
രക്തപുഷ്പം	1970	പ്രേംനസീർ, കെ പി ഉമ്മർ, വിജയശ്രീ, പ്രേമ

ലങ്കാദഹനം	1971	പ്രേംനസീർ, വിജയശ്രീ, രാഗിണി, കെ പി ഉമ്മർ
ബോബനും മോളിയും	1971	മാസ്റ്റർ ശേഖർ, ബേബി രജനി, മധു, വിജയശ്രീ
പുഷ്പാഞ്ജലി	1972	പ്രേംനസീർ, ടി എസ് മുത്തയ്യ, വിജയശ്രീ, സാധന
മറവിൽ തിരിവ് സൂക്ഷിക്കുക	1972	പ്രേംനസീർ, വിജയശ്രീ, അടൂർഭാസി
ബ്രഹ്മചാരി	1972	പ്രേംനസീർ,ജോസ് പ്രകാശ്, ശാരദ, സുജാത
അന്വേഷണം	1972	പ്രേംനസീർ, ബഹദൂർ, ശാരദ, വിജയശ്രീ
തിരുവാഭരണം	1973	പ്രേംനസീർ, മധു, വിജയശ്രീ, ജയഭാരതി
തെക്കൻ കാറ്റ്	1973	മധു, കൊട്ടാരക്കര ശ്രീധരൻ നായർ, ശാരദ, സുജാത
തനിനിറം	1973	പ്രേംനസീർ, കെ പി ഉമ്മർ, വിജയശ്രീ
പഞ്ചവടി	1973	പ്രേംനസീർ, വിജയശ്രീ, വിൻസെൻറ്
പത്മവ്യൂഹം	1973	പ്രേംനസീർ, വിജയശ്രീ, ജോസ് പ്രകാശ്
ഇൻറർവ്യൂ	1973	പ്രേംനസീർ, അടൂർ ഭാസി, ജയഭാരതി, സുജാത
ദിവ്യദർശനം	1973	മധു, ജയഭാരതി, കവിയൂർ പൊന്നമ്മ
സേതുബന്ധനം	1974	പ്രേംനസീർ, അടൂർ ഭാസി, ജയഭാരതി
പൂന്തേനരുവി	1974	പ്രേംനസീർ, ജയൻ, ജയഭാരതി
പഞ്ചതന്ത്രം	1974	പ്രേംനസീർ, സോമൻ, ജയഭാരതി
നൈറ്റ് ഡ്യൂട്ടി	1974	പ്രേംനസീർ, ടി എസ് മുത്തയ്യ, ജയഭാരതി
സിന്ധു	1975	പ്രേംനസീർ, മധു, ലക്ഷ്മി, വിധുബാല
സമ്മാനം	1975	പ്രേംനസീർ, മധു, ജയഭാരതി, സുജാത
പുലിവാല്	1975	മുതുകുളം രാഘവൻപിള്ള, പ്രേംനസീർ, ജയഭാരതി
പ്രവാഹം	1975	പ്രേംനസീർ, വിധുബാല, ജോസ് പ്രകാശ്
പിക്നിക്	1975	പ്രേംനസീർ, വിൻസെൻറ്, ലക്ഷ്മി, ഉണ്ണി മേരി
പാലാഴി മഥനം	1975	പ്രേംനസീർ, ബഹദൂർ, ജയഭാരതി, മീന
പത്മരാഗം	1975	പ്രേംനസീർ, കെ പി ഉമ്മർ, ജയഭാരതി
ചട്ടമ്പിക്കല്യാണി	1975	പ്രേംനസീർ, കെ പി ഉമ്മർ, ലക്ഷ്മി

ആലിബാബയും 41 കള്ളന്മാരും	1975	പ്രേംനസീർ, ജയഭാരതി, അടൂർ ഭാസി
അഭിമാനം	1975	പ്രേംനസീർ, സോമൻ, ശാരദ
ആരണ്യകാണ്ഡം	1975	പ്രേംനസീർ, തിക്കുറിശ്ശി, ഉഷാകുമാരി, ശ്രീവിദ്യ
സ്വിമ്മിംഗ്പൂൾ	1976	കമൽഹാസൻ, എം ജി സോമൻ, സുമിത്ര
പുഷ്പശരം	1976	പ്രേംനസീർ, സോമൻ, പ്രേമ, ജയഭാരതി, ശ്രീവിദ്യ
പിക്പോക്കറ്റ്	1976	പ്രേംനസീർ, ജയൻ, വിധുബാല, കനക ദുർഗ
കായംകുളം കൊച്ചുണ്ണിയുടെ മകൻ	1976	പ്രേംനസീർ, ജയഭാരതി
കാമധേനു	1976	പ്രേംനസീർ, ജയൻ, ശ്രീവിദ്യ, ജയഭാരതി
അമൃതവാഹിനി	1976	പ്രേംനസീർ, സോമൻ, ജയൻ, ശാരദ
അജയനും വിജയനും	1976	പ്രേംനസീർ, കെ പി ഉമ്മർ, ലക്ഷ്മി, വിധുബാല
വിഷുക്കണി	1977	പ്രേംനസീർ, സോമൻ, ശാരദ
വരദക്ഷിണ	1977	പ്രേംനസീർ, വിൻസെൻറ്, ജയഭാരതി
തുറുപ്പുഗുലാൻ	1977	പ്രേംനസീർ, അടൂർ ഭാസി, വിധുബാല, ജയഭാരതി
സഖാക്കളെ മുന്നോട്ട്	1977	പ്രേംനസീർ, ശങ്കരാടി, വിധുബാല, സുമിത്ര
രതിമന്മഥൻ	1977	പ്രേംനസീർ, ജയൻ, ജയഭാരതി
രണ്ടു ലോകം	1977	ജയൻ, ജയഭാരതി
പരിവർത്തനം	1977	പ്രേംനസീർ, ശ്രീവിദ്യ, അടൂർ ഭാസി
പഞ്ചാമൃതം	1977	പ്രേംനസീർ, സോമൻ, ജയഭാരതി, വിധുബാല
മുറ്റത്തെ മുല്ല	1977	പ്രേംനസീർ, വിധുബാല, കെ പി ഉമ്മർ
മോഹവും മുക്തിയും	1977	പ്രേംനസീർ, ഷീല
മിനിമോൾ	1977	പ്രേംനസീർ, വിധുബാല
ലക്ഷ്മി	1977	പ്രേംനസീർ, സോമൻ, ഷീല, ജയഭാരതി
ചതുർവേദം	1977	പ്രേംനസീർ, അടൂർ ഭാസി, പത്മപ്രിയ, ശ്രീലത
അപരാജിത	1977	പ്രേംനസീർ, ശാരദ
അക്ഷയപാത്രം	1977	പ്രേംനസീർ, ലക്ഷ്മി

ശത്രുസംഹാരം	1978	പ്രേംനസീർ, ജയൻ, ഉണ്ണിമേരി
നിവേദ്യം	1978	പ്രേംനസീർ, കെ ആർ വിജയ, കെ പി ഉമ്മർ
നിനക്കു ഞാനും എനിക്ക് നീയും	1978	പ്രേംനസീർ, വിധുബാല, രവി കുമാർ
മുക്കുവനെ സ്നേഹിച്ച ഭൂതം	1978	ജയൻ, സോമൻ, ഉണ്ണിമേരി
മുദ്രമോതിരം	1978	പ്രേംനസീർ, ജയഭാരതി
മറ്റൊരു കർണ്ണൻ	1978	ജയൻ, ജയഭാരതി
കന്യക	1978	ജയൻ, മധു, ഷീല
കൽപവൃക്ഷം	1978	പ്രേംനസീർ, ജയൻ, ജയഭാരതി
ജയിക്കാനായി ജനിച്ചവൻ	1978	പ്രേംനസീർ, ജയൻ
ഭാര്യയും കാമുകിയും	1978	പ്രേംനസീർ, കെ ആർ വിജയ, ഷീല
നിത്യവസന്തം	1979	എം ജി സോമൻ, വിൻസെൻറ്, വിധുബാല
ചൂള	1979	പി ജെ ആൻറണി, എം ജി സോമൻ, മീന, ശ്രീലത
മാനവധർമം	1979	പ്രേംനസീർ, വിൻസെൻറ്, സീമ
വെള്ളായനി പരമു	1979	പ്രേംനസീർ, ജയഭാരതി, എം ജി സോമൻ
ഓർമയിൽ നീ മാത്രം	1979	പ്രേംനസീർ, സുധീഷ്, ജയഭാരതി
തീനാളങ്ങൾ	1980	ജയൻ, ജയഭാരതി, സീമ
പ്രകടനം	1980	എം ജി സോമൻ, പ്രതാപചന്ദ്രൻ, സീമ
ഒരു വർഷം ഒരു മാസം	1980	ജയഭാരതി, എം ജി സോമൻ
കരിപുരണ്ട ജീവിതങ്ങൾ	1980	പ്രേംനസീർ, ജയൻ, ജയഭാരതി,
ഇത്തിക്കരപ്പക്കി	1980	പ്രേംനസീർ, ജയൻ, ജയഭാരതി
കൊടുമുടികൾ	1981	പ്രേംനസീർ,സോമൻ, ജയഭാരതി
തീരത്തിന് അറിയുമോ തിരയുടെ വേദന	1995	(റിലീസ് ചെയ്തില്ല)
അട്ടിമറി	1981	മോഹൻലാൽ, ജയഭാരതി, ശ്രീവിദ്യ
എല്ലാം നിനക്കുവേണ്ടി	1981	പ്രേംനസീർ, സുകുമാരൻ, ശ്രീവിദ്യ
ധ്രുവസംഗമം	1981	സുകുമാരൻ, മോഹൻലാൽ, ശുഭ
തീക്കളി	1981	പ്രേംനസീർ, കെ പി ഉമ്മർ, ജയഭാരതി

നാഗമ്പടത്തു തമ്പുരാട്ടി	1982	പ്രേംനസീർ, ശങ്കരാടി, ജയഭാരതി
തുറന്ന ജയിൽ	1982	സുകുമാരൻ, എം ജി സോമൻ, ജയഭാരതി
സൂര്യൻ	1982	രവികുമാർ, സുകുമാരൻ, ജലജ
പോസ്റ്റുമോർട്ടം	1982	പ്രേംനസീർ, സുകുമാരൻ, ജലജ, സത്യകല
മദ്രാസിലെ മോൻ	1982	കെ പി ഉമ്മർ, മോഹൻലാൽ, ഷീല
കോരിത്തരിച്ച നാൾ	1982	ഷാനവാസ്, സോമൻ, കനക ദുർഗ
ജംബുലിംഗം	1982	പ്രേംനസീർ, സത്താർ, ജയഭാരതി, ഉണ്ണിമേരി
കെണി	1982	പ്രേംനസീർ, മമ്മൂട്ടി, കെ ആർ വിജയ
യുദ്ധം	1983	പ്രേംനസീർ, മധു, സ്വപ്ന
സന്ധ്യാവന്ദനം	1983	എം ജി സോമൻ, സുകുമാരൻ, ലക്ഷ്മി
പൗരുഷം	1983	എം ജി സോമൻ, സുകുമാരൻ, മേനക
മഹാബലി	1983	പ്രേംനസീർ, ടി ജി രവി, ജയഭാരതി, ഉണ്ണിമേരി
കൊലകൊമ്പൻ	1983	മോഹൻലാൽ, സോമൻ, മേനക
കാട്ടരുവി	1983	മമ്മൂട്ടി, സുകുമാരൻ, ജലജ, ഉണ്ണി മേരി
ചക്രവാളം ചുവന്നപ്പോൾ	1983	പ്രേംനസീർ, മോഹൻലാൽ, മമ്മൂട്ടി, സുമലത
ആട്ടക്കലാശം	1983	പ്രേംനസീർ, മോഹൻലാൽ, ലക്ഷ്മി
അറബിക്കടൽ	1983	മധു, രതീഷ്, മോഹൻലാൽ, ശ്രീവിദ്യ
സ്വന്തമെവിടെ ബന്ധമെവിടെ	1983	മോഹൻലാൽ, ലാലു അലക്സ്, മേനക, സ്വപ്ന
മകളെ മാപ്പുതരൂ	1984	പ്രേംനസീർ, രതീഷ്, സുനന്ദ, ഉണ്ണിമേരി
ഇവിടെ തുടങ്ങുന്നു	1984	മോഹൻലാൽ, റഹ്മാൻ, രോഹിണി
പത്താമുദയം	1985	ബാലൻ കെ നായർ, മോഹൻലാൽ, ഉണ്ണിമേരി, ചിത്ര

ഏഴു മുതൽ ഒമ്പതുവരെ	1985	മോഹൻലാൽ, രതീഷ്, അനുരാധ
അഴിയാത്ത ബന്ധങ്ങൾ	1985	മോഹൻലാൽ, നെടുമുടി വേണു, സുമിത്ര, ശോഭന
മകൻ എന്റെ മകൻ	1985	മമ്മൂട്ടി, ടി ജി രവി, രാധിക
മൗനനൊമ്പരം	1985	ശങ്കർ, സുകുമാരൻ, മേനക, രോഹിണി
എന്റെ കാണാക്കുയിൽ	1985	മമ്മൂട്ടി, റഹ്മാൻ, രേവതി
ശോഭ്‌രാജ്	1986	മോഹൻലാൽ, കെ പി ഉമ്മർ, മാധവി, പ്രിയ
കുഞ്ഞാറ്റക്കിളികൾ	1986	മോഹൻലാൽ, സോമൻ, ശോഭന
ഇനിയും കുരുക്ഷേത്രം	1986	അടൂർ ഭാസി, കെ പി ഉമ്മർ, ശോഭന
എന്റെ എന്റേതുമാത്രം	1986	മോഹൻലാൽ, ലാലു അലക്സ്, കാർത്തിക
മനസ്സിൽ ഒരു മണിമുത്ത്	1986	മോഹൻലാൽ, സുരേഷ് ഗോപി, ഉർവശി
മൗനനൊമ്പരം	1986	ശങ്കർ, സുകുമാരൻ, മേനക
അകലങ്ങളിൽ	1986	നെടുമുടി വേണു, തിലകൻ, സീമ
ജൈത്രയാത്ര	1987	ശാരി, സുകുമാരി, കലാരഞ്ജിനി
ഇത് എന്റെ നീതി	1987	ശങ്കർ, ബാലൻ കെ നായർ, ശാരി
നാഗപഞ്ചമി	1989	സുരേഷ് ഗോപി, ഇന്നസെൻറ്, ശോഭന
രാജവാഴ്ച	1990	സായ്കുമാർ, സുരേഷ് ഗോപി, രഞ്ജിനി
പാടാത്ത വീണയും പാടും	1990	രഘു, മുകേഷ്, നന്ദിനി, ബീന
ഡോളർ	1993	മുകേഷ്, ലാലു അലക്സ്, പത്മിനി, ചിത്ര

ഐ വി ശശി
സിനിമയുടെ രാവുകളും പകലുകളും

സന്ധ്യയാകാൻ തുടങ്ങിയിരുന്നു. അപ്പോഴാണ് കറുത്ത പുക തുപ്പി കിതപ്പോടെ മദ്രാസ് മെയിൽ കോഴിക്കോട് റെയിൽവേ സ്റ്റേഷനിൽ വന്നു നിന്നത്. ആളുകൾ ഇറങ്ങുകയും കയറുകയും ചെയ്തുകൊണ്ടിരുന്നു. അതിന്റെ ബഹളം സ്റ്റേഷനെ മയക്കത്തിൽനിന്ന് ഉണർത്തിയപോലെ. സ്റ്റേഷനിലെ ചാരുബെഞ്ചുകളിലൊന്നിൽ ഇരിക്കുന്ന ചെറുപ്പക്കാരൻ അപ്പോഴും ആലോചനയിലായിരുന്നു. നാടുവിടാൻ ഇറങ്ങിപ്പുറപ്പെട്ട താണ്. മദിരാശിയിൽ ബന്ധുവായ സ്വാമിനാഥനുണ്ട്. അദ്ദേഹം അവിടെ എസ് കൊന്നനാട്ട് എന്ന പേരിൽ സിനിമയിൽ കലാസംവിധായകനാണ്. എന്നാൽ, എവിടേക്കാണ് പോകേണ്ടതെന്ന് അപ്പോഴും തീരുമാനിച്ചിരുന്നില്ല. വീടിനടുത്തെ പലചരക്കുകടക്കാരനായ ഗോവിന്ദൻകുട്ടിയോട് കടം വാങ്ങിയ അമ്പത് രൂപ പോക്കറ്റിൽതന്നെയുണ്ട്. പെട്ടെന്ന് തീവണ്ടി ചൂളംവിളിക്കാൻ തുടങ്ങി. അത് പുറപ്പെടാനുള്ള ഒരുക്കത്തിലാണ്. ഒരു ഉൾവിളിപോലെ ചെറുപ്പക്കാരൻ വണ്ടിയിൽ ഓടിക്കയറി. ആ വരവ് കാത്തുനിന്നെന്നപോലെ അത് ഇളകി നടന്നുതുടങ്ങി. കോഴിക്കോട് നഗരം പിന്നിലേക്ക് ഓടിമറഞ്ഞുകൊണ്ടിരുന്നു...

മലയാളസിനിമയെ പുതിയ കഥകളും കഥാപാത്രങ്ങളുംകൊണ്ട് വിസ്മയിപ്പിച്ച ഐ വി ശശിയെന്ന പ്രതിഭാധനനായ സംവിധായകന്റെ ചലച്ചിത്രജീവിതം ഈ യാത്ര മുതൽ ആരംഭിക്കുന്നു.

അന്നുവരെ അനുഭവിച്ച കാഴ്ചകളിൽനിന്ന് വേറിട്ടുള്ള യാത്രകളായി ഐ വി ശശി സിനിമകൾ. ഈ ചലച്ചിത്രങ്ങൾ മണ്ണിനോടും മനുഷ്യനോടും യഥാർഥ ജീവിതത്തോടും ചേർന്നുനിന്നു. മനുഷ്യജീവിതത്തിലെ ആശകളും നിരാശകളും പ്രണയവും പ്രണയനിരാസങ്ങളും പകയും കാമവുമെല്ലാം കലയും കച്ചവടവും ചേർത്ത് ഐ വി ശശി അവതരിപ്പിച്ചു. മൂന്നര പതിറ്റാണ്ടിനുള്ളിൽ മലയാളത്തിലെ സർഗധനരായ തിരക്കഥാകൃത്തുക്കളോടൊപ്പം നൂറ്റിമുപ്പതിലധികം സിനിമകൾ.

എം ടി വാസുദേവൻ നായരുടെ മാത്രം 11 തിരക്കഥകൾക്ക് ഐ വി ശശി ദൃശ്യകാവ്യമൊരുക്കി. പത്മരാജൻ, ലോഹിതദാസ്, ടി ദാമോദരൻ, ആലപ്പി ഷെറീഫ്, ശ്രീകുമാരൻ തമ്പി, ജോൺപോൾ, രഞ്ജിത്ത് തുടങ്ങി എത്രയോ പേരുടെ രചനകൾ ഈ സംവിധായകൻെറ കര സ്പർശത്തോടെ വെള്ളിത്തിരയിലെത്തി. ശശിചിത്രങ്ങളിലൂടെയാണ് മമ്മൂട്ടിയും (തൃഷ്ണ) മോഹൻലാലും (ഇനിയെങ്കിലും) സോമനും (ഇതാ ഇവിടെവരെ) ജയനും (കാന്തവലയം) രതീഷുമെല്ലാം (തുഷാരം) നായക പദവിയിലേക്ക് നടന്നുകയറിയത്. കമൽഹാസനും (ഗുരു) രജനീ കാന്തിനും (കാളി) വഴിത്തിരിവായിത്തീർന്ന ചലച്ചിത്രങ്ങൾ തമിഴിലൊ രുക്കിയതും ഈ മലയാളി സംവിധായകനായിരുന്നു. മലയാള സിനിമ യുടെ ഒരു കാലഘട്ടമാണ് ഐ വി ശശിയിലൂടെ സാക്ഷാത്കരിക്ക പ്പെട്ടത്.

ടൂറിംഗ് ടാക്കീസിലെ സിനിമാപാഠങ്ങൾ

കോഴിക്കോട് വെസ്റ്റ്ഹില്ലിലെ ഞങ്ങളുടെ തറവാടായ ഇരുപ്പം വീടിനു പിന്നിലെ ടൂറിംഗ് ടാക്കീസിൽനിന്നാണ് എൻെറ ചലച്ചിത്ര സ്മരണകൾ തുടങ്ങുന്നത്. വർഷത്തിൽ ആറുമാസം സിനിമയുണ്ടാകും അവിടെ. പടംതുടങ്ങിയാൽ സംഭാഷണവും പാട്ടുമെല്ലാം വീട്ടിലേ ക്കെത്തും. അച്ഛൻെറ ഒരു ബന്ധുവിന്റേതായിരുന്നു ടാക്കീസ്. അതിനാൽ ടിക്കറ്റെടുക്കാതെ പടം കാണാമായിരുന്നു. മിക്ക ദിവസവും ഞാൻ ടാക്കീസിലുണ്ടാകും. ഒന്നുതന്നെ പലവട്ടം കാണും. ചിലപ്പോൾ കൂട്ടുകാർ ആരെങ്കിലും കൂടെയുണ്ടാകും. ചില ദിവസങ്ങളിൽ അനുജൻ ശശാങ്ക നായിരിക്കും കൂട്ട്. വീട്ടിലെത്തിയാലും മനസ്സുനിറയെ സിനിമയിലെ കഥയും കഥാപാത്രങ്ങളുമായിരിക്കും. സിനിമയുടെ ആദ്യപാഠങ്ങൾ ഒരു പക്ഷേ, ആ ടൂറിംഗ് ടാക്കീസ് ആയിരിക്കണം. എന്നാൽ, അക്കാല ത്തൊന്നും സിനിമാപ്രവർത്തകനാകണമെന്ന മോഹമുണ്ടായിരുന്നില്ല. ചിത്രകലയാണ് അന്നെന്നെ ആകർഷിച്ചത്. ഹൈസ്കൂൾപഠനം കഴിഞ്ഞ പ്പോൾ കോഴിക്കോട് വൈ എം സി എ റോഡിലുള്ള ആന്റണി മാഷ് നടത്തുന്ന യൂനിവേഴ്സൽ ആർട്സിൽ ചേർന്നു. വൈകുന്നേരങ്ങളി ലായിരുന്നു ക്ലാസ്. നിറങ്ങളുടെ ലോകത്തേക്കുള്ള യാത്രയുടെ തുടക്കം.

മദിരാശിയിലേക്ക് കള്ളവണ്ടിയിൽ

മലബാർ ക്രിസ്ത്യൻ കോളജിൽ ഇൻറർമീഡിയറ്റിനു പഠിക്കുമ്പോൾ കാമ്പസിൽ വിദ്യാർഥികൾ തമ്മിൽ ഒരു അടിപിടിയുണ്ടായി. സിനിമ യിലൊക്കെ കാണുന്നപോലെ പൊരിഞ്ഞ തല്ല്. ഞങ്ങളുടെ പ്രിൻസി പ്പൽ അതിനിടയിൽ എങ്ങനെയോ പെട്ടുപോയി. ആരോ എറിഞ്ഞ ചീമുട്ട

അദ്ദേഹത്തിൻെറ മുഖത്താണ് പതിച്ചത്. പിന്നെയും ചീമുട്ടയേറും ചെരിപ്പേറും തുടർന്നു. ദേഷ്യത്തോടെ കുട്ടികളുടെ ഇടയിലേക്ക് നോക്കിയ അദ്ദേഹത്തിന്റെ കണ്ണിൽപെട്ടത് ഞാനായിരുന്നു. ബഹളത്തിലൊന്നും ഞാൻ ഉണ്ടായിരുന്നില്ല. പക്ഷേ, ആ ഭാഗത്ത് ഞാൻ ഉണ്ടായിരുന്നു. അടിപിടിയുടെ പേരിൽ വിദ്യാർഥികളെ സസ്പെന്റുചെയ്ത കൂട്ടത്തിൽ നിരപരാധിയായിരുന്ന ഞാനും പെട്ടു. രക്ഷാകർത്താവിനെ കൂട്ടിക്കൊണ്ടുവന്ന് മാപ്പുപറഞ്ഞാലേ തിരിച്ചെടുക്കൂ എന്ന് പ്രിൻസിപ്പൽ പറഞ്ഞു. ഇതോടെ എങ്ങനെയെങ്കിലും നാട്ടിൽ നിന്നു രക്ഷപ്പെട്ടാൽ മതിയെന്നായി എനിക്ക്. വീട്ടിലെത്തി ആരും കാണാതെ ഉടുപ്പുകൾ ഒരു ബാഗിലാക്കി. അമ്മ കാണില്ലെന്ന് ഉറപ്പായ ഒരു നിമിഷത്തിൽ വീടുവിട്ടിറങ്ങി. എവിടേക്ക് പോകണം എന്ന് തീരുമാനിച്ചിരുന്നില്ല. വീടിനടുത്തുള്ള കടയിൽനിന്ന് യാത്രയ്ക്കുവേണ്ട പണം കടംവാങ്ങി. നേരെ നടന്നു. റെയിൽവേ സ്റ്റേഷനിലെത്തി. ടിക്കറ്റെടുക്കാതെയായിരുന്നു ആ തീവണ്ടി യാത്ര.

1968ലെ ഒരു പ്രഭാതത്തിലാണ് ഞാൻ മദിരാശിയിൽ വണ്ടിയിറങ്ങിയത്. അപരിചിതമായ നഗരം. എസ് കൊന്നനാട്ട് എന്ന കലാസംവിധായകന്റെ പേരുമാത്രമേ ആശ്വാസമായി മനസ്സിലുണ്ടായിരുന്നുള്ളൂ. ഞാനദ്ദേഹത്തെ സ്വാമിയേട്ടൻ എന്നാണ് വിളിച്ചിരുന്നത്. നാട്ടിൽവെച്ച് ഒരിക്കൽ കണ്ടപ്പോൾ മദിരാശിയിൽവരാനുള്ള ആഗ്രഹം അറിയിച്ചിരുന്നു. ഞാൻ ചിത്രകല പഠിക്കുന്നുണ്ടായിരുന്നു. കലാസംവിധായകനായി ജോലി ചെയ്യാനുള്ള താൽപര്യവും അദ്ദേഹത്തോട് പറഞ്ഞിരുന്നു. പഠനം കഴിഞ്ഞ് മദിരാശിയിലേക്ക് വന്നാൽ മതി എന്നായിരുന്നു എന്നോടുപറഞ്ഞിരുന്നത്. എന്നാലിപ്പോൾ അതിനെല്ലാം മുമ്പേ ഞാൻ മദിരാശിയിൽ എത്തിയിരിക്കുന്നു. കൊന്നനാട്ടിൻെറ വിലാസം കൈയിലുണ്ടായിരുന്നില്ല. കോടമ്പാക്കമാണ് അന്ന് സിനിമാക്കാരുടെ കേന്ദ്രം. ഞാൻ അവിടേക്ക് പുറപ്പെട്ടു. ബസിറങ്ങി എങ്ങോട്ടെന്നില്ലാതെ നടന്നു. കുറെ അലഞ്ഞു. നടന്നുനടന്ന് എ വി എം സ്റ്റുഡിയോയുടെ അടുത്തെത്തി. സ്വാമിയേട്ടനെക്കുറിച്ച് അവിടെ തിരക്കാമെന്ന് കരുതി. അപരിചിതനായ എന്നെ അകത്തേക്കുകടക്കാൻ ഗേറ്റിലെ കാവൽക്കാരൻ അനുവദിച്ചില്ല. വിശക്കാൻ തുടങ്ങിയിരുന്നു എനിക്ക്. വഴിവക്കിലെ ഒരു തട്ടുകടയിൽ നിന്ന് ചായയും വടയും കഴിച്ചു. കൂടുതൽ പണം ചെലവാക്കാനുള്ള ധൈര്യമില്ല. സ്വാമിയേട്ടനെ കണ്ടെത്തുംവരെ വിശപ്പടക്കാനുള്ള വക കൈയിൽ വേണമല്ലോ.

കടക്കാരൻ മലയാളിയായിരുന്നു. അയാളാണ് പറഞ്ഞത് മലയാള പടങ്ങൾ അരുണാചലം സ്റ്റുഡിയോയിലാണ് ചിത്രീകരിക്കുന്നത് എന്ന്.

വഴി ചോദിച്ചറിഞ്ഞ് ഞാൻ അരുണാചലം സ്റ്റുഡിയോയിലെത്തി. സ്റ്റുഡിയോയോടുചേർന്ന് ഒരു ആൽമരമുണ്ടായിരുന്നു. അതിനു ചുവട്ടിൽ

ഒരു ഗണപതി വിഗ്രഹവും. സ്റ്റുഡിയോയിലേക്ക് വരുന്നവരെല്ലാം അവിടെ തൊഴുതിട്ടാണ് അകത്ത് കയറുന്നതെന്ന് ഞാൻ കണ്ടു. ഏതോ സിനിമയുടെ ചിത്രീകരണം നടക്കുന്നുണ്ടായിരുന്നു സ്റ്റുഡിയോയിൽ. ഇവിടെയും കാവൽക്കാരൻ എന്നെ തടഞ്ഞു. ഞാൻ അല്പം മാറി നിന്നു. കുറച്ചു കഴിഞ്ഞപ്പോൾ ഒരാൾ ഗേറ്റിനടുത്തേക്കുവന്നു. ആൾക്കൂട്ടം ചിത്രീകരിക്കുന്നതിനായി കുറെ പേരെ വേണം. പലരെയും വിളിച്ച കൂട്ടത്തിൽ എന്നെയും അകത്തേക്ക് വിളിച്ചു അയാൾ. എൻ ടി രാമറാവു അഭിനയിക്കുന്ന സിനിമയ്ക്കു വേണ്ടിയായിരുന്നു ഞങ്ങളെ വിളിച്ചത്. ചിത്രീകരണം കഴിഞ്ഞപ്പോൾ രണ്ടു രൂപ പ്രതിഫലം കിട്ടി. സിനിമയിൽ നിന്നുള്ള ആദ്യ പ്രതിഫലം!

എസ് കൊന്നനാട്ടിന്റെ കൂടെ സിനിമയുടെ ലോകത്ത്

അരുണാചലം സ്റ്റുഡിയോയിൽ വച്ച് മലയാളിയായ ഒരാളെ പരിചയപ്പെട്ടു. അയാളോട് എസ് കൊന്നനാട്ടിനെക്കുറിച്ച് തിരക്കി. അയാൾക്കും അറിയില്ലായിരുന്നു. അയാൾ ഓഫീസിൽ അന്വേഷിക്കാൻ പറഞ്ഞു. ആളെ അറിയാം, വീട് എവിടെയെന്ന് കൃത്യമായി അറിയില്ല, നുങ്കംപാക്കത്ത് എവിടെയോ ആണ്. ഓഫീസിലെ മധ്യവയസ്കൻ പറഞ്ഞു. വഴി ചോദിച്ചു മനസ്സിലാക്കി. ബസ്സിൽ നുങ്കംപാക്കത്ത്ഇറങ്ങി. റോഡിനിരുവശവും നിറയെ വീടുകൾ. അവിടെ നിന്ന് ഉയരുന്ന കലപില ശബ്ദങ്ങൾ. എന്തുചെയ്യണമെന്നറിയാതെ ഞാൻ നിന്നു. ഉച്ചവെയിൽ പൊള്ളാൻ തുടങ്ങിയിരുന്നു. എന്റെയും അകവും അതോടൊപ്പം പൊള്ളുന്നുണ്ടായിരുന്നു. ഞാൻ നാലുപാടും നോക്കിക്കൊണ്ടിരുന്നു. അപ്പോഴാണ് ഇടവഴിയിലൂടെ ഒരു സ്ത്രീ നടന്നുവരുന്നത് കണ്ടത്. വഴിവക്കിലെ പൈപ്പിൽ നിന്ന് അവർ വെള്ളമെടുക്കാൻ തുടങ്ങി. വെള്ളമെടുക്കുന്ന അത്രയും നേരം അവരെന്നെ ശ്രദ്ധിക്കുന്നുണ്ടായിരുന്നു. എന്റെ നില്പ് കണ്ടാവണം അവരെന്റെ അടുത്തേക്കുവന്നു. എന്നോട് കാര്യങ്ങൾ തിരക്കി. മലയാളിയായിരുന്നു അവർ. എന്നോട് ദയതോന്നിയിട്ടുണ്ടാകണം. എന്നെ അവരുടെ വീട്ടിലേക്ക് കൂട്ടിക്കൊണ്ടുപോയി. അവർ എനിക്ക് ചോറുവിളമ്പി. രാത്രി കിടക്കാൻ ഇടം തന്നു. ആ കുടിലിന്റെ ചായ്പ്പിൽ ഒരു കട്ടിലുണ്ടായിരുന്നു. അവിടെയായി എന്റെ കിടത്തം. പകൽ സ്വാമിയേട്ടനെ അന്വേഷിച്ചു നടക്കും. വൈകുന്നേരം വിശന്ന് തിരിച്ചെത്തും. ആ സ്ത്രീയുടെ കാരുണ്യത്തിൽ കുറച്ചു ദിവസം അവിടെ കഴിഞ്ഞു. പിന്നെ ഒരു ദിവസം അവരോട് യാത്ര പറഞ്ഞ് ഇറങ്ങിനടന്നു.

മദ്രാസിൽ വലിയ വലിയ ഹോർഡിങ്ങുകളുള്ള കാലമായിരുന്നു അത്. അത് വരയ്ക്കാനും മറ്റുമായി കുറെപേരെ വേണമായിരുന്നു. അത്തരമൊരു ജോലിക്കായി അന്വേഷണംതുടങ്ങി. ഏറെയൊന്നും അലയേണ്ടിവന്നില്ല. ഒരു ഡിസൈൻ കമ്പനിയിൽ പ്രധാന ആർട്ടിസ്റ്റുകളുടെ

സഹായിയായി ജോലികിട്ടി. താമസം ഓഫീസ് വരാന്തയിലും ഭക്ഷണം തൊട്ടടുത്ത കടയിലുമായി കഴിഞ്ഞു. ജോലികഴിഞ്ഞുള്ള സമയങ്ങളിൽ സ്വാമിയേട്ടനെ അന്വേഷിച്ചുകൊണ്ടിരുന്നു. ഒടുവിൽ വീടു കണ്ടെത്തി. എന്നാൽ, ആ സമയം അദ്ദേഹം നാട്ടിലായിരുന്നു. രണ്ടാഴ്ച കഴിഞ്ഞ് അദ്ദേഹം വന്നപ്പോൾ ചെന്നുകണ്ടു. ആദ്യം കുറെ ചീത്തപറഞ്ഞു. പിന്നെ അവിടെ താമസിക്കാൻ പറഞ്ഞു. പോസ്റ്ററുകൾ ഡിസൈൻചെയ്യുന്ന ഒരു സ്ഥാപനം തുടങ്ങാനുള്ള ആഗ്രഹത്തിലായിരുന്നു അദ്ദേഹം. ഞാൻ കൂടി എത്തിയതോടെ വിചിത്ര എന്ന പേരിൽ സ്ഥാപനം തുടങ്ങി. അവിടത്തെ ജോലിയോടൊപ്പം സ്വാമിയേട്ടൻെറ കൂടെ സിനിമാസെറ്റിലും ഞാൻ പോയിത്തുടങ്ങി.

മലയാള സിനിമയിൽ അക്കാലത്ത് കലാസംവിധായകർ വളരെ കുറവായിരുന്നു. അതിനാൽ ഏറെക്കഴിയാതെ എനിക്കും സെറ്റുകളൊരുക്കാൻ അവസരം കിട്ടിത്തുടങ്ങി. കെ എസ് സേതുമാധവൻസാറിന്റെ സിനിമയിലാണ് ആദ്യമായി സെറ്റൊരുക്കിയത്. വിരുന്നുസൽക്കാരത്തിനുള്ള ടെറസാണ് തയ്യാറാക്കേണ്ടിയിരുന്നത്. ലളിതമായ ഒരു സ്കെച്ചാണ് ഞാൻ ചെയ്തത്. രംഗത്ത് മുഴച്ചുനിൽക്കുന്ന സെറ്റാണ് എല്ലാവരും ചെയ്തിരുന്നത്. ഞാൻ അത് അനുകരിച്ചില്ല. ഒരു അര ഭിത്തിയും പിന്നിൽ ഒരു ചെറിയ തെങ്ങും മാത്രം വരച്ചു. സേതുമാധവൻ സാറിന് അത് ഇഷ്ടമായെങ്കിലും സ്വാമിയേട്ടന് പിടിച്ചില്ല. സ്വാമിയേട്ടൻെറയും എന്റെയും കാഴ്ചപ്പാട് വ്യത്യസ്തമായിരുന്നു. സെറ്റിന് അമിതമായ പ്രാധാന്യം കൊടുക്കണമെന്നായിരുന്നു അദ്ദേഹത്തിൻെറ നിലപാട്; സെറ്റിട്ടതാണെന്ന് പ്രേക്ഷകർ തിരിച്ചറിയണമെന്നും അതിലൂടെ കലാസംവിധായകനെ അറിയണമെന്നും.

കലാസംവിധായകൻ, സഹസംവിധായകൻ

കലാസംവിധാനവുമായി മദിരാശിയിലെ സ്റ്റുഡിയോ ജീവിതം തുടരുകയായിരുന്നു ഞാൻ. അതിലൊരു ദിവസമാണ് ഹരിഹരനെ കണ്ടുമുട്ടിയത്. ഞങ്ങൾ കോഴിക്കോട്ടുവെച്ചേ പരിചയക്കാരാണ്. എന്റെ കാര്യങ്ങളെല്ലാം ഹരിഹരൻ ചോദിച്ചറിഞ്ഞു. സാമിയേട്ടന് എന്നോടുള്ള അനിഷ്ടത്തെക്കുറിച്ചും ഞാൻ സംസാരിച്ചു. എല്ലാം കേട്ടപ്പോൾ ഹരിഹരൻ പറഞ്ഞു, എങ്കിൽ ശശി എന്റെ കൂടെ പോന്നോളൂ. ജെ ഡി തോട്ടാൻ, എം കൃഷ്ണൻനായർ, എ ബി രാജ് തുടങ്ങിയ സംവിധായകരുടെ അസിസ്റ്റന്റായി ജോലിചെയ്യുകയായിരുന്നു ആ സമയത്ത് ഹരിഹരൻ. ഹരിഹരന്റെ വാക്ക് എനിക്ക് കുളിർമഴയായി. ഞാൻ സ്വാമിയേട്ടന്റെ സ്ഥാപനം വിട്ടു.

എ ബി രാജിൻെറ അസിസ്റ്റന്റായി ഹരിഹരൻ പോകുമ്പോൾ ഞാനും കൂടെപ്പോകും. 'കളിയല്ല കല്യാണ'ത്തിലാണ് ആദ്യമായി

കലാസംവിധായകനാകുന്നത്. തരക്കേടില്ലാത്ത രീതിയിൽ ഞാൻ ജോലി പൂർത്തിയാക്കി. 'കളിയല്ല കല്യാണം' വിജയിച്ച പടമായിരുന്നു. അതിന്റെ പേരിൽ എ ബി രാജ് മൂന്നു പടങ്ങൾക്ക് കരാറായി. ജയ്മാരുതി നിർമിച്ച 'കണ്ണൂർ ഡീലെക്സ്' ആയിരുന്നു അവയിലൊന്ന്. തിരുവനന്തപുരത്തു നിന്ന് കണ്ണൂരിലേക്ക് പോകുന്ന ബസ്സിന്റെ പശ്ചാത്തലത്തിലുള്ള ഒരു കഥ. ഹരിഹരന്റെ ശിപാർശയിൽ അതിന്റെ സംവിധാനസഹായിയായി ഞാൻ.

ഒരു ദിവസം എന്നെ ചിത്രീകരണച്ചുമതല ഏൽപിച്ച് ഹരിഹരൻ പുറത്തുപോയി. കോഴിക്കോട് ബസ് സ്റ്റാന്റിന്റെ ഒരു കോണിലായിരുന്നു ചിത്രീകരണം. ബസ് ദിശമാറ്റിയിട്ട് വിവിധ നാടുകൾ ചിത്രീകരിക്കുന്നു. പടത്തിൽ ശങ്കരാടി, കമ്മത്ത് എന്ന യാത്രക്കാരനായി വരുന്നുണ്ട്. കൊല്ലത്തുനിന്ന് കയറുന്ന കമ്മത്ത് ആലപ്പുഴയിൽ എത്തുംമുമ്പേ ഇറങ്ങുന്നതായി ചിത്രീകരിച്ചിരുന്നു. എന്നാൽ, റഷസ് നോക്കുമ്പോൾ എറണാകുളത്ത് ബസ് എത്തുമ്പോഴും യാത്രക്കാരുടെ കൂട്ടത്തിൽ അദ്ദേഹം ഉണ്ട്! ചിത്രീകരണത്തിലെ പിഴവ് തുടക്കക്കാരനായ എന്റെ പേരിലായി.

ക്ലൈമാക്സിലും പിഴവുപറ്റി. അന്നും ഷൂട്ടിംഗ് തുടങ്ങാൻനേരം ഹരിഹരൻ ഉണ്ടായിരുന്നില്ല. ജെ ഡി തോട്ടാൻ ഇതേ സമയത്തു തന്നെ മറ്റൊരു പടം സംവിധാനം ചെയ്യുന്നുണ്ടായിരുന്നു. അവിടേക്ക് ഹരി ഹരനെ അദ്ദേഹം വിളിപ്പിച്ചതായിരുന്നു. പോകാൻ നേരം എന്നോടു ശ്രദ്ധിക്കാൻ പറഞ്ഞു. കോഴിക്കോട്ടെ ചിത്രീകരണത്തിൻെറ പേരിൽ പഴി കേട്ടിരുന്ന ഞാൻ സമ്മതിച്ചില്ല. ഹരിഹരൻ നിർബന്ധിച്ചു. അടിപിടി യാണ്, നീയവിടെ ഉണ്ടായിരുന്നാൽ മാത്രം മതി ബാക്കിയെല്ലാം കാമറാ മാൻ നോക്കിക്കോളും എന്നുപറഞ്ഞ് അവൻ പോയി. ഷീലയെ രക്ഷി ക്കാൻ നായകനായ നസീർ എത്തുന്നു. ഒരു കെട്ടിടത്തിനു ചുറ്റും ഓടി അകത്തുകയറുന്ന നസീർ സംഘട്ടനം തുടങ്ങുന്നു. ഇതാണ് ചിത്രീകരി ക്കേണ്ടിയിരുന്നത്. കെട്ടിടത്തിന്റെ ഒരു വശത്തു മാത്രമാണ് സെറ്റിട്ടിരു ന്നത്. അതുകാരണം കാമറ പൊസിഷൻ തെറ്റി. ചിത്രീകരണം പ്രശ്ന മായതോടെ നിർമാതാവായ ടി ഇ വാസുദേവൻ സാർ എന്നോട് ഇറങ്ങി പ്പോകാൻ പറഞ്ഞു. ഈ സംഭവത്തോടെ അസി. ഡയറക്ടർ പണിക്ക് ഇനിയില്ലെന്ന് ഞാൻ തീരുമാനിച്ചു. കലാസംവിധായകനായി മാത്രം ജോലി ചെയ്തു. എന്നാൽ, ചിത്രീകരിക്കുന്നതും മറ്റും നോക്കി മനസ്സിലാക്കി ക്കൊണ്ടിരുന്നു.

ഹരിഹരന്റെ ആദ്യ സിനിമയായ 'ലേഡീസ് ഹോസ്റ്റലി'ലാണ് ഞാൻ സ്വതന്ത്രമായി കലാസംവിധാനം നിർവഹിക്കുന്നത്. സംവിധായകനെന്ന നിലയിൽ ഹരന്റെയും ആർട്ട് ഡയറക്ടറെന്ന നിലയിൽ എന്റെയും ആദ്യ സംരംഭം.

ഈ സമയത്തൊന്നും ഞാൻ നാട്ടിൽപോകുമായിരുന്നില്ല. അമ്മ യ്ക്ക് ഇടയ്ക്ക് കത്തെഴുതും. പണമയയ്ക്കും. 'ലേഡീസ് ഹോസ്റ്റൽ' തിയറ്ററുകളിൽ എത്തിയപ്പോൾ ഞാൻ അമ്മയ്ക്ക് എഴുതി -ഈ സിനിമയിൽ എൻെറ പേരെഴുതി കാണിക്കും. കഴിയുമെങ്കിൽ അമ്മ പടം കാണണം.

എൻെറ പേരു തിരശ്ശീലയിൽ കണ്ട അനുജൻ ശശാങ്കൻ ആ സന്തോഷം എന്നെ കത്തിലൂടെ അറിയിച്ചു. അമ്മയും പടം കണ്ടിരിക്കണം.

വിജയ നിർമലയുടെ സഹായി

'കാറ്റുവിതച്ചവൻ' എന്ന പടത്തിൻെറ സെറ്റിൽവെച്ചാണ് വിജയ നിർമലയെ പരിചയപ്പെടുന്നത്. ആ സിനിമയുടെ കലാസംവിധായക നായിരുന്നു ഞാൻ. ചിത്രത്തിന്റെ കുറെ ഭാഗങ്ങൾ ചിത്രീകരിച്ചതും ഞാനായിരുന്നു. ആലപ്പി ഷെരീഫിന്റേതായിരുന്നു തിരക്കഥ. ഷെരീഫിനെ എനിക്ക് നേരത്തെ അറിയാമായിരുന്നു. ചന്ദ്രിക ആഴ്ചപ്പതിപ്പിൽ ചിത്രം വരയ്ക്കുമായിരുന്നു ഞാൻ. എഡിറ്ററായിരുന്ന കാനേഷ് പൂനൂർ ഓഫീ സിലേക്ക് വിളിപ്പിക്കും. കഥകൾക്ക് ചിത്രംവരപ്പിക്കും. ചന്ദ്രികയിൽ പ്രസിദ്ധീകരിച്ച ഷെരീഫിൻെറ 'നിറങ്ങൾ' എന്ന നോവലിന് ചിത്രം വര ച്ചത് ഞാനായിരുന്നു.

എ ബി രാജിൻെറ 'കളിപ്പാവ' എന്ന സിനിമയിലെ നായികയും വിജയ നിർമലയായിരുന്നു. അതിന്റെയും കലാസംവിധായകനായിരുന്നു ഞാൻ. സിനിമയെക്കുറിച്ച് നല്ല ധാരണയായിരുന്നു എനിക്ക്. 'കളിപ്പാവ' യിലെ പല രംഗങ്ങളും എന്റെ നിർദേശമനുസരിച്ചാണ് ചിത്രീകരിച്ചി രുന്നത്. ഇതെല്ലാം വിജയ നിർമല മനസ്സിലാക്കുന്നുണ്ടായിരുന്നു. ഒരു ദിവസം അവരെന്നോട് ചോദിച്ചു: "എനിക്ക് ഒരു സിനിമ സംവിധാനം ചെയ്യണമെന്നുണ്ട്. നീ കൂടെ നിൽക്കുമോ?"

ഞാൻ പറഞ്ഞു, "സമ്മതമാണ്. പക്ഷേ, എന്റെ പേരുവെക്കരുത്."

അവരും അതുതന്നെയാണ് ഉദ്ദേശിച്ചിരുന്നത്. "നിന്റെ പേരുവെക്കാ നാണെങ്കിൽ ഞാനെന്തിന് പടമെടുക്കണം?" വിജയ നിർമല ചോദിച്ചു. അങ്ങനെയാണ് വിജയ നിർമലയുടെ സംവിധാനത്തിൽ 'കവിത'എന്ന പടം സംഭവിക്കുന്നത്. സംവിധായകനായി എൻെറ പേരു ചേർത്തി ല്ലെങ്കിലും അവർ മറ്റൊരു കാര്യംചെയ്തു. സഹനിർമാതാവായി എന്റെ പേരുകൊടുത്തു. വിജയ നിർമലയുടെ സഹോദരൻ ആനന്ദായിരുന്നു നിർമാതാവ്.

ഉത്സവം വരുന്നു!

'കാറ്റുവിതച്ചവനും' 'കവിത'യും നല്ല കളക്ഷൻ നേടി. ഇവയുടെ പിന്നിൽ ഞാനാണെന്ന് ഇൻഡസ്ട്രിയിലെ എല്ലാവരും അറിഞ്ഞു. ഇതേ

കാലത്ത് തിക്കുറിശ്ശി സുകുമാരൻ നായർ സംവിധാനം ചെയ്ത ഒരു പടം പൊട്ടിയ പ്രയാസത്തിലായിരുന്നു നിർമാതാവായ മുരളി ഫിലിംസ് രാമചന്ദ്രൻ. ഒരു ദിവസം രാമചന്ദ്രൻ എന്നെ കാണാൻ വന്നു.

"എൻെറ പടം നഷ്ടത്തിലായത് ശശിക്ക് അറിയാമല്ലോ, നീയാണെങ്കിൽ മറ്റുള്ളവർക്കുവേണ്ടി പടം ചെയ്തുകൊണ്ടിരിക്കുന്നു. അവരെല്ലാം നിന്നെവെച്ച് പണമുണ്ടാക്കുന്നു. നീ സംവിധാനം ചെയ്യുമെങ്കിൽ ഒരു പടം ഞാൻ നിർമിക്കാം". രാമചന്ദ്രൻ പറഞ്ഞു.

പടംചെയ്യാമെന്ന് ഞാൻ സമ്മതിച്ചു. എന്നാൽ സ്വന്തം പേരിൽ വേണ്ട എന്നായിരുന്നു എന്റെ നിർദേശം. പക്ഷേ രാമചന്ദ്രൻ വിട്ടില്ല.

"പല സംവിധായകരെക്കാളും നന്നായി ചെയ്യുന്നുണ്ട് നീ. അതുകൊണ്ട് എന്റെ പടം നീ തന്നെ സംവിധാനംചെയ്താൽ മതി." ഷെരീഫും രാമചന്ദ്രന്റെ അഭിപ്രായം തന്നെ പറഞ്ഞു. രണ്ടുപേരും എന്നെ നിർബന്ധിച്ചു. അങ്ങനെയാണ് എന്റെ ആദ്യ പടമായ 'ഉത്സവം' ഉണ്ടാകുന്നത്.

ഷെരീഫിൻെറ ഒരു നോവലാണ് തിരക്കഥയാക്കിയത്. ചുറ്റും വെള്ളത്താൽ ചുറ്റപ്പെട്ടിട്ടും കുടിവെള്ളം കിട്ടാക്കനിയായ ഒരു ഗ്രാമത്തിന്റെ കഥ. ഞാറയ്ക്കലായിരുന്നു ലൊക്കേഷൻ. വള്ളത്തിൽ വെള്ളംകൊണ്ടുവന്ന് കുടിക്കുന്ന ഗ്രാമമാണ് ഞാറയ്ക്കൽ. കുറെ ഭാഗങ്ങൾ മദ്രാസിൽ സെറ്റിട്ടും ചിത്രീകരിച്ചു.

നായകനെ കണ്ടെത്തലായിരുന്നു ഞങ്ങളുടെ ആദ്യ വെല്ലുവിളി. വ്യത്യസ്തനായ നായകൻ വേണമെന്ന് ആദ്യമേ തീരുമാനിച്ചിരുന്നു. കമൽ ഹാസനെയാണ് ആദ്യം ആലോചിച്ചത്. എന്നാൽ, അവന്റെ കുട്ടിത്തം മാറാത്ത മുഖം കഥാപാത്രത്തിന് തടസ്സമായിത്തോന്നി. മറ്റൊരാൾക്കുവേണ്ടിയുള്ള അന്വേഷണമാരംഭിച്ചു. 'കാറ്റുവിതച്ചവനി'ൽ വില്ലനായിരുന്ന കെ പി ഉമ്മറിലാണ് അത് എത്തിച്ചേർന്നത്. ഉമ്മർ ശകാരിക്കുകയാണ് ആദ്യംചെയ്തത്.

"എന്നെ നായകനാക്കി നീ നിൻെറ ജീവിതം തുലയ്ക്കാൻ പോവുകയാണോ? ഞാൻ ഹീറോ ആയാൽ ആരും പടം കാണാൻ വരില്ല" ഉമ്മർ പറഞ്ഞു. എന്നാൽ, ഉമ്മറിനെതന്നെ നായകനാക്കാനായിരുന്നു ഞങ്ങളുടെ തീരുമാനം. എൻെറ സുഹൃത്തുകൂടിയായിരുന്ന റാണി ചന്ദ്രയെ നായികയായും നിശ്ചയിച്ചു. രാഘവനും ശ്രീവിദ്യയും വിൻസെന്റുമായിരുന്നു മറ്റു താരങ്ങൾ. സാമ്പത്തികപ്രയാസങ്ങൾക്കിടയിലും പടം ഒരുവിധം പൂർത്തിയാക്കി. ഇനി വിതരണക്കാരെ കണ്ടെത്തണം. ജിയോ കുട്ടപ്പനെ പടം കാണിച്ചു. താരങ്ങൾ ആരെല്ലാമാണെന്നു നോക്കി ആളുകൾ സിനിമകാണുന്ന കാലമാണ്. എം കൃഷ്ണൻ നായരിലൂടെയും എബി രാജിലൂടെയും ഈ അവസ്ഥ മാറാൻ തുടങ്ങുന്നേയുണ്ടായിരുന്നുള്ളൂ. ഈ സമയത്താണ് എൻെറ പേരിലുള്ള പടം

കുട്ടപ്പനെ കാണിക്കുന്നത്. ചെലവുചുരുക്കുന്നതിന്റെ ഭാഗമായി ആദ്യ കോപ്പിയിൽ ശബ്ദം ചേർക്കുന്ന പതിവില്ല. പടം കണ്ട കുട്ടപ്പന് ഒന്നും മനസ്സിലായില്ല. വിതരണം ഏറ്റെടുക്കാൻ അദ്ദേഹം തയ്യാറായില്ല. നിർമാതാവായ രാമചന്ദ്രൻ കഴുത്തോളം കടത്തിൽമുങ്ങിയിരിക്കുന്നു. കോഴിക്കോട്ട് ഉണ്ടായിരുന്ന തിയറ്ററടക്കം വിറ്റാണ് പടം പൂർത്തിയാക്കിയിരുന്നത്. ഒരു വിതരണക്കാരൻ വന്നില്ലെങ്കിൽ രാമചന്ദ്രന്റെ ഭാവി തന്നെ അപകടത്തിലാവും. അവസാനശ്രമം എന്ന നിലയ്ക്ക് ഞങ്ങൾ ഒന്നുകൂടെ കുട്ടപ്പനെ സമീപിച്ചു. 'കവിത'യും 'കാറ്റുവിതച്ചവനും' വിതരണം ചെയ്തത് കുട്ടപ്പനാണ്. ആ സിനിമകളുടെയെല്ലാം പിന്നിൽ ഞാനുണ്ടായിരുന്നുവെന്ന് അദ്ദേഹത്തിന് നല്ലപോലെ അറിയുകയും ചെയ്യാം. എന്നിട്ടും ഏറ്റെടുക്കാൻ വിസമ്മതിച്ചു. വീണ്ടും വീണ്ടും നിർബന്ധിച്ചപ്പോൾ സംവിധാനമേൽനോട്ടം എ ബി രാജ് എന്നു പോസ്റ്ററിൽവെക്കാമെങ്കിൽ വിതരണത്തിന് എടുക്കാമെന്നായി കുട്ടപ്പൻ. എങ്ങനെയെങ്കിലും പടം ഇറക്കുക എന്നതായിരുന്നു എൻെറ ലക്ഷ്യം. ഞാൻ സമ്മതിച്ചു. പക്ഷേ, രാമചന്ദ്രന് അത് സ്വീകാര്യമായിരുന്നില്ല. എന്റെ പേരുതന്നെ പോസ്റ്ററിൽ മതിയെന്നായിരുന്നു അവന്റെ ഉറച്ച തീരുമാനം.

പിന്നെയും പലരെയും ചെന്നുകണ്ടു. കാര്യം നടക്കുന്നില്ല. അപ്പോഴാണ് കലാനിലയം കൃഷ്ണൻനായർ ഒരു വിതരണക്കമ്പനി തുടങ്ങുന്ന വിവരം അറിഞ്ഞത്. ഞങ്ങൾ അദ്ദേഹത്തെ വരുത്തി പടംകാണിച്ചു. തന്റെ കമ്പനി പടംവിതരണം ചെയ്യാമെന്ന് അദ്ദേഹം ഏറ്റു. കുറച്ചു പണം അഡ്വാൻസായും തന്നു. ആ തുകകൊണ്ട് ഡബ്ബിംഗ് ജോലികൾ പൂർത്തിയാക്കി. 'ഉത്സവ'ത്തിൻെറ ആറു പ്രിൻറുകളാണ് റിലീസിനുവേണ്ടി ഒരുക്കിയത്. 1975ലായിരുന്നു അത്. കോഴിക്കോട് രാധയായിരുന്നു റിലീസിംഗ് കേന്ദ്രങ്ങളിലൊന്ന്. തലേ ദിവസംതന്നെ ഞാനും രാമചന്ദ്രനും കോഴിക്കോട്ടെത്തി. രാധാതിയേറ്ററിനടുത്തുള്ള ലോഡ്ജിൽ മുറിയെടുത്തു. ആദ്യ സിനിമയുടെ പ്രതികരണം എങ്ങനെയെന്ന് നേരിട്ടറിയുകയായിരുന്നു ഞങ്ങളുടെ ലക്ഷ്യം. ഞങ്ങളുടെ മുറിയിലിരുന്നാൽ പടം കാണാനെത്തുന്നവരെ കാണാം. റിലീസ് ചെയ്ത ദിവസം ഉച്ചയായി. ഞങ്ങൾ ആകാംക്ഷയോടെ ആളുകളുടെ വരവുകാത്തിരിക്കുകയാണ്. സമയം ഒന്നര കഴിഞ്ഞു, രണ്ടു കഴിഞ്ഞു. ആരും വന്നില്ല. പടം തുടങ്ങാനുള്ള ബെല്ലടിച്ചപ്പോൾ അഞ്ചാറുപേർ എത്തി. അവർക്കുവേണ്ടി ആദ്യ ഷോ കളിച്ചു. പ്രേംനസീറോ മധുവോ പോലെയുള്ള വലിയ താരനിരയില്ലാത്ത ചിത്രം. പിന്നെങ്ങനെ ആളുകൂടും? ഫസ്റ്റ് ഷോക്കും ആളില്ല. പടം പൊട്ടുമെന്നു തന്നെ ഞങ്ങൾ ഉറപ്പിച്ചു. ശനിയാഴ്ച മാറ്റിനിക്ക് ആദ്യ ദിവസത്തേക്കാൾ കൂടുതൽ ആളുകളെത്തി. രാമചന്ദ്രനാണെങ്കിൽ ആകെ ടെൻഷനിലാണ്. അവന്റെ അവസാന

പിടിവള്ളിയാണ് ഈ പടം. ഇത് നഷ്ടത്തിലായാൽ അവന്റെ ഭാവി തന്നെ ഇല്ലാതാകും. അതെല്ലാം ഓർത്ത് അവന് നേരത്തിന് ഊണുമില്ല, ഉറക്കവുമില്ല. ആളുകളെ എണ്ണിക്കൊണ്ടിരിക്കുകയാണ് രാമചന്ദ്രൻ. സെക്കന്റ്ഷോക്ക് വലിയ ആൾക്കൂട്ടം തന്നെ പടംകാണാനെത്തി. ഞായറാഴ്ച മാറ്റിനിക്ക് തിയറ്റർ നിറഞ്ഞു. നിരാശയുടെ രണ്ട് ദിനങ്ങൾക്ക് ശേഷം സന്തോഷ ഞായറാഴ്ച. ഞങ്ങളുടെ വീട്ടുകാരും പടം കണ്ടു. അവർക്കും ഇഷ്ടമായി. രാമചന്ദ്രന്റെ മനസ്സും മുഖവും തെളിഞ്ഞു. എന്നെ ഒരു സംവിധായകനായി പ്രേക്ഷകർ അംഗീകരിച്ച സന്തോഷത്തിലായി രുന്നു ഞാനപ്പോൾ.

വർഷങ്ങൾ കഴിഞ്ഞ് ജിയോ കുട്ടപ്പൻ ഒരു പടത്തിനായി എന്നെ ത്തേടി വന്നു. 'ഉത്സവ'ത്തിൻെറ കാര്യം ഞാൻ മറന്നിരുന്നില്ല. ഒരു സ്വീറ്റ് റിവഞ്ചുപോലെ, വലിയൊരു തുക പ്രതിഫലമായി ഞാൻ ആവശ്യപ്പെട്ടു. അക്കാലത്ത് പ്രേംനസീർ വാങ്ങുന്ന അത്രയും പണമാണ് ഞാൻ ചോദിച്ചത്. ആ പ്രോജക്ടിൽ നിന്ന് ഒഴിവാകാൻവേണ്ടിയാണ് പണം കൂടുതൽ ചോദിച്ചതെങ്കിലും കുട്ടപ്പൻ അത്രയും തന്നു. അക്കാ ലത്ത് ഞാൻ വാങ്ങിയ കൂടിയ പ്രതിഫലമായിരുന്നു അത്. പിന്നീട് ഞാനും കുട്ടപ്പനും വലിയ സുഹൃത്തുക്കളായി. അദ്ദേഹത്തിനുവേണ്ടി കുറെ പട ങ്ങളെടുക്കുകയും ചെയ്തു.

തിരക്കിന്റെ നാളുകൾ

'ഉത്സവം' കഴിഞ്ഞു. ഷെരീഫിൻെറ തിരക്കഥയിൽ തന്നെയാണ് അടുത്ത വർഷവും പടങ്ങൾ ചെയ്തത്. 'അനുഭവം', 'ആലിംഗനം', 'അയൽക്കാരി', 'അഭിനന്ദനം' തുടങ്ങി നാലു ചിത്രങ്ങൾ. തുടർന്ന് 'ആശീർ വാദം', 'അഞ്ജലി', 'അകലെ ആകാശം', 'അംഗീകാരം', 'അഭിനിവേശം'. മലയാള സിനിമയിലെ മികച്ച കൂട്ടുകെട്ടായി മാറി ഐ വി ശശിയും ആലപ്പി ഷെറീഫും.

1976 ആയതോടെ ഞാൻ തിരക്കിലായി. എം എസ് വിശ്വനാഥൻ സാർ ഒരിക്കൽ ശബരിമല ദർശനത്തിന് പോയിരുന്നു. കാറിൽ സഞ്ചരിക്കെ വഴിയോരങ്ങളിൽ കുറെ സിനിമാപോസ്റ്ററുകൾ കണ്ടു. മലയാളം വായി ക്കാനൊന്നും അദ്ദേഹത്തിന് അറിയില്ല. പക്ഷേ, എല്ലാ പോസ്റ്ററിലും ഐവി എന്ന് എഴുതിയത് ഇംഗ്ലീഷിൽ അദ്ദേഹം കാണുന്നുണ്ട്. സഞ്ചരിക്കുന്ന വഴിയിലെല്ലാം ഇതേ പേര് തന്നെ! പത്തു പതിന്നാല് പടം എൻെറ പേരിൽ കാണുന്നു. ശബരിമലയിൽനിന്ന് തിരിച്ചെത്തിയതറിഞ്ഞ ഞാൻ വിശ്വനാഥൻ സാറിനെ കാണാൻ പോയി. അപ്പോഴാണ് അദ്ദേഹം ചി രിച്ചുകൊണ്ടു ചോദിച്ചത്- നിങ്ങളല്ലാതെ വേറെ ആരും മലയാളത്തിൽ പടം ചെയ്യുന്നില്ലേ? എന്ന്.

ഷെരീഫുമായി പിരിയുന്നു

എന്റെയും ഷെരീഫിന്റെയും കൂട്ടുകെട്ടിൽ 24 പടങ്ങളുണ്ടായി. 'അവളുടെ രാവുകൾ' അടക്കം പുതുമയും സാമ്പത്തിക വിജയവും നേടിയവയായിരുന്നു എല്ലാം. എന്നെ സംവിധായകനാക്കിയതിലും ഷെരീഫിന് വലിയ പങ്കുണ്ടായിരുന്നു. എന്നിട്ടും ഞങ്ങൾക്ക് പിരിയേണ്ടി വന്നു. സിനിമയിൽ അങ്ങനെ സംഭവിക്കാറുണ്ട്. ഷെറീഫിന്റെ പിണക്കത്തിനുള്ള കാരണം ഇപ്പോഴും എനിക്കറിയില്ല. എതോ തെറ്റിദ്ധാരണയുടെ പേരിലായിരുന്നു അതെന്ന് മാത്രം അറിയാം. 'കുഞ്ഞേ' എന്നാണ് ഷെരീഫ് എന്നെ വിളിച്ചിരുന്നത്. അത്രയും സ്നേഹമായിരുന്നു ഞങ്ങൾ തമ്മിൽ. 'അവളുടെ രാവുകൾ' ഹിന്ദിയിലും ഞാൻ ചെയ്തിരുന്നു. അതുമായി ബന്ധപ്പെട്ട ചില തെറ്റിദ്ധാരണകൾ. അതോടെയാണ് ഷെരീഫ് അകലാൻ തുടങ്ങിയത്. അപ്പോഴേക്കും ടി ദാമോദരൻ മാസ്റ്റർ എന്നോടൊപ്പം ചേർന്നു. എങ്കിലും 1988ൽ വീണ്ടും ഞങ്ങളൊരു സിനിമയ്ക്കായി ഒരുമിച്ചു. മോഹൻലാലും രമ്യാകൃഷ്ണനും പ്രധാന കഥാപാത്രങ്ങളെ അവതരിപ്പിച്ച 'അനുരാഗി'യായിരുന്നു അത്.

സീമയും ഞാനും സിനിമയും ജീവിതവും

ശാന്തി എന്ന പെൺകുട്ടിയെ ഞാൻ ആദ്യമായി കാണുമ്പോൾ അവൾക്ക് എട്ടോ ഒമ്പതോ വയസ്സുണ്ടാകും. തങ്കപ്പൻ മാസ്റ്ററുടെ അസിസ്റ്റന്റായിരുന്ന കമലിനെ കാണാൻ വൈകുന്നേരങ്ങളിൽ ഞാൻ ചെല്ലുമ്പോൾ അവൻ കുട്ടികളെ നൃത്തം പഠിപ്പിച്ചുകൊണ്ടിരിക്കയാവും. പത്തു വയസ്സിൽ താഴെയുള്ളവരെ നൃത്തം പഠിപ്പിച്ചിരുന്നത് കമലാണ്. കൂട്ടത്തിൽ മെലിഞ്ഞൊരു പെൺകുട്ടി തളർന്നു വീഴുന്നതും ഛർദിക്കുന്നതും കാണാം. വീഴുമ്പോഴൊക്കെ കമൽ അവളെ കളിയാക്കും– "ഛീ.. വാന്തി ശാന്തി" എന്ന്. തമിഴിൽ വാന്തി എന്നാൽ ഛർദി എന്നാണ് അർഥം. അതൊന്നും ശ്രദ്ധിക്കാതെ തളർച്ച മാറിയാൽ അവൾ നൃത്തം തുടരും.

ഒരിക്കൽ നടി ശ്രീദേവിയെ കാണാൻ ഞാൻ ഹൈദരാബാദിൽ പോയി. അവിടെ സെറ്റിൽവെച്ച് രണ്ടാം നായികയായ ശാന്തിയെ എനിക്ക് ശ്രീദേവി പരിചയപ്പെടുത്തി. "ഇത് മലയാളത്തിലെ പെരിയ ഡയറക്ടർ. ഉനക്ക് മലയാള ഫിലിമിൽ റോൾ തരുവാറ്.." പെട്ടെന്നായിരുന്നു ശാന്തിയുടെ മറുപടിയുണ്ടായത്: "ഒന്നു പോ അമ്മാ.. നിറയെപ്പേര് അപ്പടി ശൊല്ലിയിറിക്ക്.." പിന്നീട് ഉദയാ സ്റ്റുഡിയോയിൽ വെച്ച് ഒരു നൃത്തരംഗം ചിത്രീകരിക്കുമ്പോൾ ഞാൻ ശാന്തിയെ കണ്ടു. അവൾ മാത്രം ചെരുപ്പിട്ട് നൃത്തം ചെയ്യുകയായിരുന്നു. "ഇങ്ങനെയുള്ള കുരുത്തംകെട്ട പെണ്ണിനെ എന്തിനു കൊണ്ടുവന്നു?" എന്നു ഞാൻ ദേഷ്യപ്പെട്ടു. 'എന്തിനാണ് എപ്പോഴും എന്നെ ഭരിക്കാൻ വരുന്നതെ'ന്ന് അവൾ തിരിച്ചും

ചൂടായി. ആ നിഷ്കളങ്കതയും നേരെ വാ നേരേ പോ പ്രകൃതവും എനിക്ക് ഇഷ്ടമായി. അങ്ങനെയൊരു പെൺകുട്ടിയെ ജീവിതത്തിൽ ആദ്യമായി കാണുകയായിരുന്നു. 'ഇതാ ഇവിടെ വരെ'യുടെ സെറ്റിലും ഞാൻ ശാന്തിയെ കണ്ടു. ആ പടത്തിലെ ഡാൻസ് ട്രൂപ്പിലെ അംഗമായിരുന്നു അവൾ. തുടർന്ന് 'ഈ മനോഹരതീരം' എന്ന സിനിമയിലും നൃത്തക്കാരി യായി അവൾ പ്രത്യക്ഷപ്പെട്ടു.

'അവളുടെ രാവുകളിൽ' ഞാൻ ശാന്തിയെ സീമ എന്ന നായികയാക്കി. ഈ പടത്തിന്റെ ചിത്രീകരണത്തിനിടെയാണ് സീമയെ സ്നേഹിച്ചു തുട ങ്ങുന്നത്. എന്നാൽ നിന്നെ എനിക്ക് ഇഷ്ടമാണെന്നു പറഞ്ഞ് പ്രണയ ത്തിലേക്ക് പ്രവേശിക്കുകയല്ല, പ്രണയം ഞങ്ങൾക്കിടയിൽ അറിയാതെ സംഭവിക്കുകയായിരുന്നു. സീമയിലെ നടിയെ കണ്ടെത്തിയ പോലെ ഒരു പ്രണയിനിയെ കൂടി കണ്ടെത്തുകയായിരുന്നു. മനസ്സിൽ പ്രണയം നിറ ഞ്ഞപ്പോൾ അക്കാര്യം ആദ്യമായി അറിയിച്ചത് കമൽ ഹാസനെയാണ്. "നന്നായി. ശാന്തി നല്ല കുട്ടിയാണ്" എന്നായിരുന്നു അവന്റെ പ്രതികരണം. പിന്നീട് സിനിമയിലെ പലരും ഈ പ്രണയത്തെക്കുറിച്ച് അറിഞ്ഞു. ജയൻ, രജനീകാന്ത്, മധു സാർ, സോമൻ, സുകുമാരൻ.. എല്ലാവരും ഞങ്ങളുടെ സ്നേഹത്തെ പിന്തുണച്ചു.

ഞാൻ ആശുപത്രിയിലായൊരു ദിവസം. മരുന്നിന്റെ മയക്കത്തി നിടെ എപ്പോഴോ സീമയെന്ന് ഞാൻ വിളിക്കുന്നത് എനിക്ക് കൂട്ടിരുന്ന അമ്മ കേട്ടു. ആശുപത്രി വിട്ട് വീട്ടിലെത്തിയപ്പോൾ അമ്മ ചോദിച്ചു: "മോന് സീമയെ അത്രയ്ക്ക് ഇഷ്ടമാണോ?" ഞാൻ ചിരിയോടെ തല യാട്ടി.

സീമയാണ് വിവാഹം കഴിക്കാമെന്ന് ആദ്യം പറയുന്നത്. അവളുടെ അമ്മയ്ക്ക് ജ്യോതിഷത്തിൽ വലിയ വിശ്വാസമായിരുന്നു. അവർ പ്രശ്നം വെപ്പിച്ചപ്പോൾ ആ വർഷം സെപ്തംബറിൽ നടന്നില്ലെങ്കിൽ മൂന്നു വർഷം കഴിയാതെ വിവാഹം നടക്കില്ലെന്ന് അറിയിച്ചു. ഒരു ദിവസം രാവിലെ മഹാലിംഗപുരത്തുള്ള എൻെറ വീട്ടിലെത്തി സീമ.

"ശശിയേട്ടൻ എന്നെ വിവാഹം കഴിക്കാൻ ഉദ്ദേശിക്കുവെങ്കിൽ ഉടനെ വേണം. അല്ലെങ്കിൽ എന്നെ മറന്നേക്കണം.."

സീമയുടെ വാക്ക് ഞാൻ ഉൾക്കൊണ്ടു. സമയമോ ജാതകമോ നോ ക്കാതെ വിവാഹത്തിന് ദിവസം നിശ്ചയിച്ചു. 1980 ആഗസ്ത് 29. ചെന്നൈ യിലെ മാങ്കോട് ദേവീക്ഷേത്രത്തിൽ വച്ചായിരുന്നു വിവാഹം. ആ ക്ഷേത്രത്തിൽ നടക്കുന്ന ആദ്യ വിവാഹമായിരുന്നു ഞങ്ങളുടേത്. ഒരു സഹോദരനെപ്പോലെ എല്ലാം നോക്കി നടത്തിയത് ജയനാണ്. വിവാഹം കഴിഞ്ഞ് മൂന്നാം നാൾ ഞങ്ങൾ രണ്ടു പേരും സിനിമയുടെ തിരക്കി ലേക്ക് പോയി. 'അർച്ചന ടീച്ചറി'ലാണ് വിവാഹ ശേഷം സീമ ആദ്യ മായി അഭിനയിച്ചത്.

എം ടിയോടൊപ്പം തൃഷ്ണ മുതൽ

തമിഴിലും മലയാളത്തിലും ഞാൻ സിനിമകളുമായി നിറഞ്ഞു നിൽക്കുന്ന കാലം. എം ഡി ജോർജ് എന്ന നിർമാതാവ് എന്നെ പടം ചെയ്യാനായി സമീപിക്കുന്നു.

ഞാൻ പറഞ്ഞു, "അടുത്തൊന്നും ഡേറ്റില്ലാത്ത അവസ്ഥയാണ്. ഇപ്പോൾ തന്നെ ആറു പടങ്ങൾ ഏറ്റിരിക്കുന്നു. കുറച്ചു കഴിഞ്ഞേ ഇനിയൊരു പടത്തെക്കുറിച്ച് ആലോചിക്കാനാവൂ."

അദ്ദേഹം വിടുന്നില്ല.

"എം ടി വാസുദേവൻ നായരുടേതാണ് തിരക്കഥ. അദ്ദേഹം പറഞ്ഞിട്ടാണ് ശശിയെ വന്നു കാണുന്നത്. നിങ്ങളെക്കൊണ്ട് സംവിധാനംചെയ്യിക്കാനാണ് എം ടിക്ക് ആഗ്രഹം. പുതിയ പയ്യനാണെന്നും നന്നായി സിനിമ ചെയ്യുന്നുവെന്നും എം ടി പറഞ്ഞു."

ഇതു കേട്ടപ്പോൾ ഞാൻ ത്രില്ലിലായി. ഒരു കമേഴ്സ്യൽ ഡയറക്ടർ എന്ന നിലയിൽ സിനിമയിൽ നിൽക്കുമ്പോൾ എം ടിയെപ്പോലെയുള്ള ഒരാളെ സമീപിക്കാൻ എനിക്ക് പേടിയോ ബഹുമാനമോ ഒക്കെയുള്ള സമയത്താണ് ഈ വാർത്ത കേൾക്കുന്നത്, അദ്ദേഹംതന്നെ എന്നെ നിർദേശിച്ചു എന്ന സന്തോഷവർത്തമാനം അറിയുന്നത്. ഞാൻ അപ്പോൾ ചെയ്തുകൊണ്ടിരുന്ന പടങ്ങളുടെ ഡേറ്റുകളിൽ ചെറിയ മാറ്റങ്ങൾ വരുത്തി. 25 ദിവസം എം ടി പടത്തിനായി മാറ്റിവെച്ചു. 20-24 ദിവസം മതിയായിരുന്നു എനിക്കൊരു പടം തീർക്കാൻ. പടം ചെയ്യാമെന്ന് ഞാനേറ്റു. കഥയൊന്നും കേട്ടിരുന്നില്ല.

ജോർജ് എന്നെ എം.ടി താമസിക്കുന്ന ഹോട്ടലിലേക്ക് കൂട്ടിക്കൊണ്ടു പോയി.

എം.ടി പറഞ്ഞു: "കഥയൊന്നും ആയിട്ടില്ല. നമുക്ക് കുറച്ചുനേരം സംസാരിച്ചിരിക്കാം."

അന്ന് ഉച്ചവരെ സംസാരിച്ചിരുന്നു. വൈകുന്നേരം വീണ്ടും കൂടി. അപ്പോൾ എം ടി പറയുന്നു: "നമുക്ക് ഒരു യാത്രപോയാലോ? എവിടേക്കെങ്കിലും ചുമ്മാ ഒരു യാത്ര. ഊട്ടിയിലോ കൊടൈക്കനാലിലോ പോകാം."

യാത്രയ്ക്ക് വേണ്ടതെല്ലാം പ്രൊഡക്ഷൻ മാനേജർ ചെയ്തുതന്നു. ഞങ്ങൾ കൊടൈക്കനാലിലെത്തി. കുന്നിൻമുകളിലുള്ള ഒരു ഹോട്ടലാണ് താമസിക്കാൻ ഏർപ്പാടാക്കിയിരുന്നത്. അവിടെ ഇരുന്നാൽ തടാകവും പച്ചപ്പും മനുഷ്യരെയും പ്രകൃതിഭംഗിയുമെല്ലാം കാണാം. ഞങ്ങൾ റോഡിലൂടെ നടക്കും. വഴിയരികിൽ വില്ക്കുന്ന ചുട്ട ചോളം വാങ്ങി കഴിക്കും. വൈകുന്നേരംവരെ സംസാരിച്ചുകൊണ്ടിരിക്കും. പല കാര്യങ്ങളും പറയും, സിനിമയൊഴിച്ച്. കഥയെക്കുറിച്ച് ചോദിക്കുമ്പോൾ, "ങും...വരും

സമയമുണ്ടല്ലോ" എന്ന് എം ടി പറയും. അങ്ങനെ മൂന്നാലു ദിവസം കഴിഞ്ഞു. അപ്പോൾ എം ടി പറയുന്നു: "ശരി, നമുക്ക് തിരിച്ചുപോകാം."

ഒന്നരയാഴ്ച താമസിക്കാൻ വന്നതാണ്. അപ്പോഴാണ് എം ടി പോകാം എന്നു പറയുന്നത്. ഞാൻ ചോദിച്ചു: "അപ്പോൾ കഥ?"

"അതൊക്കെയായിക്കോളും, പോകാം നമുക്ക്." ഞങ്ങൾ തിരിച്ചു പോയി. ഒരാഴ്ച കഴിഞ്ഞ് എം ടി എന്നെ വിളിച്ചു. കാണണമെന്ന് പറഞ്ഞു. ഞാൻ ചെല്ലുമ്പോൾ അദ്ദേഹത്തിൻെറ കൈയിൽ പൂർണമായ സ്ക്രിപ്റ്റുണ്ട്. ആ കഥയാണ് 'തൃഷ്ണ'. സിനിമയെന്ന രീതിയിൽ ഡിസ്കഷൻ ഒന്നും നടന്നിട്ടില്ലെങ്കിലും എം ടി അന്ന് സംസാരിച്ച പല കാര്യങ്ങളും കഥയിലുണ്ടായിരുന്നു. റോഡിലൂടെ നടന്ന കാര്യങ്ങൾ. കണ്ട കാര്യങ്ങൾ. അവിടെയുള്ള സന്ദർശകരുടെ കാര്യങ്ങൾ. ഇതെല്ലാം ചേർന്നതായിരുന്നു തൃഷ്ണയുടെ കഥ.

സംസാരിക്കുന്ന എം ടി

എം ടിയോടൊപ്പം സിനിമ ചെയ്യുന്ന കാര്യം ഞാൻ ഹരിഹരനോട് പറഞ്ഞിരുന്നു. ഹരൻ എം ടിയോടൊപ്പം ഒരു പടം ചെയ്തിട്ടുണ്ടായിരുന്നു ആ സമയത്ത്. ഹരൻ പറഞ്ഞു, "നിൻെറ സ്വഭാവമൊന്നും അയാളുടെ അടുത്ത് പറ്റില്ല, നീ എഴുത്തുകാരോടൊക്കെ തട്ടിക്കേറി അതു വേണം ഇതുവേണം എന്നു പറഞ്ഞ് ബഹളമുണ്ടാക്കും. അതൊന്നും ചെയ്യരുത്. എം.ടി ഒരു പ്രത്യേക മനുഷ്യനാണ്. അങ്ങനെ സംസാരിക്കുകയൊന്നുമില്ല. പുള്ളി പറയുന്നത് കേട്ട് അടങ്ങിയൊതുങ്ങിനിന്നാൽ നല്ലൊരു സ്ക്രിപ്റ്റ് കിട്ടും."

ഹരൻ പറഞ്ഞ കാര്യം മനസ്സിൽ വെച്ചാണ് ഞാൻ എം ടിയോട് ഇടപഴകിയത്. പക്ഷേ, ഹരൻ പറഞ്ഞതിന് വിപരീതമാണ് എനിക്ക് അനുഭവപ്പെട്ടത്. എം ടി സംസാരിച്ചുകൊണ്ടേയിരിക്കുന്നു! പല കഥകളെയും വായിച്ച പുസ്തകങ്ങളെകുറിച്ചും എഴുത്തുകാരെ കണ്ട കാര്യവും അദ്ദേഹത്തിന്റെ തന്നെ പുസ്തകങ്ങളെക്കുറിച്ചുമെല്ലാം... ഞാനൊരു കേൾവിക്കാരൻ മാത്രമായിരുന്നു.

മമ്മൂട്ടി: ഒരു നടന്റെ ഉദയം

വ്യത്യസ്തമായൊരു സബ്ജക്ടാകണം 'തൃഷ്ണ'യെന്ന് ഞങ്ങൾ ആദ്യമേ തീരുമാനിച്ചിരുന്നു. ആ സമയത്ത് എന്റെ കൂടെ വർക്ക് ചെയ്തുകൊണ്ടിരിക്കുന്നവരോ പ്രശസ്തരോ ആയ നായികാനായകന്മാരെ പടത്തിൽ വേണ്ടെന്നും നിശ്ചയിച്ചിരുന്നു. ഒരു നടനെ കണ്ടെത്തി അയാളെ വെച്ച് ഷൂട്ടുതുടങ്ങി. പക്ഷേ, ഞങ്ങളുദ്ദേശിക്കുന്നപോലെ അയാൾക്ക് അഭിനയിച്ച് ഫലിപ്പിക്കാനായില്ല. ഒടുവിൽ ആളെ മാറ്റാൻ തീരുമാനിച്ചു. രതീഷിനെ നായകനാക്കാമെന്നു വെച്ചാൽ അയാൾ തിരക്കിലും.

ഒരിക്കൽ രതീഷിനെ കണ്ടപ്പോൾ കൂടെ സുമുഖനായൊരു ചെറുപ്പ ക്കാരനും ഉണ്ടായിരുന്നു. രതീഷ് അയാളെക്കുറിച്ച് പറഞ്ഞിരുന്നു, മമ്മൂട്ടി എന്നാണ് പേരെന്നും എൻെറ പടത്തിൽ അഭിനയിക്കാൻ താത്പര്യമുണ്ട് അയാൾക്ക് എന്നും. അന്ന് ഞാൻ അത്ര ശ്രദ്ധിച്ചിരുന്നില്ല അയാളെ.

ഞാൻ രതീഷിനെ വിളിച്ചു. ഏതോ ലൊക്കേഷനിൽ വെച്ച് രതീ ഷിനെ ഫോണിൽ കിട്ടി:"സാറേ, ഉച്ചയ്ക്കും രാവിലെയുമായി രണ്ട് പട ങ്ങളിൽ അഭിനയിച്ചുകൊണ്ടിരിക്കുകയാണ് ഞാൻ . ഇത് വിട്ടുവന്നാൽ എന്നെയല്ല, സാറിനെയാണ് എല്ലാവരും കുറ്റം പറയുക. അതുകൊണ്ട് എന്നെ ഒഴിവാക്കിത്തരണം. ചെറിയ വേഷം വേണമെങ്കിൽ ചെയ്തു കൊള്ളാം. അന്ന് ഞാൻ സാറിനെ പരിചയപ്പെടുത്തിയ ഒരാളെ ഓർമ യുണ്ടോ? മമ്മൂട്ടി എന്ന നടനെ?" രതീഷ് ചോദിച്ചു. ഞാൻ പറഞ്ഞു: "പെട്ടെന്ന് ഓർമ വരുന്നില്ല."

"ഞാൻ അയാളെ അയയ്ക്കട്ടെ. എൻെറ കൂടെ ഒരു പടത്തിൽ ഹീറോ യായി അഭിനയിച്ചിട്ടുണ്ട്. എന്നെക്കാളും കഴിവുള്ള ആളാണ്"- രതീഷ് പറഞ്ഞു.

"ശരി. ഏതായാലും അയയ്ക്കൂ".

രതീഷ് എങ്ങനെയോ അയാളെ ബന്ധപ്പെട്ടു. 'പടയോട്ട'ത്തിൻെറ സെറ്റിൽ മലമ്പുഴയിലോ മറ്റോ ആയിരുന്നു അന്നേരം. വിവരം അറിഞ്ഞ ഉടനെ ആരോടും പറയാതെ കാറെടുത്ത് മമ്മൂട്ടി കൊടൈക്കനാലിൽ വന്നു. പാതിരയ്ക്കാണ് എത്തിയത്.

മേക്കപ്പ്മാൻ എം ഒ ദേവസ്യ വന്നു പറഞ്ഞു: "സാറിനെ കാണാൻ ഒരാൾ വന്നിട്ടുണ്ട്."

"അയാൾ ഒന്ന് കുളിച്ച് ഫ്രഷാകട്ടെ. അപ്പോഴേക്ക് ഞാനും വരാം" ഞാൻ അറിയിച്ചു.

എന്നെ കാണാൻ വന്ന മമ്മൂട്ടിക്ക് മീശയില്ലായിരുന്നു. കഥാപാത്ര ത്തിനാണെങ്കിൽ മീശ വേണം. തീരെ ഭംഗിയില്ലാത്ത ഒരു മീശ ദേവസ്യ കൊണ്ടുവന്നുവെച്ചു. ആദ്യ ദിവസം കുറെ ലോംഗ് ഷോട്ടുകൾ മാത്രമേ എടുത്തുള്ളൂ. മമ്മൂട്ടി കംഫർട്ടബ്ൾ ആകാനും സമയം ആവശ്യമായിരുന്നു. എന്റെകൂടെ വർക്കുചെയ്യുന്നതിൽ പേടിയുണ്ടായിരുന്നു. രണ്ടാമത്തെ ദിവസമായപ്പോഴേക്കും മദ്രാസിൽനിന്ന് മീശ എത്തി. അതുവെച്ച് ക്ലോസ് ഷോട്ടുകൾ എടുത്തു.

ഷൂട്ടിംഗ് ഒരാഴ്ച പിന്നിട്ടപ്പോൾ നവോദയ അപ്പച്ചൻ ഞങ്ങളുടെ സെറ്റിൽ എത്തി. മമ്മൂട്ടി ഞങ്ങളുടെ കൂടെയുണ്ടെന്ന് എങ്ങനെയോ അറിഞ്ഞിരുന്നു അദ്ദേഹം. അപ്പച്ചൻ ആകെ ചൂടിലാണ്. മമ്മൂട്ടി അദ്ദേ ഹത്തെ കണ്ട് മാറിമാറിക്കളിക്കുന്നു. മമ്മൂട്ടിയില്ലാത്തതിനാൽ പടയോട്ട ത്തിന്റെ ചിത്രീകരണം നിർത്തിവെച്ചിരിക്കുകയാണ്. കോമ്പിനേഷൻ

സീനാണ് എടുക്കാനുള്ളത്. നാലു ദിവസംകൊണ്ട് പടം തീർത്ത് മമ്മൂട്ടിയെ അയച്ചോളാമെന്ന് ഞാൻ അപ്പച്ചന് വാക്കുകൊടുത്തു. അതുപ്രകാരം ഷൂട്ടിംഗ് തീർത്ത് മമ്മൂട്ടിയെ അയയ്ക്കുകയുംചെയ്തു. യാത്ര പറയാൻ നേരം മമ്മൂട്ടിയുടെ കണ്ണു നിറഞ്ഞു.

അപ്പോൾ മമ്മൂട്ടിയോട് ദേവസ്യ പറഞ്ഞു: “ശശി സാറിൻെറ അടുത്തുനിന്ന് ചീത്തകേൾക്കാതെപോകുന്ന ആദ്യത്തെ നടനാണ് നിങ്ങൾ. ഏതു പുതിയ ആൾ വന്നാലും ചീത്തകേൾക്കുക പതിവാണ്.” അതൊരു അംഗീകാരമായി കരുതി മമ്മൂട്ടി. എന്തെങ്കിലും തെറ്റ് ചെയ്താലല്ലേ ചീത്ത പറയേണ്ടി വരൂ എന്നു ഞാൻ പറഞ്ഞു.

മമ്മൂട്ടിക്ക് എപ്പോഴും ടെൻഷനായിരിക്കും. ‘ശരിയായിട്ടില്ലേ സാറേ?’ എന്ന് ഇടയ്ക്കിടെ ചോദിച്ചുകൊണ്ടിരിക്കും. “സാറ് എല്ലാവരോടും ചൂടാവാറുണ്ടല്ലോ. എന്നോട് ഒന്നും പറയുന്നില്ലല്ലോ”–മമ്മൂട്ടി പറയും. “എല്ലാം ശരിയായിട്ടാണ് നിങ്ങൾ ചെയ്യുന്നത്. അതുകൊണ്ടാണ് ശകാരിക്കാത്തത്. നിങ്ങളുടെ അഭിനയത്തിന് കുഴപ്പമൊന്നും ഇല്ല”. ഞാൻ സമാധാനിപ്പിക്കും.

എം ടിയും ഞാനും സിനിമകളും

‘തൃഷ്ണ’യ്ക്കുശേഷം എം ടിയോടൊപ്പം ചെയ്ത പടമാണ് ‘അക്ഷരങ്ങൾ’. അതേ നിർമാതാവിൻേറതു തന്നെയായിരുന്നു ഈ പടവും. മമ്മൂട്ടിതന്നെ ഈ പടത്തിലെ നായകവേഷം ചെയ്താൽ നന്നാവുമെന്നു ഞങ്ങൾക്ക് തോന്നി. എം ഡി ജോർജിൻെറ മാനേജർ മമ്മൂട്ടിയോട് സംസാരിച്ചു. രതീഷിൻെറ കാര്യം പറഞ്ഞപോലെ മമ്മൂട്ടിയും തിരക്കിലായിരുന്നു. നടനെന്ന നിലയിൽ മമ്മൂട്ടി അറിയപ്പെട്ടുതുടങ്ങിയിരുന്നു. മൂന്നാലു പടങ്ങൾക്ക് കരാറായിരിക്കുന്നു. പക്ഷേ, എം ടിയുടെ കഥയാണ്, ഐ വി ശശിയാണ് സംവിധായകൻ, ‘തൃഷ്ണ’യുടെ നിർമാതാവിൻേറതാണ് സംരംഭം. എന്നൊക്കെ അറിഞ്ഞപ്പോൾ ഡേറ്റു തന്നു.

ആലുവയിലായിരുന്നു ഷൂട്ടിംഗ്. സുഹാസിനി, സീമ, മാസ്റ്റർ വിമൽ തുടങ്ങി നല്ലൊരു താരനിരയും ഉണ്ടായിരുന്നു. എം ടിയുടെ ആത്മാംശം കലർന്ന കഥയായിരുന്നു ‘അക്ഷരങ്ങൾ’. ഇതേ പടമാണ് ചില മാറ്റങ്ങൾ വരുത്തി കെ ബാലചന്ദർ തമിഴിൽ ‘സിന്ധുഭൈരവി’ എന്ന പേരിൽ എടുത്തത്. സുഹാസിനിയാണ് ഈ കഥ ബാലചന്ദറിനോട് പറഞ്ഞത്. റൈറ്റ് ചോദിച്ചപ്പോൾ എം ഡി ജോർജ് കൊടുത്തില്ല. മലയാള പശ്ചാത്തലത്തിലുള്ളൊരു കഥ തമിഴിലേക്കു മാറ്റുന്നതിൽ എം ടിക്കും താത്പര്യം ഇല്ലായിരുന്നു. ബാലചന്ദർ കഥ അങ്ങനെത്തന്നെ എടുത്തിട്ട ചില മാറ്റങ്ങൾ വരുത്തി പടമിറക്കി. എഴുത്തുകാരന് പകരം പാട്ടുകാരനെ നായകനാക്കി.

‘അക്ഷരങ്ങൾ’ കഴിഞ്ഞാണ് ‘അടിയൊഴുക്കുകൾ’ വരുന്നത്. ഞാനും മമ്മൂട്ടിയും ‘അതിരാത്രം’ എന്നൊരു പടം ചെയ്തിരുന്നു. അത് വലിയ ഹിറ്റായി. മമ്മൂട്ടിക്ക് സൂപ്പർസ്റ്റാർ ഇമേജ് വന്ന ചിത്രമാണ് ‘അതിരാത്രം’. സെഞ്ച്വറി ഫിലിംസായിരുന്നു നിർമാതാക്കൾ. ഞങ്ങളുടെ ഒരു ടീം- ഞാനും സെഞ്ചറി ഫിലിംസിലെ കൊച്ചുമോനും രാജുമാത്യുവും കൂടി പാർട്ണർഷിപ്പിൽ ഒരു പടം എടുക്കാൻ ആലോചിച്ചു. കാസിനോ എന്ന ബാനർ ഉണ്ടാകുന്നത് അങ്ങനെയാണ്. ഞാൻ, കൊച്ചുമോൻ, മമ്മൂട്ടി, മോഹൻലാൽ, സീമ. ഞങ്ങൾ അഞ്ചു പേർ ചേർന്നുള്ളതായിരുന്നു കാസിനോ. കമ്പനിയിലേക്കുള്ള മുടക്കുമുതൽ എന്നത് ഞങ്ങളുടെ പ്രതി ഫലമായിരുന്നു. അത്യാവശ്യം ഉയർന്ന പ്രതിഫലം വാങ്ങുന്നവരായിരുന്നു ഞങ്ങൾ നാലുപേരും. അതു കഴിഞ്ഞുള്ള പണം കൊച്ചുമോനും എടു ക്കുന്നു. ആദ്യ പടമാണല്ലോ. പലരിൽ നിന്നും കഥ കേട്ടു. ഒന്നും ഞങ്ങൾക്ക് തൃപ്തിയായില്ല. അവസാനം എം ടിയെ തന്നെ വിളിക്കാൻ തീരുമാനിച്ചു.

എനിക്ക് ഇപ്പോഴും ഓർമയുണ്ട്. ഞങ്ങൾ കഥ ആലോചിച്ചുകൊണ്ടി രിക്കുകയാണ്. ഒന്നും മനസ്സിലേക്ക് വരുന്നില്ല. അപ്പോൾ മമ്മൂട്ടിയാണ് പറഞ്ഞത്, കൊച്ചിൻ ഹാർബറിൻെറ സൈഡിൽ ചില കപ്പലുകൾ നിർത്തിയിട്ടിരിക്കും. കടലിൽ കിടന്ന് അതിന്റെ അടിഭാഗം തുരുമ്പുപിടിച്ച ഒരു പരുക്കൻ ലുക്കായി മാറിയിരിക്കും. ആ പരുവത്തിൽ റഫ് ലുക്കുള്ള ഒരാൾ എങ്ങനെയിരിക്കും?

എം ടി മീശപിരിച്ച് എല്ലാം കേട്ടുകൊണ്ടിരുന്നു. സംസാരിച്ചതൊന്നു മില്ല. കഥ തീരുമാനമാകാതെ അന്നു ഞങ്ങൾ പിരിഞ്ഞു. രണ്ടാഴ്ച കഴിഞ്ഞപ്പോഴുണ്ട് എം ടി വിളിക്കുന്നു-“കഥ തയ്യാറായിട്ടുണ്ട്”.

ഞാനും മോഹൻലാലും മമ്മൂട്ടിയും എം ടിയെ കാണാൻ പോയി. കഥ കേട്ടപ്പോൾ ഉഗ്രൻ. അതാണ് ‘അടിയൊഴുക്കുകൾ’ എന്ന സിനിമ.

എം ടി എപ്പോഴാണ് എഴുതുന്നത് എന്ന് ആർക്കുമറിയില്ല. ചിലപ്പോൾ അഞ്ചു ദിവസം, ആറു ദിവസത്തിനകം ഉഗ്രൻ സാധനം എഴുതും. ‘തൃഷ്ണ’ അഞ്ചോ ആറോ ദിവസത്തിനുള്ളിലാണ് എഴുതിത്തീർത്തത്. കൊടൈക്കനാലിൽ നിന്ന് പിരിഞ്ഞ് ഏഴാമത്തെയോ എട്ടാമത്തെയോ ദിവസം ഫുൾ സ്ക്രിപ്റ്റുമായാണ് വരുന്നത്. സാധാരണ ആര് എഴുതി യാലും ഞാൻ കുറെ മാറ്റങ്ങൾ വരുത്തും. വെട്ടുകയും തിരുത്തുകയും ചെയ്യും, അഭിപ്രായം പറയും. എം ടി എഴുതിയാൽ ഒന്നും പറയേണ്ട ആവശ്യം വരാറില്ല.

‘അടിയൊഴുക്കുകളു’ടെ ഷൂട്ടിംഗിനിടയ്ക്ക് ഒരു ദിവസം എം ടി വന്നു പറഞ്ഞു, “അവസാന രംഗത്ത് ചെറിയൊരു മാറ്റം ഉണ്ട്. തത്ക്കാലം ഇത് ആരും അറിയേണ്ട.” കഥയെന്താണെന്നാൽ, മൂന്ന് അപരിചിതർ ബോട്ടിൽ ഒരു കരയിൽ അടുക്കുന്നു. മമ്മൂട്ടി, മോഹൻലാൽ, സീമ. മൂന്നു

പേരും മൂന്ന് വഴിക്ക് പിരിയുന്നു. മൂന്നുപേർക്കും മൂന്നു ലക്ഷ്യങ്ങളാണ്. ലക്ഷ്യങ്ങൾ പൂർത്തിയാക്കി ഇതേ ആൾക്കാർ ബോട്ടിൽ തിരിച്ചുപോകുന്നതോടെ പടം അവസാനിക്കുന്നു. മമ്മൂട്ടിയുടെ കഥാപാത്രം ഒരാളെ കൊന്ന് ജയിലിൽ പോയി തിരിച്ചു വന്നതാണ്. മോഹൻലാലിന്റെ കഥാപാത്രം ഒരാളുടെ കൈയിൽ വിസയ്ക്ക് പണം കൊടുത്തിരുന്നു. ആ പണം പറ്റിച്ച് മുങ്ങിയ ആൾ ആ പ്രദേശത്ത് ഉണ്ടെന്നറിഞ്ഞ് വന്നതാണ്. സീമയ ചെയ്യുന്നതാകട്ടെ അമ്മയും അച്ഛനും മരിച്ചതോടെ അവർക്ക് ആരുമില്ലാതായി. അങ്ങനെ ചേച്ചിയെ കല്യാണം കഴിച്ചുകൊണ്ടുവന്ന വീട് തേടി വന്നതാണ്. പിന്നീട് മൂന്നു പേരും അടുക്കുന്നു. ലക്ഷ്യങ്ങൾ പൂർത്തിയാക്കി അവർ തിരിച്ചുപോകുന്നു. ആദ്യ സ്ക്രിപ്റ്റിൽ മമ്മൂട്ടി കൊല നടത്തി തിരിച്ചുപോകുന്നതായിരുന്നു ഉണ്ടായിരുന്നത്. തിരുത്തിയ തിരക്കഥയിൽ മോഹൻലാൽ ആണ് കൊല നടത്തുന്നത്. ഈ മാറ്റമായിരുന്നു സിനിമയുടെ ഭംഗി. ഇതു പക്ഷേ, മമ്മൂട്ടിക്ക് ചെറിയ നിരാശ ഉണ്ടാക്കി; മോഹൻലാലിന് സന്തോഷവും.

'അടിയൊഴുക്കുകൾ' കഴിഞ്ഞാണ് 'ഉയരങ്ങളിൽ' എടുത്തത്. ജയാനൻ വിൻസെന്റിൻെറ ഭാര്യാപിതാവാണ് പാവമണി. ഞങ്ങൾ ഒരേ നാട്ടുകാരാണ്. 'അവളുടെ രാവുകളു'ടെ വിതരണക്കാരനായിരുന്നു അദ്ദേഹം. അങ്ങനെയെല്ലാം ബന്ധമുണ്ട് ഞങ്ങൾ തമ്മിൽ. ഒന്നുരണ്ടു പടംപിടിച്ച് അദ്ദേഹം നഷ്ടത്തിലായി. ഇനി വിജയിക്കുന്ന ഒരു പടമെടുക്കണം. അദ്ദേഹം എം ടിയെ സമീപിച്ചു. എം ടി അദ്ദേഹത്തിനു വേണ്ടി എഴുതാമെന്ന് സമ്മതിച്ചു. ശശിയുമായി ചർച്ചചെയ്ത ശേഷം കഥ തീരുമാനിക്കാമെന്നാണ് എം.ടി പറഞ്ഞിരുന്നത്. ഞാനും പാവമണിയും കോഴിക്കോട്ടേക്കു പോയി. മഹാറാണിയിൽ ഒരുമിച്ചുകൂടി കഥ ചർച്ചചെയ്തു. ഒറ്റ വാക്കിലാണ് എം ടി കഥ പറഞ്ഞത്: "ഇതിലെ ഹീറോ നെഗറ്റീവാണ്". മലയാള സിനിമയിൽ അതൊരു പുതുമയായിരിക്കും എന്ന് എനിക്കും തോന്നി. അങ്ങനെയാണ് 'ഉയരങ്ങളിൽ' സംഭവിക്കുന്നത്. മനോഹരമായ ഒരു ത്രില്ലർ. ഇപ്പോഴും റീമേക്ക് ചെയ്യാൻ പറ്റിയ വിഷയമാണ് അതിന്റേത്. നായകനെ ആലോചിച്ചപ്പോൾ മോഹൻലാൽ നന്നായിരിക്കും എന്നുതോന്നി. മൂന്നാറിൽ ലൊക്കേഷൻ കണ്ടു. വീട് കണ്ടെത്തി. എൻെറ സ്ഥിരം കാമറാമാനായിരുന്ന ജയാനൻ വിൻസന്റ് തന്നെയാണ് ഛായാഗ്രഹണം നിർവഹിച്ചത്.

'ഈറ്റ'യിൽ തളിരിട്ട സൗഹൃദം

'ഈറ്റ' മുതലാണ് ജയാനൻ വിൻസെന്റ് കാമറാമാനായി എന്നോടൊപ്പംചേരുന്നത്. 'ഈറ്റ'യുടെ കാമറാമാനായി നിശ്ചയിച്ചിരുന്നത് രാമചന്ദ്രമേനോനെയാണ്. ചിത്രീകരണം നടക്കുന്നതിനിടെ അദ്ദേഹത്തിന് അസുഖം പിടിപെട്ടു. പകരം ആളെ വേണം. ഞാൻ വിൻസെന്റ് മാസ്റ്ററെ

വിളിച്ചു. മാസ്റ്റർ എനിക്ക് ഗുരുസ്ഥാനീയനാണ്. പലപ്പോഴും സംശയങ്ങൾ ചോദിക്കുക അദ്ദേഹത്തോടാണ്. കാമറ മാത്രമല്ല പല കാര്യങ്ങൾ അറിയാനും അദ്ദേഹത്തെ സമീപിക്കാറുണ്ടായിരുന്നു. മാഷ് പറഞ്ഞു: "ഞാനൊരു തെലുങ്കു പടംചെയ്തുകൊണ്ടിരിക്കുകയാണ്. എന്റെ മകൻ ജയാനൻ വർക്കുചെയ്യാറുണ്ട്. അവനെ അയയ്ക്കാം. ശശിക്ക് കാമറയെക്കുറിച്ച് നല്ല ധാരണയും ഉണ്ട്. അതുകൊണ്ട് പേടിയൊന്നും വേണ്ട. ലൈറ്റിംഗും മറ്റും ജയാനൻ നോക്കിക്കൊള്ളും." കലാസംവിധാനം കഴിഞ്ഞ് ഞാൻ പടങ്ങൾക്ക് കാമറചെയ്ത കാര്യം മാസ്റ്റർക്ക് അറിയാമായിരുന്നു. അങ്ങനെ ജയാനൻ വന്നു. ഈറ്റ മനോഹരമായി ചിത്രീകരിച്ചു. അന്ന് ഞാൻ തീരുമാനിച്ചു, അടുത്ത പടത്തിൽ ജയാനനെ സ്വതന്ത്ര കാമറാമാൻ ആക്കണമെന്ന്. പിന്നീട് ജയാനൻ എന്റെ കൂടെയായി. ആയിടയ്ക്കാണ് ഒരു ദിവസം ജോഷി വിളിച്ചത്, "ശശീ, എനിക്കൊരു കാമറാമാനെ വേണം, കഴിഞ്ഞ ഒന്നു രണ്ടു പടത്തിൽ കാമറ വേണ്ടത്ര ശരിയായില്ല." വ്യത്യസ്തമായ ഒരു കാമറ ഉദ്ദേശിക്കുന്നുവെങ്കിൽ ജയാനൻ നന്നായിരിക്കുമെന്ന് ഞാൻ ജോഷിയോടു പറഞ്ഞു. ജയാനനെ അയച്ചു. അങ്ങനെ ജോഷിക്കുവേണ്ടി ജയാനൻ ചെയ്ത പടമാണ് 'ന്യൂഡൽഹി'. ആ മികവ് സിനിമയിൽ കാണാം. അതുവരെയുള്ള ജോഷി ചിത്രങ്ങളിൽ നിന്നൊക്കെ വേറിട്ട അനുഭവമായിരുന്നു 'ന്യൂഡൽഹി'യിലെ ദൃശ്യങ്ങൾ.

മനോഹരമായൊരു തിരക്കഥ

'അടിയൊഴുക്കുകൾ' പുറത്തിറങ്ങിയ സമയമാണ്. സെഞ്ചുറിഫിലിംസിന്റെ രാജു മാത്യു ഒരു പടത്തിനായി എന്നെ സമീപിച്ചു. ഒന്നു രണ്ടു കഥകൾ വന്നെങ്കിലും ഒന്നും എനിക്ക് ഇഷ്ടമായില്ല. ഒടുവിൽ എം ടിയെ തന്നെ വിളിക്കാമെന്ന് തീരുമാനിച്ചു. വാസുവേട്ടനോട് സംസാരിച്ചു. കഥ ധാരണയായി. നാളുകൾക്കകം അദ്ദേഹം തിരക്കഥയുമായി വന്നു. വായിച്ചുനോക്കുമ്പോൾ അതുവരെ ഞാനും എം ടിയും ചെയ്ത സിനിമകളെക്കാൾ മനോഹരമായ സ്ക്രിപ്റ്റാണ്! അതാണ് 'ആൾക്കൂട്ടത്തിൽ തനിയെ'.

മമ്മൂട്ടി, മോഹൻലാൽ, ബാലൻ കെ നായർ അടക്കം എല്ലാ നടീനടന്മാരെയും നിശ്ചയിച്ചു, അഡ്വാൻസ് കൊടുത്തു. ഷൂട്ടിംഗ് തുടങ്ങാൻ നാലു ദിവസം മാത്രമുള്ള സമയത്താണ് രാജു മാത്യു തിരക്കഥ വായിക്കുന്നത്. വായിച്ചുകഴിഞ്ഞ രാജു മാത്യു അസ്വസ്ഥനായപോലെ.

"ഇതെന്ത് കഥയാണ്? ഒരാൾ ചാവാൻ കിടക്കുന്നു, അയാളെ കാണാൻ കുറെ ആളുകൾ വരുന്നു, പോകുന്നു. ഇങ്ങനെയുള്ള ഒരു കഥ നന്നാവുമെന്ന് എനിക്ക് തോന്നുന്നില്ല. ഈ കഥവെച്ച് പടംപിടിക്കുന്നതിൽ ഞങ്ങൾക്ക് റിസ്ക് തോന്നുന്നുണ്ട്. ഇതേ നടീനടന്മാരെവെച്ച് വേറൊരു പടം ആലോചിക്കുന്നതാണ് നല്ലത്." രാജു പറഞ്ഞു.

എനിക്കതിനോട് യോജിക്കാനായില്ല: “അങ്ങനെ ഞാൻ ചെയ്യില്ല, ഈ കഥയേ ഞാൻ സംവിധാനം ചെയ്യൂ.”

രാജു വേറെ ചിലരെക്കൊണ്ടും സ്ക്രിപ്റ്റ് വായിപ്പിച്ചു. അവരുടെയും അഭിപ്രായം അതുതന്നെ.

“പടം വിജയിക്കില്ല. ആർട്ട് ഫിലിം പോലെ ഒന്നായിരിക്കും ഇത്.”

ഞാൻ ഒരു നിർദേശം വച്ചു:“ഒരു കാര്യം ചെയ്യൂ, പടം ഞാൻ നിർമിച്ചോളാം. നിങ്ങൾ വേണമെങ്കിൽ വിതരണം ഏറ്റെടുത്തോളൂ. നിങ്ങൾക്ക് വേണ്ടെങ്കിൽ മറ്റാർക്കെങ്കിലും കൊടുത്തോളാം.”

അങ്ങനെ ഷൂട്ടിംഗ് തുടങ്ങി. മൂന്നു ദിവസം കഴിഞ്ഞപ്പോൾ രാജു മാത്യു വന്നുപറഞ്ഞു, ഞങ്ങൾതന്നെ നിർമിച്ചുകൊള്ളാമെന്ന്! സെഞ്ചറി തന്നെ നിർമിച്ചു ആ പടം. മികച്ച കളക്ഷനും നേടി.

എം ടിയോടൊപ്പം അവസാനം ചെയ്ത ചിത്രം ‘മിഥ്യ’യായിരുന്നു. ഞങ്ങളുടെ ബാനറായ കാസിനോയാണ് അത് നിർമിച്ചത്. പക്ഷേ, വിചാരിച്ചത്രപോയില്ല. നഷ്ടമുണ്ടായി. പിന്നീട് എം ടിയുമൊത്ത് ചില പടങ്ങൾ പ്ലാൻ ചെയ്തെങ്കിലും നീണ്ടുപോയി. എം ടിയുമായി സ്നേഹവും സൗഹൃദവും ഇപ്പോഴുമുണ്ട്. കോഴിക്കോട്ട് പോയാൽ വാസ്വേട്ടനെ കാണാതെ ഞാൻ മടങ്ങാറില്ല.

പത്മരാജനും ഞാനും: വേറിട്ട ചില ചിത്രങ്ങൾ

1977ൽ പുറത്തിറങ്ങിയ ‘ഇതാ ഇവിടെവരെ’യാണ് എന്റെയും പത്മരാജന്റെയും ആദ്യ ചിത്രം. ഞാനും ഭരതനും സുഹൃത്തുക്കളായിരുന്നു. ആ സൗഹൃദം പത്മരാജനിലേക്ക് ചെന്നുചേരുകയായിരുന്നു. പത്മരാജന്റെ രചനയിൽ ഭരതൻ ‘പ്രയാണം’ ചെയ്ത സമയത്താണ് ഹരി പോത്തൻ ഒരു പടത്തിനായി എന്നെ സമീപിക്കുന്നത്. അത് പത്മരാജന്റെ രചനയാകട്ടെ എന്ന് ഞങ്ങൾ തീരുമാനിച്ചു. കഥ ധാരണയായി. ‘ലൗ സ്റ്റോറി’ എന്നൊരു നോവലിൽനിന്നുണ്ടായ പ്രചോദനമായിരുന്നു ആ കഥ. കമൽഹാസനെ നായകനാക്കാനായിരുന്നു പ്ലാൻ. കമലിനോട് കഥ പറഞ്ഞപ്പോൾ അവൻ പറഞ്ഞു: “ഇതേ കഥയാണ് ഞാനിപ്പോൾ ചെയ്തുകൊണ്ടിരിക്കുന്നത്. ശങ്കരൻനായർ ഇതേ സബ്ജക്ടിലാണ് ‘മദനോത്സവം’ ചെയ്യുന്നത്.”

ഇതുകേട്ടപ്പോൾ പെട്ടെന്ന് എന്തുചെയ്യണമെന്ന് അറിയാതായിപ്പോയി. കമലിന്റെ ഡേറ്റുമുണ്ട്. പക്ഷേ, എന്തുചെയ്യാനാണ്!

അടുത്ത ദിവസം രാവിലെ പപ്പൻ എനിക്കൊരു നോവൽ കൊണ്ടുവന്നുതന്നു-‘ഇതാ ഇവിടെവരെ’. ഞാനത് വായിച്ചുനോക്കി. സിനിമയ്ക്ക് വേണ്ടതെല്ലാം ആ നോവലിൽ ഉണ്ടായിരുന്നു. അതുവെച്ച് ഒരു തിരക്കഥ തയ്യാറാക്കാൻ പപ്പനോടു പറഞ്ഞു. ഹരി പോത്തന്റെ അശോകനഗറിലെ

വീടിൻെറ മുകൾനിലയിൽ താമസിക്കാൻ സൗകര്യമുണ്ടാക്കി. അവിടെ വെച്ചാണ് പത്മരാജൻ എഴുതിയത്. രണ്ടാഴ്ചകൊണ്ട് വൺലൈൻ ആയി. ചില അപാകതകൾ ഉണ്ടായിരുന്നു. അത് ഞങ്ങൾ ചർച്ചചെയ്തു. പത്മരാജൻെറ ആദ്യരചന 'പ്രയാണ'മായിരുന്നെങ്കിലും സിനിമാറ്റിക് ട്രീറ്റ്മെന്റ് കൃത്യമായി മനസ്സിലാക്കി എഴുതിയ പടം 'ഇതാ ഇവിടെവരെ'യാണ്. സോമൻ നായകനായി വരുന്നതും ജയൻ ചെറിയൊരു വേഷത്തിൽ പ്രത്യക്ഷപ്പെട്ടതും ഈ പടത്തിലൂടെയായിരുന്നു.

ഈ സിനിമയിലും പുതിയൊരു നായകനെ അവതരിപ്പിക്കാനായിരുന്നു ഞങ്ങളുടെ തീരുമാനം. എന്റെ പടങ്ങളിൽ ചെറിയ ചെറിയ വേഷങ്ങൾ ചെയ്തിരുന്ന സോമനിലാണ് ആലോചന ചെന്നെത്തിയത്. ഹരിപോത്തനും സന്തോഷമായി. ഹരിയും സോമനും അടുത്ത സുഹൃത്തുക്കളായിരുന്നു. ആന്റി ഹീറോ എന്നൊക്കെ പറയുംപോലെ ഒരു നെഗറ്റീവ് കഥാപാത്രമായിരുന്നു സോമന്റേത്. ആ കഥാപാത്രത്തെ സോമൻ അവിസ്മരണീയമാക്കുകയും ചെയ്തു.

സോമൻ പോയി, ജയൻ വന്നു

കുട്ടനാട്ടിലും പരിസരപ്രദേശങ്ങളിലുമായി 'ഇതാ ഇവിടെവരെ'യുടെ ചിത്രീകരണം പുരോഗമിക്കുകയാണ്. ഒരു ദിവസം നല്ല മസിലുള്ള ഒരു ചെറുപ്പക്കാരനുമായാണ് ഹരിപോത്തൻ സെറ്റിലെത്തിയത്. അയാളെ പരിചയപ്പെടുത്തി:"ഇത് എൻെറ സുഹൃത്താണ്. ഏതെങ്കിലും റോളിലേക്ക് പരിഗണിച്ചാൽ നന്നായിരുന്നു."

ഞാൻ പറഞ്ഞു: "എല്ലാം നിശ്ചയിച്ചുകഴിഞ്ഞല്ലോ ഹരീ."

"എന്നാലും എന്തെങ്കിലുമൊരു വേഷം കൊടുത്താൽ നന്നായിരുന്നു". ഹരി വിടുന്നില്ല. ഹരിയുടെ നിർബന്ധത്തിനു വഴങ്ങി അയാൾക്ക് ചെറിയൊരു വേഷം കൊടുക്കാൻ തീരുമാനിച്ചു. സോമന്റെ കഥാപാത്രം എങ്ങുനിന്നോ വരികയാണ് ആ നാട്ടിലേക്ക്. ബസ്സിറങ്ങിയ ശേഷം അയാൾ തോണിയിലാണ് സഞ്ചരിക്കുന്നത്. ആ തോണിയിലെ കടത്തുകാരനാക്കി അയാളെ. ജയനായിരുന്നു ആ തോണിക്കാരൻ.

ഷൂട്ടിംഗ് പൂർത്തിയായി. എഡിറ്റിംഗ് കഴിഞ്ഞിട്ടും എന്തോ പോരായ്മ അനുഭവപ്പെട്ടു. അങ്ങനെ ഒരു പാട്ടുകൂടി ചേർക്കാൻ തീരുമാനിച്ചു. അത്രയും ദൈർഘ്യവും കിട്ടുമല്ലോ പടത്തിന്. യൂസഫലി കേച്ചേരിയോട് ഒരു പാട്ടുകൂടി എഴുതാൻ പറഞ്ഞു. അതുവരെ ദേവരാജൻ മാസ്റ്റർ ചെയ്തതിൽ മോഡേണായിരുന്നു ആ പാട്ടിന്റെ ഈണം. ഇന്നും പുതുമയുള്ള ഗാനം. അന്ന് തോണിക്കാരനായി വന്ന ജയനാണ് പിന്നീട് സൂപ്പർ സ്റ്റാർ ആയത്. പത്മരാജനോടൊപ്പം 'കരിമ്പിൻ പൂവിനക്കരെ' എന്ന പടവും കൂടി ഞാൻ ചെയ്തു. അത് ഞങ്ങളുടെ തന്നെ കമ്പനിയായ കാസിനോയാണ് നിർമിച്ചത്.

ജയൻ എന്റെ പടങ്ങളിൽ വരാനൊരു കാരണമുണ്ടായിരുന്നു. 'ഇതാ ഇവിടെ വരെ' കഴിഞ്ഞതോടെ സോമൻ താരപദവിയിലേക്ക് ഉയർന്നു. കൂടുതൽ അവസരങ്ങളായി. നല്ല വേഷങ്ങൾ കിട്ടിത്തുടങ്ങി. പിന്നെപ്പിന്നെ സോമന് ഇത്തിരി തലക്കനം കൂടിയപോലെ. എനിക്കത് പിടിച്ചില്ല. സോമനെ നായകനാക്കി 'ഏഴാം കടലിനക്കരെ' ചെയ്തുകൊണ്ടിരുന്ന സമയം. രണ്ടാം ഷെഡ്യൂളിന് സോമൻ വരില്ല എന്നുവരെയെത്തി കാര്യങ്ങൾ. നിർബന്ധിച്ച് കൂട്ടിക്കൊണ്ടുവന്നാണ് പടം ഒരുവിധം തീർത്തത്. കുറെ ഭാഗങ്ങൾ ഡ്യൂപ്പിനെ വെച്ച് ചിത്രീകരിക്കേണ്ടിയും വന്നു. തമിഴിലെ ജയശങ്കറാണ് ഡ്യൂപ്പായി അഭിനയിച്ചത്. ചില ഭാഗങ്ങൾ രവികുമാറും ചെയ്തു. പോകാൻ നേരം ഞാൻ സോമനോടു പറഞ്ഞിരുന്നു: "പൊയ്ക്കോളൂ. ഇനി നമ്മൾ തമ്മിൽ പടംചെയ്യില്ല കെട്ടോ."

അവൻ കരുതിയത് തമാശയാണെന്നാണ്. ഞാൻ സീരിയസായിരുന്നു. ഏഴു വർഷം കഴിഞ്ഞാണ് എന്റെയൊരു പടത്തിലേക്ക് സോമനെ വിളിക്കുന്നത്. പലരും സോമനെ റെക്കമന്റ് ചെയ്തിരുന്നു. സോമൻെറ ഭാര്യയും സീമയും കൂട്ടുകാരികളാണ്. ആ നിലയ്ക്ക് സീമയും എന്നോട് സോമനെ വിളിക്കണമെന്നുപറഞ്ഞിരുന്നു. ഞാൻ വഴങ്ങിയില്ല. പിന്നീട് 'വ്രത'ത്തിലേക്കാണ് സോമനെ വിളിക്കുന്നത്. കമൽഹാസനാണ് അതിന് മുൻകൈയെടുത്തത്. അതിനുശേഷം സോമൻ മരിക്കുംവരെയും എന്റെ പടങ്ങളിൽ അഭിനയിച്ചു.

'കാന്തവലയ'മാണ് 'ഏഴാം കടലിനക്കരെ'ക്കുശേഷം പ്ലാനിട്ടിരുന്നത്. അതിൽനിന്ന് സോമനെ ഒഴിവാക്കി. പകരം ജയനെ നിശ്ചയിച്ചു.

'ഇതാ ഇവിടെ വരെ' കഴിഞ്ഞതോടെ ജയൻ എപ്പോഴും എന്റെ വീട്ടിൽ വരുമായിരുന്നു. നല്ലൊരടുപ്പം ഞങ്ങൾ തമ്മിലുണ്ടായി. അങ്ങനെയാണ് ജയൻ 'കാന്തവലയ'ത്തിൽ അഭിനയിപ്പിക്കുന്നത്. സോമനുമായുള്ള പിണക്കം അതിന് നിമിത്തമാകുകയും ചെയ്തു. 'കാന്തവലയ'ത്തോടെ ജയന്റെ കളറേ അങ്ങുമാറി. 'ശരപഞ്ജര'ത്തിൽ വില്ലന്റെ ഇമേജാണെങ്കിൽ 'കാന്തവലയ'ത്തിലേത് വ്യത്യസ്തമായിരുന്നു. ചെറിയ വേഷങ്ങളായാലും വലിയതായാലും എന്റെ പടങ്ങളിൽ ജയൻ ഉണ്ടായിരുന്നു. 'അങ്ങാടി' കൂടെ വന്നതോടെ ജയൻ സൂപ്പർസ്റ്റാർ ആയി.

'അങ്ങാടി'യിലെ ജയൻെറ കഥാപാത്രത്തെ ആരും മറക്കില്ല, പ്രത്യേകിച്ച് കൂലിത്തൊഴിലാളിയുടെ ഇംഗ്ലീഷ് സംഭാഷണം. അക്കാലത്ത് തിയറ്ററുകളെ ഹരംകൊള്ളിച്ച രംഗമായിരുന്നു അത്.

ഐ വി ശശി – ടി ദാമോദരൻ കൂട്ടുകെട്ട്

1979 കാലം. ആലപ്പി ഷെറീഫുമായി ഞാൻ തുടർച്ചയായി പടങ്ങൾ ചെയ്തുകൊണ്ടിരിക്കുന്നു – ഇടയ്ക്ക് ചില പടങ്ങൾ പത്മരാജനും ജോൺ പോളുമായും ചെയ്യുന്നു– ഷെറീഫുമായി ഒരു പടത്തിന്റെ ('ഇതാ ഒരു

തീരം') ചർച്ച പൂർത്തിയായിരുന്നു. എന്നാൽ ഒരു തെറ്റിദ്ധാരണയുടെ പേരിൽ ഷെറീഫ് അത് പി ജി വിശ്വംഭരന് കൊടുത്തു. എനിക്കത് വിഷമമുണ്ടാക്കി. ഇതെല്ലാം നടക്കുമ്പോൾ 'മനസ്സാ വാചാ കർമ്മണാ'യുടെ തിരക്കഥ എഴുതിക്കൊണ്ടിരിക്കുകയായിരുന്നു ഷെറീഫ്. ഏകലവ്യൻെറ നോവലിൽ നിന്നാണ് തിരക്കഥ. രണ്ടാം ഭാഗം എഴുതിപൂർത്തിയായിട്ടില്ല. ഈ സമയത്ത് ഷെറീഫ് വലിയാൻ തുടങ്ങി. അപ്പോൾ കെ ടി സി ഗംഗാധരൻ (പി വി ഗംഗാധരൻ) പറഞ്ഞു വേറെ ഒരാളെവെച്ച് എഴുതിക്കാമെന്ന്. അങ്ങനെ ഗംഗാധരൻ എനിക്ക് പരിചയപ്പെടുത്തിയതാണ് ദാമോദരൻ മാഷെ. ആദ്യ ഭാഗം മാറ്റിയെഴുതി ഷൂട്ടിംഗ് തുടങ്ങി. പാട്ടുകളും മറ്റും എടുക്കുന്ന സമയത്ത് രണ്ടാംഭാഗവും പൂർത്തിയാക്കി. അഞ്ചു ദിവസത്തിനുള്ളിൽ മുഴുവൻ സ്ക്രിപ്റ്റും ദാമോദരൻ മാഷ് എഴുതി. ഇതോടെ അദ്ദേഹത്തിൽ എനിക്ക് വലിയ വിശ്വാസം വന്നു. ഷെറീഫിൻെറ പേരിലാണ് കഥയെങ്കിലും 'മനസാ വാചാ കർമ്മണാ'യുടെ മുക്കാൽഭാഗവും എഴുതിയത് ദാമോദരൻ മാഷാണ്. ഈ സംഭവം ഷെറീഫിനും വിഷമമുണ്ടാക്കിക്കാണണം. ഞാനതിന് ശ്രദ്ധകൊടുത്തില്ല. ഷെറീഫ് അദ്ദേഹത്തിൻേറതായ വഴികളിൽ പടംചെയ്യാൻ പോയി. ദാമോദരൻ മാഷ് എന്റെ ചലച്ചിത്രജീവിതത്തിലേക്ക് വന്നു. ഞങ്ങൾ തുടർച്ചയായി പടങ്ങൾ ചെയ്തു.

ഞാൻ കൂടുതൽ പടങ്ങൾ ചെയ്തത് ദാമോദരൻ മാഷുമായി ചേർന്നാണ്. ഞങ്ങൾ തമ്മിലുണ്ടായിരുന്ന മനസ്സടുപ്പംതന്നെ കാരണം. മുഖത്ത് നോക്കി കാര്യം പറയുന്ന സ്വഭാവക്കാരനാണ് മാഷ്. ഒരാളെയും പേടിയില്ല. ആ രീതി എനിക്ക് ഇഷ്ടമായിരുന്നു. ഞാൻ അറിയപ്പെട്ട സംവിധായകനാണ് എന്നു കരുതി പറയുന്നത് അപ്പാടെ കേൾക്കില്ല അദ്ദേഹം. ചില കാര്യങ്ങൾ വിശദമാക്കി എന്നെക്കൊണ്ട് സമ്മതിപ്പിക്കുകയും ചെയ്യും. എനിക്ക് പറയാനുള്ളത് ഞാനും പറയും. ഞങ്ങൾ തമ്മിലുള്ള കഥാചർച്ച പുറത്തുനിന്നുള്ള ഒരാൾ കേട്ടാൽ അടിയുണ്ടാക്കുകയാണെന്നേ വിചാരിക്കൂ. ഐ വി ശശി- ടി ദാമോദരൻ കൂട്ടുകെട്ടിൽ എത്രയോ പടങ്ങൾ പുറത്തിറങ്ങി. ഓരോ പടവും കഴിയുമ്പോൾ ആളുകൾ വിചാരിക്കും- ഈ കൂട്ടുകെട്ട് അവസാനിച്ചു എന്ന്. ആ സമയം അടുത്ത പടത്തെകുറിച്ചുള്ള ആലോചനയിലായിരിക്കും ഞങ്ങൾ.

ദാമോദരൻ മാഷിന്റെ ഭ്രാന്തുകൾ

'ഏഴാം കടലിനക്കരെ' കഴിഞ്ഞ് ഞാൻ സംവിധാനം ചെയ്ത പടമാണ് 'അമേരിക്ക അമേരിക്ക'. ഇതിന്റെ തിരക്കഥയും ദാമോദരൻ മാഷിന്റേതായിരുന്നു. ഷൂട്ടിംഗിന് അദ്ദേഹവും ഞങ്ങളോടൊപ്പം അമേരിക്കയിലേക്ക് വന്നു. വന്നു എന്ന് മാത്രമേയുള്ളൂ. ലോകകപ്പ് ഫുട്ബാൾ നടക്കുന്ന സമയമാണ്. മാഷിന് ഫുട്ബാൾ എന്നാൽ ഭ്രാന്താണ്. എപ്പോഴും

റൂമിലിരുന്ന് കളി കാണും. അമേരിക്കയിൽ വന്നിട്ട്, ഒന്ന് പുറത്തേക്കൊന്ന് ഇറങ്ങ്... എന്ന് ഞാൻ വിളിക്കുമ്പോൾ, ഏയ് നിങ്ങൾ പോയിട്ടു വാ... എന്നു പറഞ്ഞ് മാഷ് കളികാണൽ തുടരും.

ഞാനും മാഷും ഹോങ്കോങ്ങിലും ജപ്പാനിലും പോയിട്ടുണ്ട്. ആ യാത്രയിലാണ് 'ഇനിയെങ്കിലും' എന്ന പടത്തിന്റെ ത്രഡ്സ് രൂപപ്പെടുന്നത്. 'ഈ നാട്' സൂപ്പർ ഹിറ്റായപ്പോൾ നിർമാതാവായ എൻ ജി ജോൺ പറഞ്ഞു, നമുക്ക് എവിടെയെങ്കിലും ഒന്ന് കറങ്ങിവരാം. ഞാൻ, മാഷ്, ജോൺ, ജോണിന്റെ ഭാര്യ, സംഗീതസംവിധായകൻ ശ്യാം. ഞങ്ങൾ എല്ലാവരും ജപ്പാനിൽ പോയി. അവിടെ പലതും സന്ദർശിച്ച കൂട്ടത്തിൽ സുസുകി കമ്പനിയിലും പോയി. മാരുതി കാർ കേരളത്തിൽ ഇറങ്ങാൻ പോകുന്നേയുള്ളൂ. ഞങ്ങൾ ഫാക്ടറി കണ്ടു. അന്നു വൈകുന്നേരത്തെ സംസാരത്തിനിടയിൽ പെട്ടെന്ന് ഒരു ഐഡിയ വന്നു. ഇന്ത്യയെയും ജപ്പാനെയും ബന്ധപ്പെടുത്തി ഒരു കഥ! 1947ൽ ഇന്ത്യക്ക് സ്വാതന്ത്ര്യം കിട്ടി. ഇതിന് രണ്ടു വർഷം മുമ്പാണ് ഹിരോഷിമയിലും നാഗസാക്കിയിലും ബോംബ് വർഷിക്കുന്നത്. ഇതെല്ലാം അനുഭവിച്ച ജപ്പാൻ എവിടെയെത്തിനിൽക്കുന്നു, ഇന്ത്യ എവിടെ നിൽക്കുന്നു. ഈ താരതമ്യത്തിൽനിന്നാണ് കഥ രൂപപ്പെടുന്നത്. ബ്രിട്ടീഷുകാർ ഉണ്ടാക്കിയ ഇന്ത്യയിൽനിന്ന് നമുക്കന്ന് വലിയ മാറ്റമൊന്നും വന്നിട്ടില്ല. എന്നാൽ, ജപ്പാനാകട്ടെ ഉയിർത്തെഴുന്നേറ്റ് വന്നിരിക്കുന്നു. അത് അവിടത്തെ ജനങ്ങളുടെ കഠിനാധ്വാനം കൊണ്ടായിരുന്നു. അവിടെ സമരം എന്നത്- പണിമുടക്കല്ല, അധിക സമയം ജോലിചെയ്യലാണ്. സുസുകിയിൽ പോയപ്പോഴാണ് ഇത് ശ്രദ്ധയിൽപെട്ടത്. ജോലിക്കാരെല്ലാം കറുത്ത ബാഡ്ജ് ധരിച്ചിരിക്കുന്നു. എന്താണിതെന്ന് ചോദിച്ചപ്പോൾ അവർ പറഞ്ഞു, അന്ന് സമരദിവസമാണെന്ന്.

ഒരു സൂപ്പർഹിറ്റിന്റെ കഥ

മമ്മൂട്ടി സൂപ്പർസ്റ്റാർ ആയിക്കഴിഞ്ഞിരുന്നു. സാജ് പ്രൊഡക്ഷൻസിന്റെ സാജൻ ഒരു വർഷമായി എൻെറ പിറകെയാണ്. സാജനു വേണ്ടി ഒരുപടംചെയ്യണം. എനിക്കാണെങ്കിൽ ഡേറ്റ് അഡ്ജസ്റ്റുചെയ്യാനേ പറ്റുന്നില്ല. എന്നിട്ടും ഒടുവിൽ പടമെടുക്കാമെന്ന് ഞാൻ സമ്മതിച്ചു.

ദാമോദരൻ മാഷിനൊരു സ്വഭാവമുണ്ട്, സ്ക്രിപ്റ്റ് പൂർത്തിയായി ഷൂട്ടിംഗ് തുടങ്ങിയാലും അദ്ദേഹം വീട്ടിൽ പോകില്ല. അടുത്ത പടത്തിന്റെ ആലോചനയുമായി എൻെറ കൂടെയുണ്ടാകും. ഷൂട്ടിംഗിന്റെ പല കാര്യങ്ങളിലും സഹായിക്കും. ഒരു പ്രൊഡക്ഷൻ ബോയിയേക്കാൾ കൂടുതൽ ജോലി ചെയ്യും. ആൾക്കാരെ മാറ്റാനും ലൊക്കേഷൻ കണ്ടുപിടിക്കാനും മുന്നിലുണ്ടാകും. മാഷ് എൻെറ കൂടെയുള്ളപ്പോഴാണ് സാജൻ വന്ന് പടത്തെക്കുറിച്ച് സംസാരിക്കുന്നത്. അപ്പോൾ മാഷ് പറഞ്ഞു, ഒരു

ഇൻസ്പെക്ടറുടെ കഥയുണ്ടെന്ന്. രാജൻ കൊലക്കേസായിരുന്നു അദ്ദേഹത്തിന്റെ മനസ്സിൽ. നിരപരാധിയായ ഒരു ഇൻസ്പെക്ടർ അതിൽ ഉൾപ്പെട്ടിരുന്നു. മാഷിന് അറിയാവുന്ന സുഹൃത്തായിരുന്നു അയാൾ. ആ ക്യാരക്ടർവെച്ചാണ് ബൽറാമിനെ രൂപപ്പെടുത്തിയത്. മമ്മൂട്ടിയുടെ അഭിനയജീവിതത്തിലെ മികച്ച വേഷങ്ങളിലൊന്നായിരുന്നു 'ആവനാഴി' യിലെ ഇൻസ്പെക്ടർ ബൽറാം. പടം ഹിറ്റാവുകയും ചെയ്തു. രണ്ടാം ഭാഗവും പിന്നീട് ഇറങ്ങി.

കമൽ എന്റെ പ്രിയമിത്രം

ഞാൻ സംവിധായകനാകാനുള്ള കാരണക്കാരിൽ ഒരാൾ കമൽഹാസനാണ്. കമൽ ഡാൻസ് മാസ്റ്റർ രഘുവിൻെറ അസിസ്റ്റന്റായിരുന്ന കാലം മുതലേ ഞങ്ങൾ കൂട്ടുകാരായിരുന്നു. ഞങ്ങളന്ന് അയൽവാസികളാണ്. ആൽവാർപേട്ടിലാണ് കമലിൻെറ വീട്. ഞാൻ താമസിക്കുന്നത് സാമാ ലോഡ്ജിലും. മിക്ക ദിവസങ്ങളിലും ഞങ്ങളൊരുമിച്ച് സിനിമയ്ക്ക് പോകും. സെക്കന്റ് ഷോ കഴിഞ്ഞ് തിരിച്ചുവരുമ്പോൾ ചിലപ്പോൾ നല്ല മഴയായിരിക്കും. മഴ നനഞ്ഞാണ് നടത്തം. സിനിമയെക്കുറിച്ചും അതിന്റെ ക്രാഫ്റ്റിനെക്കുറിച്ചും ഞങ്ങൾ സംസാരിച്ചുകൊണ്ടേയിരിക്കും. ഷെരീഫ്, കെ സി ജോർജ്, മുരളി ഫിലിംസ് രാമചന്ദ്രൻ... ഞങ്ങളെല്ലാം സാമാ ലോഡ്ജിലായിരുന്നു താമസം. വൈകുന്നേരങ്ങളിൽ ജനാർദനനും ഞങ്ങളോടൊപ്പം ചേരും. ഒരുമിച്ച് ഭക്ഷണം കഴിക്കും. ആർക്കെങ്കിലും പണംകിട്ടിയാൽ അന്ന് ആഘോഷമാണ്.

കമലിന്റെ വീട്ടിൽ മാംസാഹാരം വയ്ക്കാറില്ല. അവന് മാംസം ഇഷ്ടവുമാണ്. അവന്റെ വീടിന്റെയും ഞങ്ങളുടെ ലോഡ്ജിന്റെയും ഉയരം തുല്യമാണ്. ഞങ്ങളുടെ മുറി മൂന്നാമത്തെ നിലയിലാണ്. കമലിൻെറ വീടിൻെറ ടെറസിനടുത്താണത്. അഞ്ചോ ആറോ അടി വ്യത്യാസമേ കെട്ടിടങ്ങൾ തമ്മിലുള്ളൂ. ജനാർദനൻ നന്നായി പാചകംചെയ്യും. മാംസാഹാരത്തിന്റെ മണമടിച്ചാൽ കമൽ ടെറസിലെത്തും. എന്നിട്ട് ഒറ്റച്ചാട്ടമാണ് ഞങ്ങളുടെ ലോഡ്ജിലേക്ക്. പിന്നെ ഞങ്ങളോടൊത്ത് ഭക്ഷണം. അങ്ങനെ എത്രയോ ഓർമകൾ.

ക്രിസ്ത്യൻ ആർട്സ് ആൻഡ് കമ്യൂണിക്കേഷൻ നിർമിച്ച 'കാറ്റുവിതച്ചവ'ന്റെ സംവിധായകൻ ഫാദർ സുവിയായിരുന്നെങ്കിലും യഥാർഥത്തിൽ സംവിധാനംചെയ്തത് ഞാനായിരുന്നു. ഇത് കണ്ടാണ് വിജയ നിർമല ഒരു പടം ചെയ്യാമോ എന്ന് എന്നോട് ആവശ്യപ്പെടുന്നത്. ഏറ്റെടുക്കാൻ മടിച്ചുനിന്ന എന്നെ കമലാണ് നിർബന്ധിച്ചത്. അങ്ങനെയാണ് 'കവിത'യുമായി ഞാൻ സഹകരിക്കുന്നത്. കമൽ അന്നെന്നെ വഴിമാറ്റി വിട്ടില്ലായിരുന്നെങ്കിൽ ഒരുപക്ഷേ, കലാസംവിധായകനായി എൻെറ സിനിമാജീവിതം അവസാനിച്ചേനെ.

ജോൺപോൾ എന്ന തിരക്കഥാകാരൻ

സംവിധായകനാകും മുമ്പേ തന്നെ എന്റെ സുഹൃത്തായിരുന്നു ജോൺപോൾ. സിനിമയുടെ ഇടവേളകളിൽ എറണാകുളത്തേക്കൊരു യാത്രയുണ്ട് എനിക്ക്. ജോൺപോൾ, കലൂർ ഡെന്നീസ്... അങ്ങനെ ഒരു ഗാങ്ങുണ്ടായിരുന്നു അവിടെ. ആ കാലത്ത് കലൂർ ഡെന്നീസാണ് അറിയപ്പെട്ട തിരക്കഥാകൃത്ത്. ജോൺ പോൾ സഹായത്തിന് കൂടെ വരുന്നു എന്ന് മാത്രം. മഞ്ഞിലാസിനു വേണ്ടി ഒരു പടം ചെയ്യാൻ എം ഒ ജോസഫ് സാർ ആവശ്യപ്പെട്ടു. ചിലപടങ്ങൾ പൊട്ടിപ്പോയതിന്റെ ക്ഷീണത്തിലായിരുന്നു ജോസഫ് സാർ. പ്രൊഡക്ഷൻ എക്സിക്യൂട്ടി വായിരുന്ന ജോസാണ് ആദ്യം സംസാരിച്ചത്. അക്കാലത്ത് മഞ്ഞിലാസ് ചിത്രങ്ങൾക്ക് സ്ഥിരമായി എഴുതിയിരുന്നത് തോപ്പിൽ ഭാസിയായിരുന്നു. ഒരു മാറ്റത്തിനുവേണ്ടി പുതിയ ഒരാളെക്കൊണ്ട് എഴുതിക്കാമെന്ന് ഞാനൊരു നിർദേശംവെച്ചു. ജോൺപോളിനെ മദ്രാസിലേക്ക് വിളിച്ചു. കനറാ ബാങ്കിൽ ജോലിചെയ്യുകയാണ് ജോൺപോൾ. ജോണിനെ വിളി ക്കുന്നതിൽ ജോസഫ് സാറിന് താത്പര്യമുണ്ടായിരുന്നില്ല. ജോണിനെ വേണ്ടപോലെ ഗൗനിച്ചതുമില്ല അദ്ദേഹം.

കൈയിലെ പണംതീർന്ന് രണ്ടു ദിവസം പട്ടിണിയായി ജോൺപോൾ. ഞാനാണെങ്കിൽ ഇതൊന്നുമറിയാതെ ചില തിരക്കുകളിലും. മൂന്നാമത്തെ ദിവസം എന്റടുത്ത് വന്ന് പറയുമ്പോഴാണ് ഞാനിതെല്ലാം അറിയുന്നത്.

ഞാൻ ജോസഫ് സാറിനെ വിളിച്ചു- "എന്തു പണിയാണ് സാർ, ഞാൻ കൊണ്ടുവന്ന എഴുത്തുകാരനെ നിങ്ങൾ ശ്രദ്ധിച്ചില്ലല്ലോ..." മറന്നുപോയി എന്നു അദ്ദേഹം പറഞ്ഞു. അതിനു ശേഷം ജോണിനെ നന്നായി ശ്രദ്ധിക്കുകയും ചെയ്തു.

ജോൺപോളിനെ വിളിക്കുമ്പോൾ ഒരു നിബന്ധനവെച്ചിരുന്നു ജോസഫ് സാർ. കഥ ജോൺപോളിന്റേത് എടുക്കാം. തിരക്കഥയും സംഭാഷണവും തോപ്പിൽ ഭാസിയുടേത് തന്നെയാവണം, ഭാസിക്ക് അദ്ദേഹം വാക്ക് കൊടുത്തിട്ടുണ്ട്. ജോൺപോൾ അതിനും സമ്മതിച്ചു. എങ്ങനെയെങ്കിലും തന്റെ പേരൊന്ന് സ്ക്രീനിൽ വന്നാൽ മതി എന്നേയുണ്ടായിരുന്നുള്ളൂ ജോണിന്. തിരക്കഥ ഭാസി തന്നെ എഴുതി. അതാണ് 'ഞാൻ ഞാൻ മാത്രം' എന്ന പടം.

ഷൂട്ടിംഗിനായി ഊട്ടിയിൽ പോകാൻ നേരം തിരക്കഥ വായിച്ചു നോക്കുമ്പോൾ എന്തോ കുഴപ്പം തോന്നി എനിക്ക്. എന്നാലും അതു വെച്ചുതന്നെ ഷൂട്ടിങ് തുടങ്ങി. ആയിടയ്ക്ക് മഴകാരണം രണ്ടു മൂന്നു ദിവസം ചിത്രീകരണം മുടങ്ങി. ആ ഇടവേളയിൽ ജോൺപോളിനെ ഊട്ടിയിലേക്ക് വരുത്തി. ക്രമമെല്ലാം മാറ്റിച്ച് തിരക്കഥ നന്നാക്കിയെടുത്തു. നേരെ കഥ പറഞ്ഞുപോകുന്ന രീതിയിലായിരുന്നു ഭാസി എഴുതിയിരുന്നത്. അത് ഫ്ളാഷ്ബാക്ക് രൂപത്തിലേക്ക് മാറ്റി. ഇരുപതിലേറെ ഫ്ളാഷ്ബാക്കുണ്ടായിരുന്നു ആ തിരക്കഥയിൽ. അന്ന് അത്രയും ഫ്ളാഷ്ബാക്ക് ഒരു നിർമാതാവും സമ്മതിക്കില്ലായിരുന്നു. ഭാസിയടക്കമുള്ളവർ പറഞ്ഞിരുന്നു പടം വിജയിക്കില്ല എന്ന്. സ്ക്രിപ്റ്റിൽ ഭൂരിഭാഗവും ജോൺപോളാണ് ചെയ്തത്. അതിനാൽ കഥ, തിരക്കഥ ജോൺ പോൾ എന്നുതന്നെ കൊടുത്തു; സംഭാഷണം മാത്രം തോപ്പിൽ ഭാസിയുടെ പേരിലും.

ജോൺപോൾ എന്റെ നല്ല സുഹൃത്താണ്. നല്ലപോലെ വായിക്കും. മാനസികമായി നല്ല പൊരുത്തവും ഉണ്ടായിരുന്നു ഞങ്ങൾ തമ്മിൽ.

മൃഗയയും തനിയാവർത്തനവും

'മൃഗയ'യെക്കുറിച്ച് പറയാം. മമ്മൂട്ടിയുടെ ശുപാർശയിലാണ് കെ ആർ ജിക്ക് വേണ്ടി 'മൃഗയ' ചെയ്യാൻ ലോഹിതദാസിനെ വിളിക്കുന്നത്. ലോഹി എഴുതിയ 'തനിയാവർത്തനം' ഇറങ്ങിയ സമയത്തു തന്നെ എന്ന ആകർഷിച്ച പടമായിരുന്നു. അതുകൊണ്ടു തന്നെ ലോഹിയോടൊപ്പമുള്ള ഒരു സിനിമ എനിക്ക് സമ്മതമായിരുന്നു. ഫുൾ സ്ക്രിപ്റ്റ് എഴുതിയ ശേഷമേ ചിത്രീകരണം തുടങ്ങൂ എന്നു ഞാൻ പറഞ്ഞു. ലോഹി വൺ ലൈൻ ആദ്യം കൊണ്ടുവന്നു. ഉർവശിയുടെ കഥാപാത്രം അതിൽ ഉണ്ടായിരുന്നില്ല. തിരക്കഥയിൽ എന്തോ കുറവനുഭവപ്പെട്ടു എനിക്ക്. ഈ ചർച്ച നടക്കുന്ന സമയത്ത് ഞാൻ ഒരു പടംചെയ്യുന്നുണ്ടായിരുന്നു. അതിൽ

ഉർവശിയുണ്ടായിരുന്നു. ഉർവശിക്ക് ഒരു കഥാപാത്രം കൊടുത്താൽ നന്നായിരിക്കും എന്നു ഞാൻ വിചാരിച്ചു. ലോഹിയോട് അത് സൂചിപ്പിച്ചു. ലോഹി ഒരു കഥാപാത്രത്തെ കൂടി ഉണ്ടാക്കി. ആ കാരക്ടർ വന്നതോടെയാണ് കഥയിൽ നാടകീയത ഉണ്ടായത്.

മികച്ച തിരക്കഥയാണ് ലോഹിയുടേത്. പെട്ടെന്ന് എഴുതും. സംഭാഷണങ്ങൾ വളരെ ശക്തമാണ്. അതേസമയം നാചുറൽ ആയിരിക്കുകയും ചെയ്യും. ദാമോദരൻ മാഷിൻെറ സംഭാഷണങ്ങൾക്കും ഇതുപോലെ പച്ചയായ ഒരു സുഖമുണ്ട്. പത്മരാജന്റേയും അങ്ങനെതന്നെ. വ്യക്തിത്വമുള്ള എഴുത്താണ് എല്ലാവരുടേയും.

മമ്മൂട്ടിയെ കാണാനില്ല!

'മൃഗയ'യുടെ ഷൂട്ടിംഗിനിടെ ഒരു സംഭവമുണ്ടായി. കെ ആർ ജി വല്ലപ്പോഴുമേ ഷൂട്ടിംഗ് സ്ഥലത്ത് വരുമായിരുന്നുള്ളൂ. പ്രൊഡക്ഷൻ എക്സിക്യൂട്ടിവാണ് കാര്യങ്ങളെല്ലാം നോക്കുക. ഷൂട്ടിംഗ് തുടങ്ങി ഒരാഴ്ച കഴിഞ്ഞാണ് കെ ആർ ജി വന്നത്. ഇടവേളയിൽ ഞങ്ങളെല്ലാവരും ഒരുമിച്ചുകൂടി. ഞങ്ങളെല്ലാം അദ്ദേഹത്തിനടുത്ത് ഇരുന്നു. മമ്മൂട്ടി എവിടെ, മമ്മൂട്ടി എവിടെ? എന്നദ്ദേഹം തിരക്കാൻ തുടങ്ങി. എന്നാൽ, എന്റെ തൊട്ടടുത്തു തന്നെ മമ്മൂട്ടി ഇരിപ്പുണ്ടായിരുന്നു- വാറുണ്ണിയുടെ വേഷത്തിലാണെന്ന് മാത്രം. എന്റെ അടുക്കൽ ഒരാൾ ഇരിക്കുന്നത് കെ ആർ ജിയും കണ്ടിട്ടുണ്ട്. "സാർ ഞാനിവിടെ ഉണ്ടല്ലോ.." എന്നു മമ്മൂട്ടി പറഞ്ഞപ്പോഴാണ് അദ്ദേഹം ശ്രദ്ധിക്കുന്നത്.

വാറുണ്ണിയെ കണ്ട കെ ആർ ജി ആകെ ദേഷ്യത്തിലായി. ഉടനെ എഴുന്നേറ്റ് പോയി. ദൂരെ മാറിനിന്ന് എന്നെ അടുത്തേക്ക് വിളിച്ചു: "ശശി എന്താ ഈ കാണിക്കുന്നത്, മമ്മൂട്ടിയുടെ ഗ്ലാമർ കാണാനല്ലേ ആളുകൾ ടിക്കറ്റെടുത്ത് സിനിമയ്ക്ക് വരുന്നത്? ഇങ്ങനെ ഒരു വൃത്തികെട്ട കോലം ആയാലെങ്ങനെയാണ്?"

മേക്കപ്മാനാണല്ലോ മമ്മൂട്ടിയെ ഈ കോലത്തിലാക്കിയത്. കുറെ ചീത്ത ദേവസ്യക്കും കൊടുത്തു. ഈ പടം പോക്കാ... എന്നും പറഞ്ഞ് ഇറങ്ങിപ്പോയി. അതിനുശേഷം ലൊക്കേഷനിൽ വന്നതേയില്ല കെ ആർ ജി. പിന്നീട് ഫസ്റ്റ് കോപ്പിയാണ് അദ്ദേഹം കാണുന്നത്.

പടം സൂപ്പർഹിറ്റായി. മമ്മൂട്ടിക്ക് സംസ്ഥാന അവാർഡും കിട്ടി. മമ്മൂട്ടി തന്നെയാണ് വാറുണ്ണിയുടെ മേക്കപ്പിൽ കൂടുതൽ താത്പര്യമെടുത്തത്. ആദ്യം ചെയ്ത മേക്കപ്പ് വേണ്ടെന്നുവെച്ചു. ഇതല്ല സാർ വാറുണ്ണി എന്ന് മമ്മൂട്ടിയും ലോഹിതദാസും പറഞ്ഞു. അവർ രണ്ടുപേരും ചർച്ചചെയ്ത് ഒരു ധാരണയിൽ എത്തിയിരുന്നു. എന്നാൽ, എന്നോട് പറയാൻ അവർക്ക് മടിയായിരുന്നു. ഫൈനൽ മേക്കപ്പ് ഇട്ടശേഷം മമ്മൂട്ടി എന്റടുത്ത് വന്നു.

"സാറേ..." വാറുണ്ണി സംസാരിക്കുംപോലെ എന്നെ വിളിച്ചു. "ഇതാണ് വാറുണ്ണി. സാറിന് എന്തെങ്കിലും അഭിപ്രായവ്യത്യാസം ഉണ്ടോ?"

ഞാൻ ചിരിച്ചു: "ഇതുമതി". മമ്മൂട്ടിയും ലോഹിതദാസുമാണ് ആ കഥാപാത്രത്തിന്റെ എല്ലാ നന്മക്കും കാരണം. എനിക്ക് കിട്ടിയ ഒരു ഭാഗ്യം, നല്ല എഴുത്തുകാർ കൂടെയുണ്ടായിരുന്നു എന്നതാണ്. അവരുടെ കഴിവ് ഞാൻ ഉപയോഗിച്ചു. അതുകൊണ്ട് നല്ല പടങ്ങൾ ചെയ്യാൻ സാധിച്ചു.

അഗസ്റ്റിൻ പരിചയപ്പെടുത്തിയ തിരക്കഥാകൃത്ത്

ഞാനും ശ്രീകുമാരൻ തമ്പിയും വി ബി കെ മേനോനുവേണ്ടി ചെയ്ത 'അക്ഷരത്തെറ്റ്' നന്നായി പണം വാരിയ പടമായിരുന്നു. ഇതേ കൂട്ടുകെട്ടിലുണ്ടായ 'കള്ളനും പൊലീസും' പക്ഷേ, നല്ല പടമായിരുന്നിട്ടും തീയേറ്ററിൽ വീണുപോയി. സംവിധായകനായി എന്റെ പേരിനുപകരം മറ്റൊരാളുടേത് കൊടുത്തിരുന്നുവെങ്കിൽ ഓടിയേനെ. ആളുകൾ ഉദ്ദേശിക്കുന്ന ഐ വി ശശിപ്പടം ആയില്ല അത്. നല്ല കഥയും നർമവും എല്ലാം ഉണ്ടായിരുന്നു. എന്നിട്ടും പാളിപ്പോയി.

മേനോൻ നിർമിച്ച ചില പടങ്ങൾ നഷ്ടത്തിലായി. അതുകാരണം 'കള്ളനും പൊലീസി'ന്റെയും അവസാനഭാഗങ്ങൾ ഷൂട്ടുചെയ്യാൻ പണമില്ലാതായി. ഒടുവിൽ സീമയാണ് പണമിറക്കിയത്. പടം റിലീസായ ദിവസം ഞാനും മേനോനും കോഴിക്കോട്ട് വന്നു. പ്രതികരണം മോശമാണെന്ന് അറിഞ്ഞതോടെ ഞങ്ങൾ അസ്വസ്ഥരായി. മേനോൻ കിടന്നുറങ്ങി. ഞാനാണെങ്കിൽ അത്രയും പണംമുടക്കി, ഇനിയത് തിരിച്ച് ചോദിക്കാനും പറ്റില്ല എന്ന അവസ്ഥയിലും. ഈയൊരു വിഷമസന്ധിയിൽ നിൽക്കുമ്പോഴാണ് നടൻ അഗസ്റ്റിൻ എന്നെ കാണാൻ വന്നത്.

"ശശിയേട്ടാ, ഒരു കഥയുണ്ട്. രഞ്ജിത്ത് എന്ന ചെറുപ്പക്കാരനാണ് എഴുതിയിരിക്കുന്നത്. ശശിയേട്ടൻ കണ്ടിട്ടുള്ള ആളാണ്"-അഗസ്റ്റിൻ പറഞ്ഞു.

അതിനുമുമ്പ് ഒന്നു രണ്ടു പടങ്ങൾ ചെയ്തിരുന്നു അയാൾ. ഉച്ച കഴിഞ്ഞ് വരാൻ പറഞ്ഞു. രഞ്ജിത്തും അഗസ്റ്റിനും വന്നു. രഞ്ജിത്ത് കഥ പറഞ്ഞു. ഒരു പ്രധാന കഥാപാത്രവും സംഭവവും ഉണ്ടായിരുന്നു അതിൽ. എനിക്കത് സ്ട്രൈക്ക് ചെയ്തു. പടം ചെയ്യാമെന്ന് വാക്കു കൊടുത്തു. അതായിരുന്നു 'ദേവാസുരം'.

'92-'93 കാലമാണ്. മുരളി നായകനായിവന്നു കൊണ്ടിരിക്കുന്നു. മേനോന്റെ സാമ്പത്തികാവസ്ഥ മോശമായതിനാൽ വലിയ ചെലവുള്ള

പടമെടുക്കാനും പറ്റില്ല. ഈ അവസ്ഥയിൽ മുരളിയെ നായകനാക്കാമെന്നായി ആലോചന. മുരളിയുടെ കാര്യം പറഞ്ഞപ്പോൾ കിടക്കുകയായിരുന്ന മേനോൻ എഴുന്നേറ്റിരുന്നു. അദ്ദേഹം ഉറങ്ങുകയാണെന്നാണ് അതുവരെയും ഞങ്ങൾ വിചാരിച്ചിരുന്നത്. അദ്ദേഹം ഞങ്ങളുടെ സംസാരം കേട്ടുകൊണ്ടിരിക്കുകയായിരുന്നു.

"മുരളിയാണെങ്കിൽ ഈ പടവും പൊട്ടും" മേനോൻ പറഞ്ഞു.

"എന്നാൽ മോഹൻലാലിനെ വെക്കാം" ഞാൻ പറഞ്ഞു.

അപ്പോൾ മേനോന്റെ പ്രശ്നം പണമാണ്. "ലാലിനെ വെച്ച് നമുക്ക് ചെയ്യാനാവില്ല. അതിനുള്ള സ്ഥിതിയില്ല. മാത്രമല്ല ഡേറ്റും അടുത്തൊന്നും കിട്ടാൻ പോകുന്നില്ല" മേനോൻ കൈമലർത്തി.

"ലാൽ തന്നെയാണ് നല്ലത്. ആദ്യം എഴുതാം, എന്നിട്ട് ലാലിനെ പോയി കാണാം. ഞാനും കൂടെ വരാം." ആ നിർദേശത്തോട് മേനോൻ യോജിച്ചു.

സ്ക്രിപ്റ്റ് തയാറായപ്പോൾ ഞങ്ങൾ ലാലിനെ കാണാൻ പോയി. ലാൽ പാലക്കാട് ഷൂട്ടിംഗിലായിരുന്നു. വിഷയം അവതരിപ്പിച്ചപ്പോൾ ലാൽ ആദ്യമൊന്ന് മടിച്ചു. കുറെ പടങ്ങളുണ്ട്. മാത്രമല്ല പടം പൂർത്തിയാക്കാൻ പറ്റുന്ന സ്ഥിതിയിലല്ല മേനോൻ എന്നൊക്കെ പറഞ്ഞ് ഒഴിയാൻ നോക്കി.

ഞാൻ പറഞ്ഞു: "കള്ളനും പൊലീസി'നും കുറച്ച് പണം ഞാൻ മുടക്കീട്ടുണ്ട്. ഇതിനുവേണ്ടിയും കുറച്ച് മുടക്കിക്കോളാം. പടം തുടങ്ങിക്കഴിഞ്ഞാൽ ഏതെങ്കിലും വിതരണക്കാരൻ വന്നുകൊള്ളും. ഏതായാലും കഥയൊന്ന് കേട്ടുനോക്കൂ." എന്റെ നിർബന്ധത്തിന് വഴങ്ങിയാണ് ലാൽ കഥ കേൾക്കാൻ ഇരുന്നത്. കഥ കേൾക്കുന്ന ലാൽ എന്തെങ്കിലും ചെയ്തുകൊണ്ടിരിക്കും. ഇത് കാണുന്ന രഞ്ജിത്തിന് ടെൻഷൻ. ആദ്യ സീനുകൾ വായിച്ചു തീർന്നതോടെ അറിയാതെതന്നെ കഥയിൽ മുഴുകി ലാൽ. രഞ്ജിത്തും ഉഷാറായി. മുഴുവൻ വായിച്ചുതീർന്നപ്പോൾ ലാൽ ചോദിച്ചു: "ശശിയേട്ടാ, പടം എപ്പോൾ തുടങ്ങാം?"

"അപ്പോൾ ലാലിന്റെ ഡേറ്റ്?"

"അതൊന്നും പ്രശ്നമല്ല. ഈ പടം കഴിഞ്ഞാൽ ഇതാണ് ചെയ്യാൻ പോകുന്നത്."

മേനോൻ ഇടപെട്ടു: "അയ്യോ ഉടനെ വേണ്ട ലാലേ. എന്നെക്കൊണ്ട് പറ്റില്ല."

ഞാൻ സമാധാനിപ്പിച്ചു: "അതൊന്നും സാരമില്ല. നമുക്ക് തുടങ്ങാം."

'ദേവാസുര'ത്തിൽ ഏറ്റവും പ്രയാസമുള്ള രംഗങ്ങളാണ് ആദ്യം ചിത്രീകരിച്ചത്. ടീം സെറ്റായാലേ അത്തരം രംഗങ്ങൾ എടുക്കുക

പതിവുള്ളൂ. ഇതിൽ ആ രീതി മാറ്റി. അഞ്ചാമത്തെ ദിവസംതന്നെ ക്ലൈമാക്സ് എടുക്കാൻ തീരുമാനിച്ചു. ഇതറിഞ്ഞ് ലാൽ അസ്വസ്ഥനായി. ഞാൻ വിശദീകരിച്ചു:"ഏറ്റവും ചെലവുള്ള രംഗത്തിൻെറ ചിത്രീകരണം ഇപ്പോൾ പൂർത്തിയാക്കിയാലേ പടം ഇറങ്ങൂ."

ലാൽ സമ്മതിച്ചു. മൂന്ന് ദിവസം കൊണ്ട് ക്ലൈമാക്സ് പൂർത്തിയാക്കി. പത്രങ്ങളിലും മറ്റും സിനിമയെക്കുറിച്ച് വാർത്ത വന്നതോടെ തിയേറ്ററുകളിൽ നിന്ന് അഡ്വാൻസ് കിട്ടിത്തുടങ്ങി. പിന്നെ പണം പ്രശ്നമായതേയില്ല. പടം ഉദ്ദേശിച്ച രീതിയിൽ തന്നെ പൂർത്തിയായി. തിരക്കഥാകൃത്തെന്ന രീതിയിൽ രഞ്ജിത്തിനും നായകനെന്ന രീതിയിൽ ലാലിനും വലിയ അംഗീകാരം നേടിക്കൊടുത്ത സിനിമയായി 'ദേവാസുരം'.

'അഹിംസ'യിലെ വില്ലൻ

'അഹിംസ'യുടെ കഥാപാത്ര നിർണയം നടക്കുന്ന സമയമാണ്. ഒരു വൈകുന്നേരം ദാമോദരൻ മാഷും ഞാനും മഹാലിംഗപുരത്തെ വീട്ടിൽ സംസാരിച്ചിരിക്കുകയാണ്. അപ്പോഴാണ് ഫോൺ ശബ്ദിക്കാൻ തുടങ്ങിയത്. ഞാൻ ഫോണെടുത്തു.

"സാർ ഞാൻ മോഹൻലാലാണ്. സാറിനെ ഒന്നു നേരിൽ കാണണമെന്നുണ്ട്. സാർ തിരക്കിലാണോ?"

മഞ്ഞിൽ വിരിഞ്ഞ പൂക്കളിലെ നായകനായ മോഹൻലാലാണ് വിളിച്ചതെന്ന് എനിക്ക് മനസ്സിലായി. ആ നടനെ ഞാനും ശ്രദ്ധിച്ചിരുന്നു. ഞാനയാളോട് വരാൻ പറഞ്ഞു. സംവിധായകനായതിനാൽ പല പുതിയ നടന്മാരും വിളിക്കുക പതിവാണ്. ഇതും അങ്ങനെയേ വിചാരിച്ചുള്ളൂ.

ലാൽ വീട്ടിൽ വന്നു. സ്വയം പരിചയപ്പെടുത്തി. അയാൾ കുറെ നേരം സംസാരിച്ചിരുന്നു. എന്നാൽ അതിനിടയിൽ അവസരമൊന്നും ചോദിച്ചില്ല. ലാൽ പോകാൻ നേരം ഞാൻ ദാമോദരൻ മാഷുമായി സംസാരിച്ചു. 'അഹിംസ'യിലെ വില്ലന്റെ കഥാപാത്രം ആ ചെറുപ്പക്കാരനെ ഏല്പിക്കാൻ ഞങ്ങൾ തീരുമാനിച്ചു. "ചെയ്യാം സാർ"– ചോദിച്ചപ്പോൾ പെട്ടെന്നു തന്നെ ലാലിന്റെ ഉത്തരംവന്നു. പിന്നീട് പ്രതിഫലത്തെക്കുറിച്ച് അന്വേഷിച്ചു. കൃത്യമായി ഒരു പ്രതിഫലം ലാലിന് അതുവരെ കിട്ടിയിരുന്നില്ല. അയ്യായിരം രൂപ വരെയേ ലഭിച്ചിട്ടുണ്ടായിരുന്നുള്ളൂ.

"ഞങ്ങൾ പതിനായിരം രൂപ നിശ്ചയിക്കുന്നു. ഇനി മുതൽ അതാണ് ലാലിന്റെ റേറ്റ്." ഞാൻ പറഞ്ഞു.

'അഹിംസ'യുടെ ലൊക്കേഷൻ കോഴിക്കോടായിരുന്നു. വലിയൊരു താരനിരതന്നെ 'അഹിംസ'യിൽ ഉണ്ടായിരുന്നു. അത് സൗഹൃദത്തിന്റെ വിശാലമായൊരു ലോകം ലാലിനു മുന്നിൽ തുറന്നുകൊടുത്തു. അത്ര

വലിയ കാൻവാസിലും ആദ്യമായി അഭിനയിക്കുകയായിരുന്നു ലാൽ. 'അഹിംസ'യിലെ ലാലിന്റെ ആദ്യ ഷോട്ട് ഇപ്പോഴും ഓർമയിലുണ്ട്. ഒരു തുറന്ന ജീപ്പ് അയാൾ ഓടിച്ചുവരികയാണ്. പെട്ടെന്ന് ബ്രേക്കിട്ട് ജീപ്പിൽ നിന്ന് ഇറങ്ങണം. ലാലിനോട് സീൻ വിവരിച്ചു. ഞാൻ ആക്ഷൻ പറഞ്ഞു. എന്നാൽ പറഞ്ഞതിൽ നിന്ന് വ്യത്യസ്തമായാണ് ലാൽ ചെയ്തത്. ജീപ്പ് ബ്രേക്കിട്ട് ഡോർ തുറന്ന് പുറത്തിറങ്ങാതെ ഗ്ലാസിൽ കൈകുത്തി ചാടി വരികയായിരുന്നു. ആദ്യ ഷോട്ട് മനോഹരമാക്കിയ ആ നടനിൽ എനിക്ക് മതിപ്പുതോന്നി. വലിയൊരു ഭാവിയും അയാൾക്കുണ്ടെന്ന് ഞാൻ മനസ്സിലാക്കി. 'അഹിംസ' കഴിഞ്ഞ് 'സിന്ദൂരസന്ധ്യക്ക് മൗനം' എടുത്തപ്പോഴും ലാലിന് അവസരം നൽകി. 'ഇനിയെങ്കിലും' ചെയ്തപ്പോൾ വില്ലനായല്ല ലാലിനെ പരിഗണിച്ചത്. നായകതുല്യമായ ഒരു വേഷം ലാലിനായി നീക്കിവെച്ചു. മമ്മൂട്ടിയും രതീഷും ലാലു അലക്സും രവീന്ദ്രനും ക്യാപ്റ്റൻ രാജുവും എല്ലാമുള്ള പടമായിരുന്നു 'ഇനിയെങ്കിലും'. അവരോടൊപ്പം നിൽക്കുന്ന കഥാപാത്രമായിരുന്നു ലാലിന്റേത്. ലാലും ഞാനും തമ്മിൽ അടുത്ത സൗഹൃദത്തിലാകുന്നതും ഈ പടത്തോടെയാണ്. ലാൽ നായകനിരയിലേക്കുള്ള ചവിട്ടുപടികൾ കയറിത്തുടങ്ങുകയായിരുന്നു 'ഇനിയെങ്കിലും'മുതലങ്ങോട്ട്.

എം ടിയുടെ തിരക്കഥയിൽ ചെയ്ത 'ഉയരങ്ങളി'ലെ ആന്റി ഹീറോയായ ജയരാജനെ അവതരിപ്പിക്കാമോയെന്ന് ഞാൻ ലാലിനോട് ചോദിച്ചത് തെല്ലൊരു ആശങ്കയോടെയായിരുന്നു. ആയിടയ്ക്ക് നായകവേഷങ്ങൾ ചെയ്തു തുടങ്ങിയ ആൾ വീണ്ടും വില്ലനാകുമോ എന്ന സംശയത്തിലായിരുന്നു ഞാൻ. എന്നാൽ യാതൊരു മടിയുമില്ലാതെ ലാൽ ആ കഥാപാത്രത്തെ അവതരിപ്പിക്കാൻ തയ്യാറായി. 'ഉയരങ്ങളി'ലെ ജയരാജനെ പ്രേക്ഷകർ സ്വീകരിക്കുകയും ചെയ്തു. തുടർന്ന് ഞാൻ ചെയ്ത 'അടിയൊഴുക്കുകൾ', 'അനുബന്ധം', 'അങ്ങാടിക്കപ്പുറത്ത്', 'കരിമ്പിൻ പൂവിനക്കരെ', 'ഇടനിലങ്ങൾ', 'അഭയംതേടി', 'വാർത്ത', 'രംഗം' തുടങ്ങിയവയിലെല്ലാം ലാലിന് നല്ല വേഷങ്ങൾ തന്നെയായിരുന്നു. എം ടി തിരക്കഥ എഴുതിയ 'രംഗ'ത്തിൽ ഒരു കഥകളി കലാകാരനെയാണ് ലാൽ അവതരിപ്പിച്ചത്. 'ശ്രദ്ധ'യാണ് ഞാനും ലാലും ഒന്നിച്ച അവസാന ചിത്രം. ഏതു കഥാപാത്രത്തെയും അനായാസമായി അവതരിപ്പിക്കാനുള്ള സിദ്ധിയാണ് മോഹൻലാൽ എന്ന നടനെ വേറിട്ടുനിർത്തുന്നത്.

അച്ഛന്റെയും അമ്മയുടെയും ആഗ്രഹം

എന്നെ പാട്ടു പഠിപ്പിക്കണമെന്ന് അമ്മയ്ക്ക് വലിയ നിർബന്ധമായിരുന്നു. വീടിനടുത്തുതന്നെയുള്ള ഒരു ഭാഗവതരെ അമ്മ ഏർപ്പാടാക്കി. വൈകുന്നേരം സ്കൂൾ വിട്ടുവന്നാൽ അദ്ദേഹത്തിൻെറ അടുക്കൽ പാട്ട് പഠിക്കും. ഒരു ചൂടനായിരുന്നു ഭാഗവതർ. ചെറിയൊരു വടിയുമായാണ്

വരിക. തിണ്ണയുടെ ഒരു ഭാഗത്ത് ഇരിക്കും. തെറ്റുമ്പോൾ തുടയിൽ അടിക്കും. ഇത് വലിയ ബുദ്ധിമുട്ടായി എനിക്ക്. ചില ദിവസങ്ങളിൽ സ്കൂൾ വിട്ടാൽ ഞാൻ സമയത്ത് വരില്ല. അമ്മയുടെ നിർബന്ധം കാരണം കുറെയൊക്കെ പഠിച്ചു. ഒരുദിവസം ഭാഗവതർ അടിച്ചപ്പോൾ എനിക്ക് ദേഷ്യം വന്നു. പെട്ടെന്ന് ദേഷ്യം വരും എനിക്ക്. അദ്ദേഹം പായയിൽ ഇരിക്കുകയാണ്. ഞാൻ ആ പായ ഒറ്റ വലി. പായയും ഇയാളും പെട്ടിയും തലകുത്തനെ താഴെ വീണു. നെറ്റി പൊട്ടി. അമ്മ എന്നെ കുറെ വഴക്കുപറഞ്ഞു. പാട്ടുപഠനം അതോടെ അവസാനിച്ചുകിട്ടി. അച്ഛന് എന്നെ ചിത്രകാരനാക്കാനായിരുന്നു നിർബന്ധം. രണ്ടുപേരുടെയും ആഗ്രഹങ്ങൾ എനിക്ക് ഗുണമായി. അച്ഛൻെറ ആഗ്രഹംപോലെ കലാസംവിധായകനായി. അമ്മയുടെ ആഗ്രഹംപോലെ മ്യൂസിക് സെൻസുള്ള ആളായി.

എന്റെ പ്രിയ സംഗീതസംവിധായകൻ

ദേവരാജൻ മാഷാണ് എന്റെ പ്രിയ സംഗീതസംവിധായകൻ. അതു കഴിഞ്ഞാൽ ശ്യാമും എ ടി ഉമ്മറും. ഞാൻ കൂടുതൽ പടം ചെയ്തത് ശ്യാമിനൊപ്പമാണ്. എ ടി ഉമ്മറാണ് സംഗീതസംവിധായകനെങ്കിലും റീറെക്കോഡിംഗ് ശ്യാമായിരിക്കും. ശ്യാമിന്റെ പശ്ചാത്തല സംഗീതം എനിക്ക് വളരെ ഇഷ്ടമായിരുന്നു.

എൻെറ ജീവിതത്തിൽ വഴിത്തിരിവുകൾ സൃഷ്ടിച്ച ഒരാളാണ് ദേവരാജൻ മാസ്റ്റർ. എൻെറ ആദ്യ രണ്ടു പടങ്ങളുടെ - 'ഉത്സവം', 'അനുഭവം'- സംഗീതം മാസ്റ്ററുടേത് ആയിരുന്നില്ല. പക്ഷേ, അദ്ദേഹം ആ പടങ്ങളെക്കുറിച്ചൊക്കെ മനസ്സിലാക്കിയിരുന്നു.

സഞ്ജയ് പ്രൊഡക്ഷൻസിൻെറ രഘുനാഥ് ദേവരാജൻ മാസ്റ്ററുമായി നല്ല അടുപ്പത്തിലായിരുന്നു. മാഷ് പറയുന്നതേ അദ്ദേഹം കേൾക്കുകയുള്ളൂ. 'തുറക്കാത്ത വാതിലാ'ണെന്ന് തോന്നുന്നു, രഘുനാഥ് എടുത്ത ഒരു പടം വിജയിച്ചില്ല. വലിയ സാമ്പത്തികബാധ്യതയിലായി അദ്ദേഹം. ഒരു ദിവസം തന്നെ കാണാനെത്തിയ രഘുനാഥിനോട് മാഷ് പറഞ്ഞു, "പുതിയൊരു പയ്യനുണ്ട്, ഐ വി ശശി. ആളുമായി എനിക്കത്ര പരിചയം ഇല്ല. അവനോട് ഒന്നു സംസാരിച്ചുനോക്കൂ. അവൻ ഒരു പടം എടുത്തു തന്നാൽ ഈ കടങ്ങളിൽ നിന്ന് നിങ്ങൾക്ക് രക്ഷപ്പെടാൻ കഴിഞ്ഞേക്കും."

അങ്ങനെ രഘുനാഥ് എന്നെ കാണാൻ വന്നു. ദേവരാജൻ മാസ്റ്റർ പറഞ്ഞുവിട്ടതിനാൽ ഞാൻ പടംചെയ്യാമെന്നേറ്റു. അതാണ് 'അയൽക്കാരി' എന്ന ചിത്രം. അതിമനോഹരങ്ങളായ പാട്ടുകളുണ്ടായിരുന്നു 'അയൽക്കാരി'യിൽ. "ഇലഞ്ഞിപ്പൂമണം..." എന്ന ഗാനം 'അയൽക്കാരി'യിലേതാണ്. ദേവരാജൻ മാസ്റ്ററുടെതായിരുന്നു സംഗീതം. അദ്ദേഹത്തിന്റെ

പ്രതിഭയുടെ മികവിനൊരു ഉദാഹരണം പറയാം. സാധാരണ ദേവരാജൻ മാസ്റ്റർ ട്യൂണിട്ടാൽ സംവിധായകർ എതിരഭിപ്രായം പറയുന്ന പതിവില്ല. ഞാൻ ആദ്യമായാണ് മാഷിൻെറ കൂടെ വർക്കുചെയ്യുന്നത്. "ഇലഞ്ഞിപ്പൂമണ..."ത്തിന് മറ്റൊരു ട്യൂൺ ആണ് ആദ്യം ഇട്ടിരുന്നത്. ഞാൻ പറഞ്ഞു: "മാഷേ പടത്തിലെ സിറ്റ്വേഷന് ഈ പാട്ടല്ല വേണ്ടത്. മറ്റൊരു ഫീലിംഗ് ആണ് ഞാൻ ഉദ്ദേശിക്കുന്നത്".

ആദ്യം എന്നെയൊന്ന് നോക്കി അദ്ദേഹം: "ശരി, എന്താണ് വേണ്ടത്?"

"പാട്ടുകേൾക്കുന്നയാൾക്ക് തണുപ്പ് ഫീൽ ചെയ്യണം, മഞ്ഞുപെയ്യുന്നതായി അനുഭവപ്പെടണം. നൈറ്റ് ഇഫക്ട്സ് ആണ്. അതുവെച്ചിട്ടാണ് ശ്രീകുമാരൻ തമ്പി എഴുതിയിട്ടുള്ളത്"- ഞാൻ പറഞ്ഞു. തമ്പിയും സപ്പോർട്ട് ചെയ്തു.

"ശരി എന്നാൽ രണ്ടു പേരും പോ..." മാസ്റ്റർ ഞങ്ങളെ മുറിയിൽ നിന്ന് ഇറക്കിവിട്ടു.

പിറ്റേന്ന് രാവിലെ മാസ്റ്റർ പുതിയ ഈണം മൂളിക്കേൾപ്പിച്ചു. എത്ര മധുരതരമാണ് ആ ഗാനം! യേശുദാസ് മനോഹരമായി ആലപിക്കുകയും ചെയ്തിരിക്കുന്നു.

'ഈറ്റ' ചെയ്യാനുള്ള കാരണവും ദേവരാജൻ മാഷായിരുന്നു. ചെറുപുഷ്പം കൊച്ചേട്ടനുമായും മാഷ് നല്ല അടുപ്പമാണ്. കൊച്ചേട്ടനും ചില പടങ്ങളെടുത്ത് നഷ്ടം വന്ന് നിൽക്കുകയായിരുന്നു. കൊച്ചേട്ടൻ വന്നു കണ്ടപ്പോൾ മാഷ് പറഞ്ഞു: "നീ ഐ വി ശശിയെ ചെന്ന് കാണ്. ശശി പടമെടുത്ത് ഇപ്പോഴുള്ള കടങ്ങളൊക്കെ മാറ്റിത്തരും."

എൻെറ ജീവിതത്തിൽ ഒരുപാട് മാറ്റങ്ങളുണ്ടാക്കി ദേവരാജൻ മാസ്റ്റർ. നല്ല ഉപദേശങ്ങൾ തന്നു. വളരെ പെട്ടെന്ന് ചൂടാകുന്ന പ്രകൃതക്കാരനാണ് ഞാൻ. ഇത്തരം എടുത്തുചാട്ടമൊക്കെ മാറ്റിയത് മാഷാണ്.

ചിത്രീകരണത്തിനിടെ ദേഷ്യം വന്ന് ആളുകളെ അടിച്ചിട്ടുണ്ട് ഞാൻ. കോഴിക്കോട്ടൊക്കെ ആകുമ്പോൾ നമ്മുടെ കുട്ടിയല്ലേ എന്നു പറഞ്ഞ് ആരും കാര്യത്തിലെടുക്കില്ല. എന്നാൽ '1921' സമയത്ത് മലപ്പുറത്ത് വെച്ച് ചെറിയൊരു പ്രശ്നമുണ്ടായി. ചിത്രീകരണത്തിനിടെ ദേഷ്യം വന്നപ്പോൾ ഞാനൊരാളെ അടിച്ചു. അത് വലിയ പ്രശ്നമായി. അടികൊണ്ടവൻ പോയി. കുറച്ചുകഴിഞ്ഞപ്പോഴുണ്ട് ഒരു പടതന്നെ വരുന്നു, അവനെ കൊല്ലണം എന്നും പറഞ്ഞ്! പെട്ടെന്ന് മമ്മൂട്ടി ഓടിവന്നു. എന്നെ ഒരു വാനിനകത്താക്കി. മമ്മൂട്ടി അവരോട് സംസാരിച്ചു മടക്കി അയച്ചു. അന്ന് മമ്മൂട്ടി ഇല്ലായിരുന്നെങ്കിൽ ആകെ കുഴഞ്ഞേനെ!

കുതിരവട്ടം പപ്പുവും ബാലൻ കെ നായരും

കോഴിക്കോട്ടുകാരായ നടന്മാർക്ക് നല്ല കഥാപാത്രങ്ങൾ കൊടുക്കുമായിരുന്നു ഞാൻ. 'ഈ നാടി'ൽ മമ്മൂട്ടിയും രതീഷുമെല്ലാം ഉണ്ടെങ്കിലും ബാലൻ കെ നായരാണ് നായകൻ. കുതിരവട്ടം പപ്പു എന്റെ എല്ലാ പടങ്ങളിലും ഉണ്ടാകും. 'അവളുടെ രാവുകളി'ൽ പപ്പു നല്ല അഭിനയം തന്നെ കാഴ്ചവച്ചു. കഥാചർച്ചയുടെ സമയത്തോ ചിലപ്പോൾ ഷൂട്ടിംഗ് തുടങ്ങുമ്പോൾ തന്നെയോ പപ്പുവേട്ടന് വേഷമൊന്നും ഉണ്ടായിരിക്കില്ല. ഞാൻ കോഴിക്കോട്ട് എത്തിയാൽ, "മോനേ... ഞാൻ വന്നൂട്ടോ" എന്ന് കോഴിക്കോടൻ മലയാളത്തിൽ പറഞ്ഞ്എന്റെ അടുത്തു വന്നിരിക്കും. "പപ്പേട്ടാ... അതിന് ഇതിൽ വേഷമൊന്നും ഇല്ലല്ലോ..."- ഞാൻ പറയും. "ഞാനതിലേം ഇതിലേം ഒക്കെ നടന്നോളാം. മോൻ എടുക്കുന്ന പടത്തിൽ ഞാനില്ലെങ്കിൽ പിന്നെങ്ങനെയാ..."

ഞാനപ്പോൾ തിരക്കഥാകൃത്തിനോട് ചെറിയൊരു കഥാപാത്രം കൂടെ വേണമെന്ന് പറയും. പക്ഷേ, ചിത്രീകരിക്കുമ്പോഴേക്ക് വികസിച്ച് നല്ലൊരു കഥാപാത്രമായിട്ടുണ്ടാകും. ബാക്കി പപ്പുവേട്ടൻ നോക്കികൊള്ളും. 'ഈറ്റ'യിൽ പപ്പുവേട്ടന് കാര്യമായ റോളൊന്നും ഇല്ലായിരുന്നു ആദ്യം. സിനിമയിൽ കാണുന്ന പലതും പപ്പുവേട്ടന്റെതന്നെ വകയാണ്. അതു കഴിഞ്ഞ് ഡബ്ബിംഗിലും കുറെ സംഭാവനകൾ ചെയ്തു. പടത്തിൽ ചുമ്മാ നടക്കുന്നുണ്ട്. അന്നേരമുള്ള സംഭാഷണങ്ങളെല്ലാം അദ്ദേഹംതന്നെ ചേർത്തതാണ്. ആരും എഴുതിയതല്ല.

ഐ.വി. ശശി
ജീവിതരേഖ

അച്ഛൻ	:	ഇരുപ്പംവീട്ടിൽ ചന്തു
അമ്മ	:	കൗസല്യ
ജനനം	:	1948 മാർച്ച് 28
ജനനസ്ഥലം	:	കോഴിക്കോട് വെസ്റ്റ്ഹിൽ
പഠനം	:	മലബാർ ക്രിസ്ത്യൻ കോളേജ് ഹൈസ്കൂൾ കോഴിക്കോട്, മലബാർ ക്രിസ്ത്യൻ കോളേജ്, യൂണിവേഴ്സൽ ആർട്സ്, കോഴിക്കോട്.
സ്വതന്ത്രകലാസംവിധായകനാകുന്ന ആദ്യ പടം	:	ലേഡീസ് ഹോസ്റ്റൽ (1973) സംവിധാനം: ഹരിഹരൻ
ആദ്യമായി സംവിധാനം ചെയ്ത ചിത്രം	:	ഉത്സവം- 1975
സീമയുമായുള്ള വിവാഹം	:	1980 ഓഗസ്ത് 28
മക്കൾ	:	അനു, അനി
അവാർഡുകൾ	:	ദേശീയോദ്ഗ്രഥനത്തിനുള്ള നർഗീസ് ദത്ത് പുരസ്കാരം- ആരൂഢം (1982)

സംസ്ഥാന അവാർഡുകൾ

മികച്ച കലാസംവിധായകൻ	:	അനുഭവം (1978)
മികച്ച രണ്ടാമത്തെ ചിത്രം	:	ആൾക്കൂട്ടത്തിൽ തനിയെ (1984)
മികച്ച ജനപ്രിയ ചിത്രം	:	1921 (1988)
മികച്ച സംവിധായകൻ	:	മൃഗയ (1989)

ഫിലിം ഫെയർ അവാർഡ്

മികച്ച സംവിധായകൻ,		
മികച്ച ചിത്രം	:	ഇതാ ഇവിടെ വരെ (1977)
മികച്ച സംവിധായകൻ	:	ഈറ്റ (1978)
മികച്ച ചിത്രം	:	തൃഷ്ണ (1981)
മികച്ച ചിത്രം	:	ഈ നാട് (1982)
മികച്ച ചിത്രം	:	1921 (1988)
മകൾ അനുവിനെ നായികയാക്കി എടുത്ത ചിത്രം	:	സിംഫണി (2003)

ഐ.വി. ശശി സംവിധാനം ചെയ്ത ചിത്രങ്ങൾ

(സിനിമ, വർഷം, നടീനടന്മാർ എന്ന ക്രമത്തിൽ)

ഉത്സവം	1975	കെ പി ഉമ്മർ, രാഘവൻ, ശ്രീവിദ്യ, റാണി ചന്ദ്ര
അനുഭവം	1976	വിൻസെന്റ്, എം ജി സോമൻ, ഷീല, ജയഭാരതി
ആലിംഗനം	1976	വിൻസെന്റ്, രാഘവൻ, ജയഭാരതി
അയൽക്കാരി	1976	വിൻസെന്റ്, എം ജി സോമൻ, ജയഭാരതി
അഭിനന്ദനം	1976	വിൻസെന്റ്, കെ പി ഉമ്മർ, ശ്രീദേവി
ആശീർവാദം	1977	കമൽഹാസൻ, എം ജി സോമൻ, ഷീല, ശ്രീദേവി
അഞ്ജലി	1977	പ്രേംനസീർ, എം ജി സോമൻ, ജയൻ, ഷീല
അകലെ ആകാശം	1977	മധു, എം ജി സോമൻ, വിധുബാല
അംഗീകാരം	1977	വിൻസെന്റ്, ജയൻ, ശ്രീദേവി
അഭിനിവേശം	1977	രവികുമാർ, എം ജി സോമൻ, പത്മപ്രിയ, സുമിത്ര
ഇതാ ഇവിടെ വരെ	1977	എം ജി സോമൻ, മധു, ജയഭാരതി
ആ നിമിഷം	1977	മധു, രവികുമാർ, ഷീല, ശ്രീദേവി
ആനന്ദം പരമാനന്ദം	1977	കമൽ ഹാസൻ, രവികുമാർ, ബഹദൂർ, ശ്രീപ്രിയ
അന്തർദാഹം	1977	വിൻസെന്റ്, എം ജി സോമൻ, ശ്രീദേവി
ഹൃദയമേ സാക്ഷി	1977	പ്രേംനസീർ, കെ പി ഉമ്മർ, ജയഭാരതി, ശാരദ

ഇന്നലെ ഇന്ന്	1977	പ്രേംനസീർ, രവികുമാർ, സുകുമാരൻ, ഷീല, വിധുബാല
ഊഞ്ഞാൽ	1977	എം ജി സോമൻ, കെ പി ഉമ്മർ, ശ്രീദേവി, റാണിചന്ദ്ര.
ഈ മനോഹരതീരം	1978	മധു, ജയൻ, ജയഭാരതി, വിധുബാല
അവളുടെ രാവുകൾ	1978	എം ജി സോമൻ, രവികുമാർ, സീമ
അനുമോദനം	1978	കമൽഹാസൻ, എം ജി സോമൻ, ജയൻ, സീമ
അമർഷം	1978	പ്രേംനസീർ, രവികുമാർ, ഷീല
ഇതാ ഒരു മനുഷ്യൻ	1978	മധു, ജയൻ, കെ പി ഉമ്മർ, ഷീല, ജയഭാരതി
വാടകയ്ക്ക് ഒരു ഹൃദയം	1978	മധു, എം ജി സോമൻ, രാഘവൻ, ജയഭാരതി
ഞാൻ ഞാൻ മാത്രം	1978	മധു, എം ജി സോമൻ, ജോസ്, സീമ
ഈറ്റ	1978	മധു, കമൽഹാസൻ, ഷീല, സീമ
ഇനിയും പുഴയൊഴുകും	1978	എം ജി സോമൻ, ജയൻ, ലക്ഷ്മി, വിധുബാല
അലാവുദ്ദീനും അത്ഭുതവിളക്കും	1979	കമൽഹാസൻ, രജനീകാന്ത്, ജയഭാരതി
മനസാ വാചാ കർമണാ	1979	എം ജി സോമൻ, സുകുമാരൻ, ജയഭാരതി, സീമ
അനുഭവങ്ങളേ നന്ദി	1979	മധു, സീമ
ഏഴാം കടലിനക്കരെ	1979	സോമൻ, രവികുമാർ, പത്മിനി, കെ.ആർ. വിജയ, സീമ
ആറാട്ട്	1979	ജോസ്, വിൻസെന്റ്, ബാലൻ കെ നായർ, ശാരദ, സീമ
ഇവർ	1980	രാഘവൻ, എം ജി സോമൻ, ശാരദ, സീമ
അങ്ങാടി	1980	ജയൻ, സുകുമാരൻ, സീമ, അംബിക
കാന്തവലയം	1980	ജയൻ, മോഹൻ ശർമ, രവികുമാർ, സീമ

കരിമ്പന	1980	ജയൻ, രവിമേനോൻ, സീമ, പ്രമീള
മീൻ	1980	ജയൻ, മധു, ജോസ്, ശ്രീവിദ്യ, സീമ
അശ്വരഥം	1980	രവീന്ദ്രൻ, രവികുമാർ, ശ്രീവിദ്യ, നിത്യ
ഒരിക്കൽ കൂടി	1981	മധു, രവികുമാർ, സുകുമാരൻ, ലക്ഷ്മി
തുഷാരം	1981	രതീഷ്, ജോസ്, സീമ, റാണിപത്മിനി
തൃഷ്ണ	1981	മമ്മൂട്ടി, രതീഷ്, രാജ്കുമാർ, സ്വപ്ന, രാജലക്ഷ്മി
ഹംസഗീതം	1981	രതീഷ്, സീമ
അഹിംസ	1981	സുകുമാരൻ, മമ്മൂട്ടി, രതീഷ്, സീമ, സ്വപ്ന
ഈനാട്	1982	മമ്മൂട്ടി, രതീഷ്, രവീന്ദ്രൻ, ശുഭ, സുരേഖ
ഇണ	1982	കരൺ, ദേവി
തടാകം	1982	മമ്മൂട്ടി, രതീഷ്, സീമ, സുമലത
ജോൺ ജാഫർ ജനാർദനൻ	1982	മമ്മൂട്ടി, രതീഷ്, രവീന്ദ്രൻ, സീമ, മാധവി, സുമലത
സിന്ദുരസന്ധ്യക്ക് മൗനം	1982	രതീഷ്, മമ്മൂട്ടി, മോഹൻലാൽ, സീമ, ലക്ഷ്മി, മാധവി
ഇന്നല്ലെങ്കിൽ നാളെ	1982	മമ്മൂട്ടി, രതീഷ്, രവീന്ദ്രൻ, സീമ, ഉണ്ണി മേരി
അമേരിക്ക അമേരിക്ക	1983	മമ്മൂട്ടി, രതീഷ്, ലക്ഷ്മി, സീമ
ഇനിയെങ്കിലും	1983	മമ്മൂട്ടി, രതീഷ്, മോഹൻലാൽ, സീമ
നാണയം	1983	മമ്മൂട്ടി, മോഹൻലാൽ, മധു, ശ്രീവിദ്യ, സീമ
കൈകേയി	1983	പ്രതാപ് പോത്തൻ, പൂർണിമാ ജയറാം
ആരൂഢം	1983	നെടുമുടി വേണു, സീമ
ഉയരങ്ങളിൽ	1984	മോഹൻലാൽ, രതീഷ്, നെടുമുടി വേണു, കാജൽ കിരൺ, സ്വപ്ന
അതിരാത്രം	1984	മമ്മൂട്ടി, മോഹൻലാൽ, ശങ്കർ, സീമ
ലക്ഷ്മണരേഖ	1984	മമ്മൂട്ടി, മോഹൻലാൽ, സീമ

ആൾക്കൂട്ടത്തിൽ തനിയെ	1984	മമ്മൂട്ടി, മോഹൻലാൽ, ബാലൻ കെ നായർ, സീമ
അടിയൊഴുക്കുകൾ	1984	മമ്മൂട്ടി, മോഹൻലാൽ, വിൻസെന്റ്, സീമ
അക്ഷരങ്ങൾ	1984	മമ്മൂട്ടി, സീമ, സുഭാഷിണി, ഭരത് ഗോപി
കാണാമറയത്ത്	1984	മമ്മൂട്ടി, റഹ്മാൻ, ശോഭന
രംഗം	1985	മോഹൻലാൽ, രവീന്ദ്രൻ, ശോഭന
അനുബന്ധം	1985	മമ്മൂട്ടി, മോഹൻലാൽ, ശോഭന, സീമ
അങ്ങാടിക്കപ്പുറത്ത്	1985	മമ്മൂട്ടി, മോഹൻലാൽ, റഹ്മാൻ, മഹാലക്ഷ്മി, സ്വപ്ന
ഇടനിലങ്ങൾ	1985	മമ്മൂട്ടി, സീമ, മോഹൻലാൽ
കരിമ്പിൻപൂവിനക്കരെ	1985	മമ്മൂട്ടി, സീമ, മോഹൻലാൽ
അഭയം തേടി	1986	മോഹൻലാൽ, ശോഭന, രോഹിണി
കൂടണയും കാറ്റ്	1986	റഹ്മാൻ, മുകേഷ്, സീമ, രോഹിണി
വാർത്ത	1986	മമ്മൂട്ടി, മോഹൻലാൽ, റഹ്മാൻ, സീമ
ആവനാഴി	1986	മമ്മൂട്ടി, ക്യാപ്റ്റൻരാജു, സീമ, ഗീത
ഇത്രയും കാലം	1987	മമ്മൂട്ടി, റഹ്മാൻ, രതീഷ്, സീമ, ശോഭന
അടിമകൾ ഉടമകൾ	1987	മമ്മൂട്ടി, മോഹൻലാൽ, സീമ, ലിസി
വ്രതം	1987	കമൽഹാസൻ, സുരേഷ് ഗോപി, ശോഭന, ഗീത
നാൽക്കവല	1987	മമ്മൂട്ടി, സീമ, ശോഭന, ശ്രീനിവാസൻ
അബ്കാരി	1988	മമ്മൂട്ടി, രതീഷ്, പാർവതി, ടി ജി രവി, ഉർവശി
അനുരാഗി	1988	മോഹൻലാൽ, രമ്യാകൃഷ്ണൻ, ഉർവശി
1921	1988	മമ്മൂട്ടി, മധു, സുരേഷ് ഗോപി, സീമ, ഉർവശി
മുക്തി	1988	മമ്മൂട്ടി, റഹ്മാൻ, ശോഭന, സീമ
അക്ഷരത്തെറ്റ്	1989	സുരേഷ് ഗോപി, മുകേഷ്, ലിസി, ഉർവശി, സുധ

മൃഗയ	1989	മമ്മൂട്ടി, ലാലു അലക്സ്, സുനിത, ഉർവശി
വർത്തമാനകാലം	1990	സുരേഷ് ഗോപി, ബാലചന്ദ്രമേനോൻ, ഉർവശി
അർഹത	1990	മോഹൻലാൽ, എം ജി സോമൻ, സുരേഷ് ഗോപി, രേഖ, ഉർവശി
മിഥ്യ	1990	മമ്മൂട്ടി, എം ജി സോമൻ, രൂപിണി, ബാലൻ കെ നായർ
ഭൂമിക	1991	സുരേഷ് ഗോപി, ജയറാം, മുകേഷ്, ഉർവശി
ഇൻസ്പെക്ടർ ബൽറാം	1991	മമ്മൂട്ടി, എം.ജി. സോമൻ, ഗീത, ഉർവശി
നീലഗിരി	1991	മമ്മൂട്ടി, എം ജി സോമൻ, മധുബാല, ശ്രീവിദ്യ, സുനിത
കള്ളനും പൊലീസും	1992	മുകേഷ്, രൂപശ്രീ, സിന്ധുജ, മനോജ് കെ ജയൻ
അപാരത	1992	റഹ്മാൻ, സുകന്യ, രാജൻ പി ദേവ്
ദേവാസുരം	1993	മോഹൻലാൽ, ഇന്നസെന്റ്, നെടുമുടി വേണു, രേവതി
അർഥന	1993	മുരളി, പ്രിയാരാമൻ, രാധിക, വിനീത്
ദി സിറ്റി	1994	സുരേഷ് ഗോപി, ലാലു അലക്സ്, ഉർവശി, രതീഷ്
വർണപ്പകിട്ട്	1997	മോഹൻലാൽ, ദിലീപ്, മീന, ദിവ്യാ ഉണ്ണി
അനുഭൂതി	1997	സുരേഷ് ഗോപി, ഖുശ്ബൂ, വാണി വിശ്വനാഥ്
ആയിരംമേനി	1999	മനോജ് കെ ജയൻ, ദിവ്യ ഉണ്ണി, മുരളി, ഉർവശി
ശ്രദ്ധ	2000	മോഹൻലാൽ, ഇന്ദ്രജ, ശോഭന, സീമ, അഭിരാമി
ഈ നാട് ഇന്നലെ വരെ	2002	കലാഭവൻ മണി, ലാൽ, വാണി വിശ്വനാഥ്
ആഭരണച്ചാർത്ത്	2002	ശരത്, നരേന്ദ്രപ്രസാദ്, പ്രതീത
സിംഫണി	2003	ശിവ, സ്വാതി വർമ, അനു, റിയാസ് ഖാൻ

ബൽറാം v/s താരാദാസ്	2006	മമ്മൂട്ടി, കത്രീന കൈഫ്, വാണി വിശ്വനാഥ്, റിയാസ് ഖാൻ
അനുവാദമില്ലാതെ	2006	സിന്ധുമേനോൻ
വെള്ളത്തൂവൽ	2009	രജിത് മേനോൻ, ലാലു അലക്സ്, നിത്യ മേനോൻ

തമിഴ് ചിത്രങ്ങൾ

ഒരേ വാനം ഒരേ ഭൂമി	1978	
പകലിൽ ഒരു ഇരവ്	1979	ശ്രീദേവി
ഗുരു	1980	കമൽഹാസൻ, ശ്രീദേവി
എല്ലാം ഒരു കൈരാസി	1980	രജനീകാന്ത്, സീമ
കാളി	1980	രജനീകാന്ത്, ചിരഞ്ജീവി, ശ്രീപ്രിയ
ഇല്ലം	1987	ശിവകുമാർ, അമല
കോലങ്ങൾ	1995	ജയറാം, ഖുശ്ബു, കസ്തൂരി

ഹിന്ദി

പതിത

ജിഗർ

മൻക ആഗർ

പ്രതിഷേധ്

കരിഷ്മ

ഓ കസം

ആംഖോംകി രിഷ്ത

തെലുങ്ക്

കാളി

ഗുരു

ഹരിഹരൻ

വെള്ളിത്തിരയിലെ വിജയഗാഥ

പർവതങ്ങളായ പർവതങ്ങൾ മുഴുവൻ താണ്ടി നിധികണ്ടെടുത്ത പോരാളിയുടെ കഥയോട് സാമ്യമുണ്ട് സംവിധായകൻ ഹരിഹരന്റെ ജീവിതത്തിന്. കോഴിക്കോട് ജില്ലയിലെ നാട്ടുമ്പുറത്തു നിന്ന് യാത്രപുറപ്പെട്ട് പല വഴികൾ കടന്ന് സിനിമയെ കണ്ടെത്തുകയായിരുന്നു അദ്ദേഹം. ചലച്ചിത്രജീവിതത്തിൽ നാല്പത്തഞ്ചാണ്ട് പിന്നിട്ട ഹരിഹരൻ ആത്മാർഥമായി കലയെ സമീപിച്ച സിനിമാപ്രവർത്തകരിൽ ഒരാളാണ്. പരീക്ഷണങ്ങൾ മാറിമാറി നടത്തുകയും അതിലെല്ലാം വിജയിക്കുകയും ചെയ്തത് സിനിമയോടുള്ള ആത്മാർഥത കൊണ്ടായിരുന്നു. മലയാള സിനിമയിലെ ആദ്യ മുഴുനീള ഹാസ്യചിത്രമായ ലേഡീസ് ഹോസ്റ്റൽ മുതൽ മലയാളമിന്നുവരെ കാണാത്ത വലിയ കാൻവാസിൽ രണ്ടായിരത്തോളം കലാകാരന്മാരെ അണിനിരത്തിയ പഴശ്ശിരാജയും കടന്ന് ഏഴാമത്തെ വരവിൽ എത്തിനില്ക്കുന്നു ഹരിഹരഗാഥ. നിരവധി താരങ്ങളെയും കലാകാരന്മാരെയും കണ്ടെടുത്ത് വെള്ളിത്തിരയിൽ അവതരിപ്പിച്ചു അദ്ദേഹം. സിനിമയിൽ പാട്ടുകളുടെ പൂക്കാലവും ദൃശ്യത്തിന്റെ വസന്തങ്ങളും സമ്മാനിച്ചു ഹരിഹരൻ. എം.ടി. വാസുദേവൻ നായർ- ഹരിഹരൻ കൂട്ടുകെട്ട് മലയാള ചലച്ചിത്രത്തിലെ സുവർണ അധ്യായങ്ങളാണ്. മാധ്യമങ്ങളിൽ നിറഞ്ഞുനില്ക്കുന്നതിനേക്കാൾ സിനിമ കൊണ്ടും അതിലെ പ്രമേയ വൈവിധ്യങ്ങൾകൊണ്ടും അവതരണത്തികവു കൊണ്ടും പ്രേക്ഷകരോട് സംവദിക്കാനാണ് ഹരിഹരനിഷ്ടം.

അച്ഛൻ പകർന്ന പാട്ടും അഭിനയവും

എന്റെ അച്ഛൻ മാധവൻ നമ്പീശൻ ക്ലാസിക്കൽ സംഗീതം പഠിച്ച ആളായിരുന്നു. അക്കാലത്ത് റേഡിയോവിൽ പാട്ടുപാടിയ അപൂർവം പേരിൽ ഒരാൾ. ചിത്രരചനയും നാടകമെഴുത്തും വശമുണ്ടായിരുന്നു. പുരാണ നാടകങ്ങളെഴുതി അവ സ്കൂളിലെ കുട്ടികളെക്കൊണ്ട് അവതരിപ്പിക്കും. രണ്ടാം ക്ലാസിൽ പഠിക്കുമ്പോൾ തന്നെ അച്ഛനെഴുതിയ നാടകത്തിൽ ഞാൻ അഭിനയിച്ചു തുടങ്ങി. അച്ഛന്റെ നാടകങ്ങളിൽ സ്ഥിരം നടനായി ഞാൻ. നാടകങ്ങളിലെ ചില പാട്ടുകൾ പാടുകയും ചെയ്യുമായിരുന്നു. ചിത്ര

രചനയിലും വാസനയുണ്ടായിരുന്നു എനിക്ക്. ക്ലാസിക്കൽ സംഗീതം അച്ഛൻ എന്നെയും പഠിപ്പിച്ചു. ബ്രാഹ്മണ കുടുംബാന്തരീക്ഷത്തിലെ വളർച്ച... ക്ഷേത്രം.. അമ്പലം.. കഥകളി, ഓട്ടൻതുള്ളൽ, തെയ്യം, ഉത്സവങ്ങൾ... എല്ലാറ്റിലുമായി നിറഞ്ഞുനിന്ന ബാല്യകാലം. ഈ ജീവിതമാണ് എന്നിൽ കലയുടെ വിത്തുപാകിയത്. എല്ലാറ്റിലും അച്ഛന്റെ സ്വാധീനമുണ്ടായിരുന്നു. എന്നാൽ ആ സൗഭാഗ്യത്തണലിൽ ജീവിക്കാനുള്ള ഭാഗ്യം ഏറെനാൾ ഉണ്ടായില്ല. എനിക്ക് പതിനൊന്ന് വയസ്സുള്ളപ്പോൾ അച്ഛൻ മരിച്ചു. പിന്നീട് അമ്മാവന്മാരാണ് എന്റെ പഠനകാര്യങ്ങളും മറ്റും നോക്കിയത്.

എന്റെ പെങ്ങൾ സുഭദ്രാമ്മയെ കല്യാണം കഴിച്ചയച്ചത് മലപ്പുറത്തേക്കായിരുന്നു. അവരുടെ വീടിനടുത്ത് പെരുമാൾ എന്നോ മറ്റോ പേരുള്ള ഒരു ടാക്കീസ് ഉണ്ടായിരുന്നു. അവിടെ വെച്ചാണ് ആദ്യമായി സിനിമയെന്ന അദ്ഭുതം അനുഭവിക്കുന്നത്- തിക്കുറുശ്ശി നായകനായ പ്രസന്ന എന്ന ചിത്രം. ലളിത-പത്മിനി- രാഗിണിമാരിലെ ലളിതയായിരുന്നു നായിക. ഏറെ കഴിയാതെ ഞങ്ങളുടെ ഗ്രാമമായ താമരശ്ശേരി പള്ളിപ്പുറത്തും ഒരു ടാക്കീസ് വന്നു. വയനാട് ടാക്കീസെന്നായിരുന്നു പേര്. ഓല മേഞ്ഞ്, പുറത്ത് കാളങ്ങൾ കെട്ടി അതിലൂടെ റെക്കോഡ് പാട്ടുകൾ വെക്കുന്ന കൊട്ടക. ഞങ്ങൾ നാട്ടുകാരിലെ കൗതുകം വളരുകയായിരുന്നു. തിരശ്ശീലയിലെ കറുപ്പും വെളുപ്പും നിറത്തിലുള്ള ചിത്രങ്ങൾ ചലിക്കുന്നു, മനുഷ്യന്മാർ ജീവനോടെ സംസാരിക്കുന്നു, പുഴ ഒഴുകുന്നു... കടൽ തിരയടിക്കുന്നു.. എല്ലാം അദ്ഭുതത്തോടെയാണ് ഞങ്ങൾ കണ്ടത്. തമിഴ് സിനിമകളാണ് വയനാട് ടാക്കീസിൽ കൂടുതലും വന്നിരുന്നത്. അക്കാലത്തെ ടാക്കീസുകളിലെല്ലാം അങ്ങനെ തന്നെയായിരുന്നു. തമിഴിനു പുറമെ മൊഴിമാറ്റചിത്രങ്ങളും വരുമായിരുന്നു. തെലുങ്കായിരുന്നു അവയിൽ കൂടുതലും. നീലക്കുയിലൊക്കെ ഇറങ്ങുന്നതിന് മുമ്പുള്ള കാലമാണ്. കൊല്ലത്തിൽ രണ്ടോ മൂന്നോ മലയാളസിനിമകൾ വന്നെങ്കിലായി. മലയാള സിനിമ വരികയെന്നു പറഞ്ഞാൽ നാട്ടിൽ ഉത്സവം പോലെയാണ്. ആണുങ്ങളും പെണ്ണുങ്ങളുമെല്ലാം കൂട്ടംകൂട്ടമായി വീടുവിട്ട് ഇറങ്ങാൻ തുടങ്ങും. കുട്ടികളെയും കൊണ്ടുപോകും. ശശിധരൻ, ചന്ദ്രിക, ജ്ഞാനാംബിക എന്നൊക്കെയായിരുന്നു സിനിമകളുടെ പേരുകൾ. എങ്ങനെയാണ് ഈ അദ്ഭുതം സംഭവിക്കുന്നത് എന്നത് അക്കാലത്ത് മനസ്സിലുണ്ടാവുന്ന ചിന്തയായിരുന്നു. ആ അദ്ഭുതം വീണ്ടും വീണ്ടും അറിയണമെന്നു തോന്നും. അങ്ങനെയാണ് സിനിമ കാണാനുള്ള ഭ്രമമുണ്ടായത്. കൂടുതൽ സിനിമ കണ്ടപ്പോൾ സിനിമയെ തേടിപ്പിടിക്കണം എന്ന ചിന്തയുണ്ടായി. അഭിനയിക്കാനായിരുന്നു കൂടുതൽ ആവേശം.

പി ഭാസ്കരന് ഒരു കത്ത്

'രാരിച്ചൻ എന്ന പൗരനാ'ണ് എന്നെ സിനിമയിലേക്ക് വലിച്ചടുപ്പിച്ചത്. അതിൽ ഒരു പയ്യനായിരുന്നു ഹീറോ- മാസ്റ്റർ ലത്തീഫ്. അതു കണ്ടപ്പോഴാണ് കുട്ടികൾക്കും സിനിമയിൽ അഭിനയിക്കാം എന്ന്

മനസ്സിലായത്. ലത്തീഫിന്റെ പ്രായമായിരുന്നു എനിക്കും. സിനിമ കണ്ട് വീട്ടിലെത്തി അഭിനയിക്കാൻ ആഗ്രഹമുണ്ടെന്ന് കാണിച്ച് ഞാൻ പി ഭാസ്കരൻ മാഷിന് കത്തയച്ചു. രണ്ടാഴ്ച കഴിഞ്ഞപ്പോൾ മറുകുറി എത്തി. എന്റെ മാതിരി പയ്യന്റെ ആവശ്യമുണ്ടെങ്കിൽ അറിയിക്കാമെന്നായിരുന്നു മറുപടി.

ഹൈസ്കൂൾ പ്രായമായതോടെ കൂടുതൽ സിനിമകൾ കാണാൻ തുടങ്ങി. പുതുതായി ഇറങ്ങുന്ന സിനിമ കാണാൻ കോഴിക്കോട്ടേക്ക് വണ്ടി കയറാൻ തുടങ്ങി. സ്കൂൾ അവധിദിവസങ്ങളിൽ വീട്ടുകാർ അറിഞ്ഞും അറിയാതെയുമായിരുന്നു യാത്രകൾ. അന്ന് മൂന്ന് ഷോകളാണ്. മാറ്റിനി, 6. 30, 9. 30. ഇവ മൂന്നും കാണും. ഒരു ദിവസം മൂന്ന് സിനിമകൾ! അതൊരിക്കലും മടുപ്പുണ്ടാക്കിയില്ല. ഏതൊക്കെ പുതിയ സിനിമകളുണ്ടോ അതിലെ നന്മതിന്മകളൊന്നും നോക്കാതെ കാണും. ഹിന്ദി സിനിമകളോടായിരുന്നു കൂടുതൽ കമ്പം. ദേവാനന്ദ്, രാജ്കുമാർ, ദിലീപ്കുമാർ ഇവരുടെ സിനിമകളെല്ലാം പ്രിയപ്പെട്ടവയായി. മുഹമ്മദ് റാഫിയുടെ പാട്ടുകളോടും എനിക്ക് വലിയ ആരാധനയായിരുന്നു. തമിഴ് പടങ്ങളും കാണുമായിരുന്നു. ശിവാജിഗണേശൻ, എം ജി ആർ സിനിമകൾ. പത്താം തരം പാസ്സായപ്പോൾ എന്നെ കോഴിക്കോട് ഗുരുവായൂരപ്പൻ കോളജിൽ ചേർക്കാൻ വീട്ടുകാർ തീരുമാനിച്ചു. അതിനുവേണ്ടി എന്നെ കോഴിക്കോട്ടെ ബന്ധുവീട്ടിൽ കൊണ്ടാക്കി. കോഴിക്കോട്ട് താമസമാക്കിയാൽ കൂടുതൽ സിനിമ കാണാമല്ലോ എന്ന ആവേശമായിരുന്നു എനിക്ക്. പഠനത്തേക്കാൾ താത്പര്യം സിനിമ കാണുന്നതിലായി. പഠിപ്പ് അലങ്കോലമായി.

എന്റെ ഡ്രോയിംഗ് ടീച്ചറായിരുന്നു പ്രശസ്ത കാർട്ടൂണിസ്റ്റ് പി കെ മന്ത്രി. ചിത്രകലയിലുള്ള എന്റെ പ്രാവീണ്യം കണ്ടറിഞ്ഞ അദ്ദേഹം വീട്ടുകാരോട് ഒരു നിർദേശംവച്ചു - ഹരന് ചിത്രകല അറിയാമല്ലോ. മാവേലിക്കര രവിവർമ പെയിന്റിംഗ് സ്കൂളിൽ ചേർക്കുന്നത് നന്നായിരിക്കും.

വീട്ടുകാർ അതിനോട് യോജിച്ചു. എന്നെ മാവേലിക്കരയിൽ ചിത്രകല പഠിക്കാനയച്ചു. അവിടെയും പഠനത്തിൽ കാര്യമായി ഞാൻ ശ്രദ്ധിച്ചില്ല. സിനിമ കാണലായിരുന്നു പ്രധാനപണി. ഡിപ്ലോമ കിട്ടണമെങ്കിൽ നാലോ അഞ്ചോ വർഷം കഴിയണം. അത്രയും കാലം അവിടെ നിൽക്കാൻ വയ്യെന്ന് തോന്നി. കോഴിക്കോട്ടേക്ക് തിരിച്ചു പോന്നു. ആന്റണി മാഷിന്റെ യൂണിവേഴ്സൽ ആർട്സിൽ ചേർന്നു. ഡ്രോയിംഗ് പെയിന്റിംഗിൽ ഡിപ്ലോമയെടുത്തു.

കോഴിക്കോട്ടെ നാടക വസന്തം

ഹൈസ്കൂൾ പഠനകാലത്തു തന്നെ കെ ടി മുഹമ്മദിന്റെ ചില നാടകങ്ങൾ ഞങ്ങൾ സ്കൂളിൽ അവതരിപ്പിച്ചിരുന്നു. നാടകംകളിക്കാൻ അനുമതി ചോദിച്ച് ഞാൻ കെ ടിക്ക് കത്തെഴുതി. അദ്ദേഹം അനുമതി തന്നു. ഉറങ്ങാൻ വൈകിയ രാത്രികൾ, കറവറ്റ പശു തുടങ്ങിയവ അവതരിപ്പിച്ചത് ഓർമയിൽ മങ്ങാതെ നിൽക്കുന്നു.

പഠിക്കാൻ കോഴിക്കോട് വന്നപ്പോൾ കെ ടിയെ നേരിൽകണ്ടു. ക്രൗൺ തിയേറ്ററിനടുത്ത് കെ ടിയുടെ അനുജൻ സെയ്ദിന്റെ ഒരു കടയുണ്ടായിരുന്നു. ഹിന്ദി പാട്ടു പുസ്തകങ്ങൾ വിൽക്കുന്ന കടകൂടിയായിരുന്നു അത്. അവിടെ വെച്ചാണ് കെ ടിയെ ആദ്യമായി കാണുന്നത്. പരിചയം വളർന്നപ്പോൾ നാടകങ്ങളിൽ അഭിനയിക്കാനുള്ള ആഗ്രഹം അറിയിച്ചു. ഒരു പുഞ്ചിരിയോടെയും ഒട്ടൊരു ഗൗരവത്തോടെയും കെ ടി എന്നെ നോക്കി. അത് സമ്മതമറിയിക്കലായിരുന്നു. 'വെള്ളപ്പൊക്കം' അടക്കമുള്ള നാടകങ്ങളിൽ എനിക്ക് വേഷങ്ങൾ തന്നു അദ്ദേഹം.

ഇതേ കാലത്താണ് പ്രദീപ് ആർട്സുമായി ബന്ധപ്പെടുന്നത്. വാസു പ്രദീപ് സംവിധാനം ചെയ്ത ചില പരീക്ഷണ നാടകങ്ങളിൽ വേഷമിട്ടു. അഭിനയമാണ് കോഴിക്കോട്ടെ നാടകപ്രവർത്തകരുമായി പരിചയപ്പെടാൻ വഴിയൊരുക്കിയത്. നാടകത്തിനായി ജീവിതം സമർപ്പിച്ച ഒരുകൂട്ടം കലാകാരന്മാർ. നാടകം ജീവിതം തന്നെയായിരുന്നു അവർക്ക്. ബാലൻ കെ നായർ, കുതിരവട്ടം പപ്പു, കുഞ്ഞാണ്ടി... എല്ലാവരുമായും അടുപ്പമായി. നാട്ടിലെ നാടകപ്രവർത്തനങ്ങളിലും ഞാൻ സജീവമായി. അഭിനയിക്കാൻ പപ്പുവിനെ നാട്ടിലേക്ക് ക്ഷണിക്കുമായിരുന്നു. കോഴിക്കോട്ടു നിന്നു തന്നെ പരിചയപ്പെട്ട ആഹ്വാൻ സെബാസ്റ്റ്യനായിരുന്നു സംഗീത സംവിധാനം നിർവഹിച്ചിരുന്നത്.

നാടകപ്രവർത്തനത്തിനിടയിലാണ് ചിത്രകലാധ്യാപകനായി പി എസ് സി വഴി നിയമനം കിട്ടിയത്. താമരശ്ശേരി സ്കൂളിലായിരുന്നു ആദ്യ നിയമനം. മൂന്ന് മാസം കഴിഞ്ഞ് കോഴിക്കോട് തളി സ്കൂളിലേക്ക് മാറ്റം കിട്ടി. ഞാൻ വരുന്ന കാലത്ത് കോഴിക്കോട്ടെ അമേച്വർ നാടകരംഗം സജീവമാണ്. നാടകവുമായി ബന്ധപ്പെട്ടുള്ള പ്രവർത്തനം കൂടുതൽ സജീവമാക്കി. സ്കൂളിലേക്ക് വല്ലപ്പോഴുമേ പോകൂ എന്നായി.

ബഹദൂറിനെ പരിചയപ്പെടാൻ ഇടയായതോടെ നാടകം തന്നെയായി പ്രധാനപരിപാടി. കോഴിക്കോട്ട് രാധാ തീയേറ്ററിനടുത്ത് ടൈലറിംഗ് ഷോപ്പ് നടത്തിയിരുന്ന വി എം പുരുഷു എന്റെ പരിചയക്കാരനായിരുന്നു. നല്ലൊരു കലാസ്വാദകനായിരുന്നു അദ്ദേഹം. ബഹദൂറിന്റെ നാടകങ്ങൾ മലബാർ ഏരിയയിൽ കളിക്കാൻ കൊണ്ടുവന്നിരുന്നത് പുരുഷേട്ടനാണ്. രാധാ തീയേറ്ററിൽ സിനിമ കാണാൻ പോകുമ്പോൾ പുരുഷേട്ടന്റെ കടയിൽ കയറുമായിരുന്നു ഞാൻ. ഒരു ദിവസം ടൈലർ ഷാപ്പിൽ ചെല്ലുമ്പോൾ അവിടെ ബഹദൂറുണ്ടായിരുന്നു. എന്റെ അഭിനയക്കമ്പത്തെ കുറിച്ച് പുരുഷേട്ടൻ സൂചിപ്പിച്ചു. അഭിനയിക്കാൻ താത്പര്യമുണ്ടെങ്കിൽ ഇരിങ്ങാലക്കുടയിലേക്ക് ചെല്ലാൻ ബഹദൂർ പറഞ്ഞു. അവിടെയായിരുന്നു ബഹദൂറിന്റെ നാടകക്കമ്പനി. പുതിയൊരു നാടകം തുടങ്ങാനിരിക്കയായിരുന്നു. അതിൽ എന്നേയും കൂട്ടി. വല്ലാത്ത പഹയൻ, അടിയന്തരാവസ്ഥ, മാണിക്യക്കൊട്ടാരം തുടങ്ങിയ നാടകങ്ങളിൽ ഞാൻ അഭിനേതാവായി. സ്കൂളിൽ നിന്ന് ലീവെടുത്തായിരുന്നു അഭിനയം. ആ വർഷം ബഹദൂറിന്റെ പ്രഫഷണൽ നാടകങ്ങളിലെ സ്ഥിരാംഗമായിരുന്നു ഞാൻ.

സിനിമാക്കാലം വരുന്നു

നാടകപ്രവർത്തനത്തിനിടയിലും സിനിമ തന്നെയായിരുന്നു മനസ്സിൽ. 'ഓടയിൽ നിന്ന്' സിനിമയുടെ അമ്പതാം ദിവസത്തിന്റെ ആഘോഷത്തിന് സംവിധായകൻ കെ എസ് സേതുമാധവൻ കോഴിക്കോട്ട് വന്നു. അക്കാലത്ത് കെ ടി മുഹമ്മദായിരുന്നു സേതുമാധവന് വേണ്ടി തിരക്കഥയെഴുതിയിരുന്നത്. സേതുമാധവനു എന്നെ പരിചയപ്പെടുത്തണമെന്ന് ഞാൻ കെ ടിയോട് പറഞ്ഞു. അഭിനയിക്കാനും സിനിമയിൽ എന്തെങ്കിലും ചെയ്യാനും താത്പര്യമുണ്ടെന്ന് അറിയിച്ചപ്പോൾ, മദിരാശിയിലേക്ക് വന്നോളൂ എന്ന് സേതുമാധവൻ പറഞ്ഞു. പിന്നെ കാത്തുനിൽക്കാനുള്ള ക്ഷമ എനിക്കുണ്ടായിരുന്നില്ല. സ്കൂളിലെ ജോലി രാജിവെച്ചു. കെ ടിയിൽ നിന്ന് ഒരെഴുത്തും വാങ്ങി മദിരാശിയിലേക്ക് വണ്ടി കയറി. വീട്ടുകാരോടും കൂട്ടുകാരോടും യാത്രപറഞ്ഞത് അഭിമാനംതുളുമ്പുന്ന ഹൃദയത്തോടെയാണ്. സുഹൃത്തുക്കൾ എന്നെ മദിരാശിയിലേക്ക് യാത്രയാക്കി. കോഴിക്കോട് റയിൽവെ സ്റ്റേഷനിൽ നിന്ന് പുറപ്പെടുമ്പോൾ എന്റെ കൈയിൽ ആകെയുണ്ടായിരുന്നത് 85 രൂപയായിരുന്നു.

മദിരാശിയിലെത്തി സേതുമാധവനെ കണ്ടു. അദ്ദേഹത്തിന് അദ്ഭുതം. ഞാൻ ഉടനെയെത്തുമെന്ന് അദ്ദേഹം കരുതിയിരുന്നില്ല. അതുകൊണ്ട് തന്നെ എന്നെ കൂടെചേർക്കാൻ അദ്ദേഹത്തിന് കഴിഞ്ഞില്ല. ഞാനാണെങ്കിൽ സിനിമയിലേക്കെന്നും പറഞ്ഞ് പുറപ്പെട്ടതാണ്. സുഹൃത്തുക്കളും നാടകപ്രവർത്തകരും ബൊക്കെയും മാലയും നൽകി യാത്രയാക്കിയ എനിക്ക് തിരിച്ചുപോക്കിനെ കുറിച്ച് ആലോചിക്കാനേ ആവില്ലായിരുന്നു. താമസിക്കാനൊരു ഇടം കണ്ടെത്തുകയാണ് ആദ്യംചെയ്തത്. ചെറിയൊരു ലോഡ്ജിൽ മുറിയെടുത്തു. എന്റെ അച്ഛൻപെങ്ങളുടെ മകൾ രാധയും ഭർത്താവും മദിരാശിയിലായിരുന്നു താമസം. റിസർവ് ബാങ്കിൽ ഉദ്യോഗസ്ഥനായിരുന്നു അദ്ദേഹം. ഞാൻ മദിരാശിയിൽ ചുറ്റിത്തിരിയുന്നത് അറിഞ്ഞ അദ്ദേഹം എന്നെ അവരുടെ വീട്ടിലേക്ക് കൂട്ടിക്കൊണ്ടുപോയി. പിന്നെ അവിടെയായി താമസം.

സ്വാമീസ് ലോഡ്ജ് അക്കാലത്ത് മലയാളസിനിമാപ്രവർത്തകരുടെ സങ്കേതമാണ്. സത്യൻ, പ്രേംനസീർ, ബഹദൂർ, നെല്ലിക്കോട് ഭാസ്കരൻ, ബാബുരാജ് എല്ലാവരും അവിടെയുണ്ടാകും. എന്നും രാവിലെ സ്വാമീസ് ലോഡ്ജിൽ പോകും, ആരെയെങ്കിലും കണ്ട് അഭിനയിക്കാനുള്ള ആഗ്രഹം അറിയിക്കും. നോക്കാം, വരട്ടെ എന്നൊക്കെ അവരും മറുപടി പറയും. എം ടിയുടെ മുറപ്പെണ്ണിന്റെ ഷൂട്ടിംഗ് നടക്കുന്ന സമയമാണത്. കെ പി ഉമ്മറും അവിടെയുണ്ട്. ഉമ്മറിനെയും കണ്ടു. എന്നിട്ടും ഫലമൊന്നുമുണ്ടായില്ല. അങ്ങനെയിരിക്കെയാണ് ഒരുദിവസം ബഹദൂറിനെ കണ്ടുമുട്ടിയത്. എന്റെ കാര്യങ്ങൾ നന്നായി അറിയുന്ന ബഹദൂറാണ് പുതിയൊരു ആലോചന മനസ്സിലേക്ക് ഇട്ടു തന്നത്. അദ്ദേഹം പറഞ്ഞു: “താരങ്ങൾ എന്നൊക്കെ പറഞ്ഞാൽ അത് മിന്നിത്തിളങ്ങി കെട്ടുപോകും. സാങ്കേതിക കാര്യങ്ങൾ പഠിച്ചാൽ അത് എന്നും നിലനിൽക്കും.

അതുകൊണ്ട് ഞാനൊരു കാര്യം ചെയ്യാം. ഏതെങ്കിലും സംവിധായക രുടെ കൂടെ നിർത്തിത്തരാം. പി ബി ഉണ്ണി എന്നൊരാളുണ്ട്. അദ്ദേഹം ഇപ്പോൾ 'രാഗിണി' എന്ന പടം ചെയ്തുകൊണ്ടിരിക്കുകയാണ്." ഉണ്ണി യോട് ബഹദൂർ എന്റെ കാര്യങ്ങൾ സംസാരിച്ചു. അങ്ങനെ ഫിലിം സെന്റർ സ്റ്റുഡിയോയിൽ രാഗിണി സിനിമയുടെ നാലാമത്തെ സംവിധാന സഹായി യായി അപ്രന്റീസായി അവസരം കിട്ടി. മധു, ബാലാജി, ആറന്മുള പൊന്നമ്മ, കെ ആർ വിജയ തുടങ്ങിയവരായിരുന്നു അഭിനേതാക്കൾ. അപ്രന്റീസായതിനാൽ ചെറിയ സൗകര്യങ്ങളിലായിരുന്നു എന്റെ ജീവിതം.

അന്നൊന്നും ഒരു ഷെഡ്യൂളിൽ പടം തീരാറില്ല. അഞ്ചാറു ദിവസം ഷൂട്ടിംഗ്, ബ്രേക്ക്. മൂന്ന് മാസം കഴിഞ്ഞ് വീണ്ടും ഷൂട്ടിംഗ്. ഇതാണ് രീതി. 'രാഗിണി'യുടെ ആദ്യ ഷെഡ്യൂൾ കഴിഞ്ഞപ്പോൾ എനിക്ക് പണി യൊന്നുമില്ലാതായി. ആ സമയത്താണ് സ്വാമീസ് ലോഡ്ജിൽ ബഹദൂ റിന്റെ 'മാണിക്യക്കൊട്ടാരം' നാടകം എഴുതിയ എം എം ഇബ്രാഹിം വന്നത്. 'മാണിക്യക്കൊട്ടാരം' സിനിമയാക്കുന്നു. പ്രശസ്ത കാമറാമാൻ യു രാജഗോപാലാണ് സംവിധായകൻ. ബഹദൂർ പറഞ്ഞു: "മാണിക്യ ക്കൊട്ടാരത്തിൽ അസിസ്റ്റന്റ് ഡയറക്ടറായി അവസരമില്ല. നീയൊരു കാര്യം ചെയ്യ്, രാജഗോപാലിന്റെ കൂടെ കാമറ പഠിച്ചോളൂ." രാജഗോപാ ലിനും അത് സമ്മതമായിരുന്നു. അന്ന് ഫോട്ടോഗ്രഫി പഠിക്കുക എന്നാൽ ട്രോളി തള്ളലും ചില്ലറ സഹായങ്ങൾ ചെയ്യലുമാണ്. കാമറയിൽ തൊടാൻ പോലും സമ്മതിക്കില്ല. ഇടയ്ക്ക് ഒഴിവു കിട്ടുമ്പോൾ ഒളിഞ്ഞു നോക്കും. രാജഗോപാലിന് തമിഴ് സിനിമകളും ധാരാളമുണ്ടായിരുന്നു. എന്റെ താത്പര്യം മനസ്സിലാക്കിയ അദ്ദേഹം ആ സിനിമകളുടെ വർക്കിനും കൂടെ കൂട്ടി. സിനിമയെക്കുറിച്ചും ഷോട്ടുകളെക്കുറിച്ചും ഞാൻ ചിലപ്പോൾ അഭിപ്രായങ്ങൾ പറയും. ഒരു ദിവസം രാജഗോപാൽ പറഞ്ഞു, "ഞാനൊ രാളെ പരിചയപ്പെടുത്താം- എം എസ് മണി. സൗത്ത് ഇന്ത്യയിലെ ഏറ്റവും കേമനായ എഡിറ്ററാണ്. തമിഴിലും തെലുങ്കിലും ഹിന്ദിയിലു മായി കുറെ സിനിമകളുടെ സംവിധാനവും നിർവഹിച്ചിട്ടുണ്ട്. പുതിയ ആകാശം പുതിയ ഭൂമി, സുബൈദ, സത്യഭാമ, വിലക്കപ്പെട്ട ബന്ധങ്ങൾ തുടങ്ങിയ മലയാള സിനിമകളും അദ്ദേഹം സംവിധാനംചെയ്തിട്ടുണ്ട്."

'തളിരുകൾ' എന്ന സിനിമ തുടങ്ങാനിരിക്കുകയായിരുന്നു മണി. നിർ മാതാവ് ഡോ. ബാലകൃഷ്ണനാണ്. അദ്ദേഹത്തോട് കൂടി അനുമതി വാങ്ങണമെന്ന് മണി പറഞ്ഞു. ബഹദൂറിന്റെ സുഹൃത്തായിരുന്നു ഡോക്ടർ. ഫാറൂക്ക് കോളജിൽ അവർ ഒന്നിച്ച് പഠിച്ചിട്ടുണ്ട്. ബഹദൂർ പറഞ്ഞപ്പോൾ ഡോക്ടർ സമ്മതിച്ചു. 'തളിരുകളി'ൽ ആദ്യമായി ഞാൻ അസിസ്റ്റന്റ് ഡയറക്ടറായി.

എം കൃഷ്ണൻനായരുടെ സ്കൂൾ

ആദ്യ സിനിമയോടെ തന്നെ ഡോക്ടർ ബാലകൃഷ്ണനുമായി സൗഹൃദത്തിലായി. ഒരു സഹസംവിധായകൻ എന്ന നിലയ്ക്കല്ല,

അനിയനായിട്ടാണ് അദ്ദേഹം എന്നെ കണ്ടത്. മദിരാശിയിലെ മലയാളി ക്ലബ്ബുമായി ബന്ധപ്പെടാനും ഡോക്ടർ കാരണമായി. മലയാളി ക്ലബ്ബിന് നാടകങ്ങൾ എഴുതിക്കൊടുത്തിരുന്നതും സംവിധാനം ചെയ്തിരുന്നതും ഡോക്ടറായിരുന്നു. സിനിമയുടെ ഇടവേളകളിൽ ഞാൻ ഡോക്ടറുടെ നാടകങ്ങളിലും അഭിനയിച്ചു. അദ്ദേഹവുമായുള്ള ബന്ധം ദൃഢമായി. അത് സിനിമയിലെ എന്റെ വളർച്ചയ്ക്ക് കൂടുതൽ സഹായകമായി.

'തളിരുകൾ' ചെയ്യുമ്പോഴാണ് സത്യനെ പരിചയപ്പെടുന്നത്. സാധാരണ സഹസംവിധായകന് വലിയ പ്രാധാന്യമൊന്നുമില്ല. ഒരു ഫയൽ കൈയിൽ തരും. അത്ര തന്നെ. എന്നെ സംബന്ധിച്ച് നാടകം, ചിത്ര രചന, സിനിമാ നിരൂപണം ഇതൊക്കെ പരിചയമുള്ളതിനാൽ സഹസംവിധായകന്റെ ജോലി അടുക്കുംചിട്ടയോടെയുമാണ് ചെയ്തിരുന്നത്. അത് സത്യന്റെ ശ്രദ്ധയിൽ പെട്ടിരുന്നു. എസ് എസ് രാജൻ, എ ബി രാജ്, സഹദേവൻ തുടങ്ങി സത്യൻ അഭിനയിക്കുന്ന സിനിമയിലെ സംവിധായകരോടൊക്കെ എന്നെക്കുറിച്ച് പറയുമായിരുന്നു. ഒരു ദിവസം പ്രസാദ് സ്റ്റുഡിയോയിൽ എത്തണമെന്ന് സത്യൻ അറിയിച്ചു. അവിടെവച്ച് എം കൃഷ്ണൻനായരെ പരിചയപ്പെടുത്തി തന്നു. അന്ന് തെന്നിന്ത്യയിലെ ടോപ്പ് ഡയറക്ടറായിരുന്നു അദ്ദേഹം. മലയാളത്തിലും തമിഴിലുമായി ധാരാളം പടങ്ങൾ ചെയ്യുന്നു. നല്ല തിരക്കുണ്ട്. ഒരു അസിസ്റ്റന്റ് മതിയാവില്ല. നാലഞ്ചു പേർ വേണം. പുതിയൊരാളെ അന്വേഷിക്കുന്ന സമയത്താണ് സത്യൻ എന്നെ പരിചയപ്പെടുത്തുന്നത്. 'കലക്ടർ മാലതി'യിൽ കൃഷ്ണൻനായരുടെ കൂടെചേർന്നു. പ്രേംനസീറും ഷീലയുമായിരുന്നു അഭിനേതാക്കൾ. തുടർന്ന് വർഷങ്ങളോളം കൃഷ്ണൻ നായരുടെ സഹായിയായി. മുപ്പതിലേറെ പടങ്ങളിൽ അദ്ദേഹത്തിന്റെ കൂടെ പ്രവർത്തിച്ചു. അതൊരു പ്രത്യേക സ്കൂളായിരുന്നു. അക്കാലത്തെ ടെക്നോളജിയിൽ വിദഗ്ധനായിരുന്നു കൃഷ്ണൻനായർ. ഫോട്ടോഗ്രഫി, എഡിറ്റിംഗ് എല്ലാം നന്നായി അറിയാം. ഒരുപാട് കാര്യങ്ങൾ പഠിച്ചു അദ്ദേഹത്തിൽ നിന്ന്. സംവിധായകന്റെ സ്വഭാവരീതി, അഭിനയിപ്പിക്കുന്ന വിധം, സാമ്പത്തിക അച്ചടക്കം, സെറ്റിലെ അച്ചടക്കം. എല്ലാം. ആയിടയ്ക്കാണ് 1972ൽ 'ശബരിമല ധർമ്മശാസ്ത' എന്ന സിനിമയുടെ സംവിധാനം കൃഷ്ണൻ നായർ ഏറ്റെടുത്തത്. ഇതേ സമയത്തുതന്നെ എം ജി ആറിന്റെ പടം ചെയ്തുകൊണ്ടിരിക്കുകയായിരുന്നു അദ്ദേഹം. അതു കാരണം 'ശബരിമല'യുടെ കുറെ ഭാഗങ്ങൾ ഷൂട്ട് ചെയ്യാൻ എന്നെ ചുമതലപ്പെടുത്തി. എന്നെ സ്വതന്ത്ര ചുമതല ഏല്പിച്ചാൽ അത് ശരിയാവില്ലെന്ന് കൂട്ടത്തിലെ പലരും പറഞ്ഞിരുന്നു. കൃഷ്ണൻനായർ സാറിന് എന്റെ കാര്യത്തിൽ വിശ്വാസമുണ്ടായിരുന്നു. രാജഗോപാലായിരുന്നു കാമറാമാൻ. ആ സിനിമ എന്റെ ജീവിതത്തിൽ വഴിത്തിരിവായി. സി ആർ കെ നായരായിരുന്നു 'ശബരിമല ധർമ്മശാസ്ത'യുടെ നിർമാതാവ്. വിമലാ ഫിലിംസിന്റെ മാത്യു സാറായിരുന്നു വിതരണക്കാരൻ. പടം ഹിറ്റായതോടെ മാത്യുസാർ പറഞ്ഞു, നിങ്ങളെപ്പോലുള്ള ചെറുപ്പക്കാർ ഈ രംഗത്തേക്ക് വരണം. ഒരു പടം തുടങ്ങിക്കോളൂ. ഞാൻ പണം മുടക്കാം എന്ന്. കൃഷ്ണൻ

നായർ സാറോടും ഡോ. ബാലകൃഷ്ണനോടും വിവരം പറഞ്ഞു. അവർ എല്ലാവിധ പിന്തുണയും വാഗ്ദാനം ചെയ്തു. നിർമാണത്തിൽ പങ്കാളിയാകാനും ഡോക്ടർ തയ്യാറായി. രേഖാ സിനി ആർട്സ് എന്ന പേരിൽ ഞാനും ഡോക്ടറും നിർമാണ കമ്പനിയുണ്ടാക്കി. ഡോക്ടർ തന്നെ കഥയും തിരക്കഥയും എഴുതി. അങ്ങനെയാണ് എന്റെ ആദ്യ സിനിമയായ 'ലേഡീസ് ഹോസ്റ്റൽ' ഉണ്ടാകുന്നത്.

ആദ്യ സിനിമയുടെ അനുഭവം

വ്യത്യസ്തമായൊരു സിനിമയെടുത്താലേ ഇൻഡസ്ട്രിയിൽ ശ്രദ്ധിക്കപ്പെടൂ എന്നെനിക്ക് ബോധ്യമുണ്ടായിരുന്നു. സീരിയസ് രംഗങ്ങൾ ഒരു ഭാഗത്തും അതിനിടയിൽ കുറച്ച് ഹാസ്യഭാഗങ്ങളും എന്നിങ്ങനെയാണ് അന്നത്തെ രീതി. പരസ്പര ബന്ധമില്ലാതെയാണ് രണ്ടിന്റെയും കഥ നീങ്ങുക. പ്രധാനനടനും നടിയുമായി ഹാസ്യനടന്മാർക്ക് ഒരുബന്ധവും ഉണ്ടാകില്ല. ഈ മതിൽ പൊളിക്കണമെന്ന് എനിക്കു തോന്നി. സീരിയസ് ആയൊരു വിഷയം ആക്ഷേപഹാസ്യത്തിലൂടെ അവതരിപ്പിക്കാനുള്ള ആലോചനയായി. പ്രേംനസീർ ആദ്യമായി ഹാസ്യകഥാപാത്രം കൈകാര്യം ചെയ്ത പടമായിരുന്നു ലേഡീസ് ഹോസ്റ്റൽ. കഥ പറഞ്ഞപ്പോൾ തന്നെ നസീർ സാറിന് അഭിനയിക്കാൻ വലിയ താത്പര്യമായിരുന്നു. എന്നാൽ ചിത്രീകരണം കഴിഞ്ഞ് സിനിമയുടെ പ്രിവ്യൂ സമയത്ത് ഒരു സംഭവമുണ്ടായി. നസീറിന്റെ അനിയൻ പ്രേംനവാസ് എന്നെ വഴക്കു പറഞ്ഞു. 'ഇരുട്ടിന്റെ ആത്മാവ്' ഇറങ്ങിയ സമയമായിരുന്നു. നല്ല വേഷങ്ങൾ ചെയ്ത ഒരാളെ വിദൂഷകനാക്കി എന്നായിരുന്നു നവാസിന്റെ പരാതി. നസീറിനെ ഞാൻ വഞ്ചിക്കുകയാണ് ചെയ്തതെന്നും നവാസ് പറഞ്ഞു. ഇതല്ലാം ടി ഇ വാസുദേവൻ സാർ കേൾക്കുന്നുണ്ടായിരുന്നു. അദ്ദേഹം പറഞ്ഞു, "ഹരിഹരൻ വിഷമിക്കേണ്ട. 'ലേഡീസ് ഹോസ്റ്റൽ' മലയാള സിനിമയിൽ പുതിയൊരു ട്രെൻഡുണ്ടാക്കും." അത് സത്യവുമായി.

മലയാളത്തിൽ മുഴുനീള ഹാസ്യചിത്രം ആദ്യമായി അവതരിപ്പിച്ചെന്ന് പലരും അവകാശപ്പെടാറുണ്ട്. എന്നാൽ 'ലേഡീസ് ഹോസ്റ്റൽ' ആണ് മലയാളത്തിലെ ആദ്യത്തെ മുഴുനീള ഹാസ്യസിനിമ. ഐ വി ശശിയായിരുന്നു 'ലേഡീസ് ഹോസ്റ്റലി'ന്റെ ആർട്ട് ഡയറക്ടർ. യൂണിവേഴ്സൽ ആർട്സിൽ പഠിക്കുന്ന കാലത്താണ് ഐ വി ശശിയെ പരിചയപ്പെടുന്നത്. ഞാൻ മദിരാശിയിലുള്ള കാലത്ത് ശശി അവിടെയെത്തി. ഡോ. ബാലകൃഷ്ണൻ നിർമിച്ച 'കളിയല്ല, കല്യാണം' എന്ന സിനിമയുടെ അസിസ്റ്റന്റ് ഡയറക്ടറായിരുന്നു ഞാൻ. ശശിയെ ഡോക്ടർക്ക് പരിചയപ്പെടുത്തിക്കൊടുത്തു. അതായിരുന്നു ആർട്ട് ഡയറക്ടറെന്ന നിലയിൽ ശശിയുടെ ആദ്യ സിനിമ. എ ബി രാജിന്റെ കൂടെ 'കണ്ണൂർ ഡീലക്സി'ൽ അസിസ്റ്റന്റ് ഡയറക്ടറായി ജോലി ചെയ്യുമ്പോൾ ഐ വി ശശിയും മദിരാശിയിലുണ്ടായിരുന്നു. തിരക്കായതിനാൽ എനിക്ക് പകരം ശശിയെ സംവിധാനസഹായിയായി എ ബി രാജിന്റെ കൂടെ വിട്ടതും ഞാനായിരുന്നു. പിന്നീട് ശശി സംവിധാകനായി പേരെടുത്തു.

ശുക്രദശ ഉദിക്കുന്നു

ബാബുരാജാണ് ലേഡീസ് ഹോസ്റ്റലിലെ പാട്ടുകൾ ചിട്ടപ്പെടുത്തിയത്. എഴുതിയത് ശ്രീകുമാരൻ തമ്പി. ബാബുരാജ് സംഗീതത്തെക്കുറിച്ച് വളരെ ബോധമുള്ള ആളായിരുന്നു. നമ്മളൊരു കാര്യംപറഞ്ഞാൽ പെട്ടെന്ന് മനസ്സിലാക്കും. ശ്രീകുമാരൻ തമ്പി എഴുതി എൽ ആർ ഈശ്വരി പാടിയ പാട്ടാണ് ആദ്യം റെക്കോഡ് ചെയ്തത്.

'ചിത്രവർണക്കൊടികളുയർത്തി ചിത്രശലഭം വന്നല്ലോ
ചിത്തിരപ്പൊൻ മലരേ നിന്റെ ശുക്രദശയും ഉദിച്ചല്ലോ'

അറിഞ്ഞോ അറിയാതെയോ തമ്പിയുടെ ഈ വരികൾ എന്റെ വളർച്ചയ്ക്ക് നിമിത്തമായി. ആ ചിത്രത്തോടെ എന്റെ ശുക്രദശ ആരംഭിച്ചു എന്നുതന്നെ പറയാം. 1972ൽ, എച്ച് എം വി-സി തിയ്യേറ്ററിലാണ് പാട്ട് റെക്കോഡ് ചെയ്തത്. 73ൽ പടം പുറത്തിറങ്ങി. യേശുദാസ് 'ജീവിതേശ്വരിക്കേകുവാനൊരു പ്രേമലേഖനം എഴുതി ' എന്ന പാട്ടും ജയചന്ദ്രൻ 'മുത്തുച്ചിപ്പി തുറന്നു' എന്ന പാട്ടും പാടി.

പടം ഹിറ്റായപ്പോൾ വിമലാ ഫിലിംസ് തന്നെ അടുത്ത സിനിമയും ചെയ്യാൻ എന്നോട് ആവശ്യപ്പെട്ടു. അതായിരുന്നു 'അയലത്തെ സുന്ദരി'. ശങ്കർ ഗണേഷിന്റെ സംഗീതം. മങ്കൊമ്പ് ഗോപാലകൃഷ്ണൻ പാട്ടുകളെഴുതി. ഇതിലെ 'ലക്ഷാർച്ചന കണ്ടു മടങ്ങുമ്പോഴൊരു ലജ്ജയിൽ മുങ്ങിയ മുഖം കണ്ടു' എന്ന ഗാനം ഏറെ പോപ്പുലറായി. ഈ സിനിമയും വൻ വിജയമായി. പിന്നീടെനിക്ക് തിരിഞ്ഞു നോക്കേണ്ടി വന്നില്ല. തിരക്കു കൂടിയപ്പോൾ ആവശ്യക്കാരുടെ എണ്ണം കുറയ്ക്കാൻ വേണ്ടി പ്രതിഫലത്തുക കൂട്ടാൻ പറഞ്ഞത് മണി സാറായിരുന്നു. എന്നിട്ടും രക്ഷയുണ്ടായില്ല.

ലേഡീസ് ഹോസ്റ്റലിന്റെ വിജയത്തോടെ പല സംവിധായകരും എന്റെ രീതി അനുകരിക്കാൻ തുടങ്ങിയപ്പോൾ ഞാൻ കളംമാറ്റി. സീരിയസായ സിനിമകൾ എടുക്കാൻ തുടങ്ങി. കെ ടി മുഹമ്മദിനെക്കൊണ്ടാണ് അത്തരം സിനിമകൾക്ക് കഥയെഴുതിച്ചത്. തീവ്രമായ പ്രമേയങ്ങൾ അതിശക്തമായി എഴുതി ഫലിപ്പിക്കാൻ കഴിവുള്ള ആളാണ് കെ ടി. പുതുമയും പരീക്ഷണവും അദ്ദേഹത്തിന്റെ നാടകങ്ങളിലും സിനിമയിലും ഉണ്ടാകും. കെ ടിയുടെ ഒരു നാടകമുണ്ടായിരുന്നു- മുത്തുച്ചിപ്പി. അതൊന്ന് കാണാൻ അദ്ദേഹം ആവശ്യപ്പെട്ടു. എനിക്കത് ഇഷ്ടമായി. ആ നാടകമാണ് 'രാജഹംസം' എന്ന പേരിൽ സിനിമയാക്കിയത്. എന്റെ സിനിമകളിൽ എനിക്കേറ്റവും ഇഷ്ടപ്പെട്ട സിനിമ 'രാജഹംസ'മാണ്. അവിടം മുതൽ സീരിയസ് സിനിമകൾ ചെയ്യാൻ തുടങ്ങി. എസ് എൽ പുരത്തിന്റെ ഭൂമിദേവി പുഷ്പിണിയായി, തോൽക്കാനെനിക്ക് മനസ്സില്ല.. എല്ലാം കച്ചവട സിനിമതന്നെയായിരുന്നു. പക്ഷേ കുറച്ചു കൂടി സീരിയസായി അവതരിപ്പിച്ചു. 'സുജാത' കെ ടി എഴുതിയതാണ്. ഗൃഹലക്ഷ്മി പ്രൊഡക്ഷൻസിന്റെ ആദ്യ ചിത്രം. ഇത്തരം കോംപ്രമൈസ് സിനിമകൾ ചെയ്ത് പിന്നീട് എം ടിയുമായി ചേർന്നും സിനിമ ചെയ്തു.

പ്രേംനസീറും ഞാനും ഒരു ആത്മസൗഹൃദം

കുട്ടിക്കാലം മുതലേ നസീറിന്റെ സിനിമകൾ കാണുമായിരുന്നു. സുന്ദരനായ നടൻ. ഞാൻ അദ്ദേഹത്തിന്റെ ആരാധകനായി. 'മരുമകനാ'ണ് ഞാൻ ആദ്യം കാണുന്ന നസീർപടം. 'ഭാർഗവീനിലയ'ത്തിന്റെ ഷൂട്ടിംഗ് കാണാൻ ഞാൻ തലശ്ശേരി കടപ്പുറത്ത് പോയിരുന്നു. നടീനടന്മാരുടെ അടുത്തേക്ക് പോകാൻ കുട്ടിയായ എന്നെ അവിടെയുണ്ടായിരുന്ന പൊലീസുകാർ സമ്മതിച്ചില്ല. ബഹളം കേട്ട നസീർ പൊലീസുകാരോട് എന്നെ അദ്ദേഹത്തിനടുത്തേക്ക് അയയ്ക്കാൻ പറഞ്ഞു. പേരു ചോദിച്ച് പരിചയപ്പെട്ടു. നസീറുമായുള്ള ആ സംഭാഷണം ഒരുപാട് കാലം മനസ്സിൽ മായാതെ നിന്നു. പിന്നീട് 'ലൈലാ മജ്നു' കോഴിക്കോട് ഡേവിസണിൽ കളിച്ചപ്പോൾ ഭാസ്കരൻ മാഷും സത്യനും പ്രേംനസീറും വന്നു. ജോർജ്ജ് അറങ്ങാശ്ശേരി 'കലാമാല' എന്ന സിനിമാ മാസിക നടത്തുന്ന കാലമാണ്. പാവമണി റോഡിൽ പൂതേരി ബിൽഡിംഗിലായിരുന്നു കലാമാലയുടെ ഓഫീസ്. അവിടത്തെ നിത്യസന്ദർശകനായിരുന്നു ഞാൻ. ചിലപ്പോൾ അന്തിയുറങ്ങുന്നതും 'കലാമാല'യിൽ തന്നെ. 'കലാമാല'യിൽ ഹരൻ താമരശ്ശേരി എന്ന പേരിൽ ഞാൻ സിനിമാ നിരൂപണം എഴുതിയിരുന്നു. അറങ്ങാശ്ശേരിക്കൊപ്പം ഞാൻ നസീറിനെ കാണാൻ പോയി. എന്റെ അഭിനയിക്കാനുള്ള ആഗ്രഹം നസീറിന്റെ മുന്നിൽ അവതരിപ്പിച്ചു. എത്രാം ക്ലാസിലാണ് പഠിക്കുന്നതെന്നായിരുന്നു നസീറിന്റെ ചോദ്യം. പത്താം ക്ലാസ് കഴിഞ്ഞിട്ടേയുള്ളു ഞാനന്ന്. ഈ പ്രായത്തിലൊന്നും സിനിമയിലേക്ക് ചാടിപ്പുറപ്പെടേണ്ട എന്ന് നസീർ സാർ ഉപദേശിച്ചു.

പിന്നീട് കലക്ടർ മാലതിയുടെ ഷൂട്ടിംഗ് സമയത്താണ് നസീറിനെ കാണുന്നത്. ഫയലും പിടിച്ച് നിൽക്കുന്ന എന്നെ അദ്ദേഹം സൂക്ഷിച്ചു നോക്കി. എവിടെയോ കണ്ടിട്ടുണ്ടെന്ന് പറഞ്ഞപ്പോൾ, ഞാൻ വിശദീകരിച്ചു. പിന്നീടങ്ങോട്ട് നല്ല സൗഹൃദമായി. മദിരാശിയിൽ എപ്പോൾ വന്നാലും എന്നെ വിളിക്കും. ഒന്നിച്ച് ഭക്ഷണം കഴിക്കും. അന്നൊക്കെ ഏത് സ്റ്റുഡിയോവിൽ ചെന്നാലും നസീറുണ്ടാകും. എല്ലാ സിനിമയിലും നായകൻ അദ്ദേഹം തന്നെ. 24 മണിക്കൂറും ജോലി ചെയ്താലും, ചായ കൊണ്ടുവരുന്ന ആൾ മുതൽ സംവിധായകൻ വരെയുള്ള എല്ലാവരോടും ചിരിച്ചും സന്തോഷത്തോടെയുമേ അദ്ദേഹം പെരുമാറൂ. പുലർച്ചെ അഞ്ചു മണിക്ക് പോയിക്കിടന്നാൽ ഏഴു മണിക്കു സെറ്റിലെത്തും. എന്റെ എല്ലാ സിനിമകളിലും മരിക്കുന്നതുവരെ നസീറായിരുന്നു നായകൻ. 25 വർഷത്തോളം അദ്ദേഹത്തോടൊപ്പം പ്രവർത്തിച്ചു. കുടുംബത്തിൽ പോലും ഒരാളുമായി ഞാൻ അത്രയും അടുത്തിട്ടില്ല. ജീവിതത്തിൽ ഞാനേറെ കരഞ്ഞത് നസീർ മരിച്ചപ്പോഴാണ്. അദ്ദേഹത്തിന്റെ മരണം മാസങ്ങളോളം എന്നെ അസ്വസ്ഥനാക്കി. ഇപ്പോഴും സ്വപ്നത്തിൽ വന്ന് നസീർ എന്നെ വിളിച്ചുണർത്താറുണ്ട്. കാമറ കാണുമ്പോൾ നസീറിന്റെ സാന്നിധ്യം എനിക്ക് അനുഭവപ്പെടാറുണ്ട്.

ജയൻ എന്ന നായകൻ

ജയനെ പരിചയപ്പെടുത്തിയെന്ന് പലരും അവകാശപ്പെടാറുണ്ട്. യഥാർഥത്തിൽ ഞാൻ സംവിധാനം നിർവഹിച്ച 'പഞ്ചമി'യിലൂടെയാണ് ജയൻ സിനിമയിലെത്തുന്നത്. 'രാജഹംസ'ത്തിന് ശേഷമായിരുന്നു 'പഞ്ചമി' ചെയ്തത്. മലയാറ്റൂരിന്റേതായിരുന്നു തിരക്കഥ. ഷൂട്ടിംഗ് നടക്കുന്ന ദിവസം നേരത്തെ നിശ്ചയിച്ചിരുന്ന കെ പി ഉമ്മറിന് എത്തിപ്പെടാൻ കഴിഞ്ഞില്ല. സത്യാസ്റ്റുഡിയോയിലായിരുന്നു ഷൂട്ടിംഗ്. പെട്ടെന്ന് ഷൂട്ടിംഗ് നടത്തുകയും വേണം. ജയഭാരതിയാണ് പറഞ്ഞത്, ഒരാൾ കാണാൻ വന്നിട്ടുണ്ട്. അയാളെ ആ വേഷത്തിന് പറ്റുമോ എന്നു നോക്കാൻ. ജയഭാരതിയുടെ അകന്ന ബന്ധുവായിരുന്നു വന്ന ആൾ. പേര് കൃഷ്ണൻ നായർ. ആളെ കണ്ടപ്പോൾ തന്നെ തരക്കേടില്ല എന്ന് തോന്നി. മേക്കപ്പ്മാനെ വിളിച്ച് അയാളെ ഒരുക്കാൻ പറഞ്ഞു. പഞ്ചമിയിലെ 'റയിഞ്ചറാ'ക്കി അയാളെ. അതായിരുന്നു ജയനെന്ന നടന്റെ തുടക്കം. അതിനുമുമ്പ് ചെറിയൊരു വേഷത്തിൽ 'ശാപമോക്ഷ'ത്തിൽ ജയൻ അഭിനയിച്ചിരുന്നു. പിന്നീട് ജയനെ 'ശരപഞ്ജര'ത്തിൽ നായകനാക്കി. കരുത്തുറ്റ പൗരുഷത്തിന്റെ പ്രതീകമായി ജയൻ. സിനിമയിറങ്ങി മൂന്ന് ദിവസംകൊണ്ട് ജയൻ സ്റ്റാറായി. അത്രമാത്രം സ്വീകാര്യത പ്രേക്ഷകരിൽ നിന്നുണ്ടായി.

കൂടെ വന്ന പാട്ടുകൾ

എന്റെ സിനിമകളിൽ പാട്ടുകൾക്കുള്ള പ്രാധാന്യത്തെ കുറിച്ച് പലരും ചോദിക്കാറുണ്ട്. കലയിലായാലും സാഹിത്യത്തിലായാലും ഓരോരുത്തരും ജനിച്ചുവളർന്ന അന്തരീക്ഷം, സംസ്കാരം, അഭിരുചി ഇതെല്ലാം ഒരു പരിധിവരെ ഒരു വ്യക്തിയിൽ പ്രതിഫലിക്കും. ജന്മസിദ്ധമായി സംഗീതത്തിൽ താത്പര്യമുള്ളതിനാൽ എന്റെ സിനിമകളിൽ ഞാൻ പാട്ടിന് പ്രാധാന്യം കൊടുക്കുകയായിരുന്നു. സിനിമ ഏഴുകലകൾ ചേർന്നതാണെന്നാണ് പറയുന്നത്. അതിലെ ഒരു പ്രധാനഭാഗം തന്നെയാണ് സംഗീതം. അത് നമുക്ക് മാറ്റിനിർത്താൻ കഴിയില്ല. സംഗീതത്തെക്കുറിച്ച് അടിസ്ഥാന വിവരമുള്ളതുകൊണ്ട് ചലച്ചിത്രത്തിൽ ഏതു വിധത്തിൽ ഏതു ഭാവത്തിലുള്ള സംഗീതം വേണമെന്ന് എനിക്ക് പറയാൻ കഴിയും. എന്റെ സിനിമകളിൽ തിരക്കഥയുടെ ഭാഗമായാണ് പാട്ടുകൾ ഉണ്ടാവുന്നത്. അസ്ഥാനത്ത് പാട്ടുകൾ ചേർക്കുന്ന പതിവെനിക്കില്ല. പാട്ടുകൾ ഒരു പാലം പോലെയാണ്. ആ പാലം കടന്നാലേ കഥ മുന്നോട്ടു പോവുകയുള്ളൂ. നമ്മൾ ഒരു പാട്ടെഴുതിയാൽ കഥയുമായി ബന്ധിപ്പിക്കണം. സംഗീതസംവിധായകന് പാട്ടിനെക്കുറിച്ച് മാത്രമേ അറിയൂ. കഥാംശം എവിടെ വന്നുനില്ക്കുന്നു, ഏതാണ് അതിന്റെ ടെമ്പോ എന്നത് സംവിധായകൻ പറഞ്ഞുകൊടുക്കണം. പൂർണമായ സിനിമ സംവിധായകന്റെ മനസ്സിലായിരിക്കും. അതുകൊണ്ട് കഥയിൽ ലയിപ്പിക്കുന്ന വിധത്തിലുള്ള സിറ്റ്വേഷൻസ് ഞാൻ തന്നെ പറഞ്ഞുകൊടുക്കുന്നു. അതിനനുസരിച്ചുള്ള പാട്ടിനെ അവരിൽനിന്നു ഞാൻ സാധിച്ചെടുക്കുന്നു.

33 സംഗീതസംവിധായകർ

ഓരോ സംഗീതസംവിധായകന്റെയും അഭിരുചി അറിയുക എനിക്ക് താത്പര്യമുള്ള കാര്യമാണ്. ഓരോരുത്തരും എങ്ങനെ സംഗീതത്തെ കൈകാര്യം ചെയ്യുന്നു, എത്രത്തോളം അവഗാഹമുണ്ട്, ഏതെല്ലാം രാഗങ്ങളാണ് ഉപയോഗിക്കുന്നത് ഇതെല്ലാം ഞാൻ ശ്രദ്ധിക്കാറുണ്ട്. പഠിക്കാൻ വേണ്ടിയാണ് വാസ്തവത്തിൽ ഇത്തരംപരീക്ഷണങ്ങൾ നടത്തുന്നത്. വ്യത്യസ്തത അനുഭവപ്പെടുകയും ചെയ്യും. ബാബുരാജിന്റെ ശൈലിയല്ല ദേവരാജൻ മാസ്റ്ററുടെത്. അതല്ല ദക്ഷിണാമൂർത്തിക്കുള്ളത്. എ ടി ഉമ്മറിന്റേത് വേറൊരു രീതിയാണ്. അർജുനൻ മാഷിന്റേത് മറ്റൊന്നാണ്. ഓരോരുത്തർക്കും വ്യത്യസ്തമായ താത്പര്യങ്ങളും ശൈലികളുമുണ്ട് സംഗീതത്തിൽ.

'സുജാത'യിൽ രവീന്ദ്രജെയിനാണ് സംഗീതസംവിധാനം നിർവഹിച്ചത്. കാളിദാസന്റെ കാവ്യഭാവന, താലിപ്പൂ പീലിപ്പൂ.... തുടങ്ങിയ പാട്ടുകൾ. 'ആരണ്യക'ത്തിൽ രഘുനാഥ് സേത്താണ് ചിട്ടപ്പെടുത്തിയത്. പ്രേം പൂജാരിയിൽ ദിൽ തോ പാഗൽ ഹേ ഫെയിം ഉത്തംസിംഗിനെയാണ് കൊണ്ടുവന്നത്. പഴശ്ശിരാജയിലെ പാട്ടുകൾ ഇളയരാജ ചിട്ടപ്പെടുത്തി.

വർഷങ്ങൾക്കു മുമ്പ് ഇളയരാജയും വൈദ്യനാഥനും എന്റെ സിനിമയിൽ പശ്ചാത്തലസംഗീതമൊരുക്കിയിട്ടുണ്ട്. അന്നദ്ദേഹം മ്യൂസിക് ഡയറക്ടറല്ല. സംഗീതസംവിധായകനായ ശേഷം ഇളയരാജ ഇന്ത്യൻ സിനിമയിൽ തന്നെ മാറ്റങ്ങൾ വരുത്തി. ആ സമയത്തൊന്നും അദ്ദേഹത്തെ സമീപിക്കാതിരിക്കുന്നത് എനിക്ക് പാട്ടു കമ്പോസ് ചെയ്യാൻ ധാരാളം സമയം വേണമെന്നതിനാലാണ്. എന്റെ സൗകര്യത്തിനും അഭിരുചിക്കനുസരിച്ചും സമയം ചെലവഴിക്കാൻ ഇളയരാജയ്ക്ക് കഴിയുമായിരുന്നില്ല. കാണുമ്പോഴൊക്കെ ഒന്നിച്ചൊരു സിനിമ ചെയ്യുന്നതിനെപ്പറ്റി അദ്ദേഹം പറയാറുണ്ടായിരുന്നു. അങ്ങനെയാണ് 'പഴശ്ശിരാജ'യിലേക്ക് വിളിച്ചത്. എത്ര സമയം വേണമെങ്കിലും ചെലവഴിക്കാൻ തയ്യാറാണെന്ന് രാജ പറഞ്ഞു. ഒന്നര മാസമെടുത്താണ് പഴശ്ശിരാജയിലെ പാട്ടുകൾ ചിട്ടപ്പെടുത്തിയത്.

എം ടി - ഹരിഹരൻ കെമിസ്ട്രി

എം ടി കോഴിക്കോട് തളിക്ഷേത്രത്തിനടുത്തുള്ള ട്യൂട്ടോറിയലിൽ പഠിപ്പിക്കുന്ന കാലത്താണ് അദ്ദേഹത്തെ ഞാൻ അറിയുന്നത്. എന്റെയൊരു കൂട്ടുകാരൻ എം ടിയുടെ ശിഷ്യനായിരുന്നു. എം ടി പഠിപ്പിക്കുന്നുണ്ട് എന്നറിഞ്ഞപ്പോൾ ഒന്നു പരിചയപ്പെടണമെന്ന ആഗ്രഹമുണ്ടായി എനിക്ക്. അദ്ദേഹത്തിന്റെ കഥകൾ വായിച്ചിട്ടുണ്ട്. അങ്ങനെ ഒരിഷ്ടം മനസ്സിലുണ്ടായിരുന്നു. ഞാൻ എം ടിയെ കാണാൻ പോയി. സുഹൃത്ത് എന്നെ പരിചയപ്പെടുത്തി. എം ടി അന്നും അധികമൊന്നും സംസാരിക്കുന്ന കൂട്ടത്തിലല്ല. ഒന്നോ രണ്ടോ വാക്ക് പറഞ്ഞു. ഒരധ്യാപകനും വിദ്യാർഥിയും തമ്മിലുള്ള കൂടിക്കാഴ്ച പോലെയേ അത് തോന്നിയുള്ളൂ.

മാനാഞ്ചിറയിൽ എം ടിയും മറ്റും സ്ഥിരമായി ഒത്തുകൂടുന്ന ഒരു ഒരിട മുണ്ടായിരുന്നു. ഇടയ്ക്ക് ഞാൻ അവിടെ പോകും. എം ടിയെ കാണു മ്പോൾ നമസ്കാരം പറയും.

എം ടിയുമായുള്ള സൗഹൃദത്തിന് തുടർച്ചയുണ്ടാകുന്നത് മദ്രാസിൽ വെച്ചാണ്. ഞാൻ മദ്രാസിലുണ്ടായിരുന്നപ്പോൾ മുറപ്പെണ്ണിന്റെ ചിത്രീ കരണവുമായി ബന്ധപ്പെട്ട് എം ടിയുമുണ്ടായിരുന്നു അവിടെ. സ്റ്റുഡിയോ കളിൽ വെച്ച് ഞങ്ങൾ കാണും. രണ്ടുപേരും അഭിവാദ്യം ചെയ്യും. ഒരേ നാട്ടുകാർ തമ്മിലുള്ള കൂടിക്കാഴ്ച പോലെയായിരുന്നു അത്.

സിനിമയിലെ ആദ്യ വർഷങ്ങളിൽ എം ടിയുടെ ലൈനായിരുന്നില്ല എന്റേത്. 1978വരെ കൊമേഴ്സ്യൽ സിനിമയായിരുന്നു ഞാൻ എടുത്തി രുന്നത്. അങ്ങനെയിരിക്കെ, ദാമോദരൻ മാഷാണെന്ന് തോന്നുന്നു, നിങ്ങൾ ഒരുമിച്ച് സിനിമ ചെയ്യണമെന്ന് പറയുന്നത്. എം ടിയും ഹരി ഹരനും ഒന്നിക്കുകയാണെങ്കിൽ ആ സിനിമ ഞാൻ നിർമിക്കാമെന്ന് പ്രിയ ദർശിനി ഫിലിംസിന്റെ ജോയി ഏല്ക്കുകയും ചെയ്തു. അങ്ങനെ എംടി യുടെ കഥ, ഇടവഴിയിലെ പൂച്ച മിണ്ടാപ്പൂച്ച സിനിമയാക്കാൻ തീരുമാനിച്ചു. ഈ വാർത്തയറിഞ്ഞ എല്ലാവർക്കും അദ്ഭുതമായിരുന്നു. എം ടിയും ഹരി ഹരനും സിനിമയെടുക്കുന്നു, അതൊന്നു കാണണമല്ലോ എന്ന പരിഹാസ രൂപത്തിലുള്ള പ്രതികരണവും ഉണ്ടായി. ആ പടം കലാപരമായി തന്നെ ഞാൻ നന്നായി ചെയ്തു. ജനങ്ങളെ പിടിച്ചിരുത്തുന്ന തിരക്കഥയായി രുന്നു എം ടിയുടേത്. സിനിമ കണ്ടപ്പോൾ എം ടിക്കും വളരെ തൃപ്തി യായി. അതൊരു പഠനമായിരുന്നു. സിനിമയെന്നത് ഉപരിപ്ലവമായിട്ടുള്ള ക്രാഫ്റ്റല്ല എന്ന് എം ടി തെളിയിച്ച സിനിമയായിരുന്നു ഇടവഴിയിലെ പൂച്ച മിണ്ടാപ്പൂച്ച. പിന്നീടങ്ങോട്ട് ഞങ്ങൾ കൂടുതൽ അടുത്തു. ഞാനും എം ടിയും തമ്മിലുള്ള സിനിമകൾ വേണമെന്ന് നിർമാതാക്കൾ തന്നെ ആവശ്യപ്പെടാൻ തുടങ്ങി. പഞ്ചാഗ്നി, നഖക്ഷതങ്ങൾ തുടങ്ങിയ സിനിമ കൾ ഞങ്ങളുടെ കൂട്ടുകെട്ടിലുണ്ടായി.

ഞാൻ കോഴിക്കോട്ടുള്ള കാലത്ത് എന്റെ മനസ്സിലെ സിനിമ സത്യ ജിത് റേ സിനിമ പോലുള്ളവയായിരുന്നു. റേ സിനിമകൾ കാണാൻ വേണ്ടി മാത്രം ബാംഗ്ലൂരിൽ പോയിട്ടുണ്ട് ഞാൻ. കൊമേഴ്സ്യൽ ചിത്ര ങ്ങളോട് വാസ്തവത്തിൽ എനിക്ക് പുച്ഛമായിരുന്നു. മദ്രാസിൽ പോയി സിനിമ പഠിച്ചപ്പോൾ പ്രാക്ടിക്കൽ വശങ്ങളെക്കുറിച്ച് മനസ്സിലായി. പണം മുടക്കുന്ന നിർമാതാവിന് അത് തിരിച്ചു കിട്ടിയില്ലെങ്കിൽ അയാൾ നഷ്ട ത്തിലാവുമെന്ന പഠനമുണ്ടായി. സിനിമ കല മാത്രമല്ല ബിസിനസ് കൂടി യാണ്. അതിന് മുതൽമുടക്കുണ്ട്. അത് തിരിച്ചു കിട്ടിയില്ലെങ്കിൽ നിർമാ താവ് തെരുവിൽ ഇറങ്ങേണ്ടി വരുമെന്ന ബോധ്യം വന്നപ്പോഴാണ് സത്യ ജിത് റേ സിനിമ പോലെയുള്ള ആഗ്രഹം മാറ്റിവെച്ച് കൊമേഴ്സ്യൽ രംഗത്ത് വന്നത്. ഒരു കോംപ്രമൈസ് എന്ന നിലയ്ക്കായിരുന്നു കലയും കച്ചവടവും ചേർന്നുള്ള സിനിമകൾ ചെയ്യാൻ തുടങ്ങിയത്. മനുഷ്യമനസ്സിനെ നമുക്ക് കൈയിലെടുക്കാൻ പറ്റിയാൽ അതിൽ

കലയും കച്ചവടവും എല്ലാം ഉൾക്കൊള്ളിക്കാമെന്ന വിശ്വാസമുണ്ടായി. അങ്ങനെയുള്ള മാറ്റമാണ് ഞാനും എം ടിയും ചേർന്നുള്ള സിനിമകളിലൂടെ ഉണ്ടായത്. എന്ത് കഥകിട്ടിയാലും സിനിമ ചെയ്യുന്ന രീതി ഞാൻ വിട്ടു. കൂലിപ്പണി പോലെ സിനിമചെയ്യാൻ പറ്റില്ല എന്ന തിരിച്ചറിവുണ്ടായി. തുടർച്ചയായി പടംചെയ്യുന്ന രീതി മാറ്റി. പലരും ചോദിക്കാറുണ്ട് എന്തുകൊണ്ടാണ് ഇടവേളയെന്ന്. നല്ലൊരു പ്രമേയം കിട്ടാതെ സിനിമയാക്കാറില്ല ഞാനും എം ടിയും. പഴശ്ശിരാജയും പെട്ടെന്നുണ്ടായതായിരുന്നില്ല. വടക്കൻ വീരഗാഥ ചെയ്യുന്ന സമയം തൊട്ട് മനസ്സിലുണ്ടായിരുന്ന ആശയമാണ്. അപ്പോഴാണ് ഐ വി ശശി 1921 തുടങ്ങിയത്. അതും സ്വാതന്ത്ര്യസമരവുമായി ബന്ധപ്പെട്ടുള്ളതാണ്. ഞങ്ങൾ ആലോചിച്ചതും അത്തരമൊന്നുതന്നെ. അതോടെ പിന്നീട് ആകാമെന്ന് വച്ചു. വേണ്ടത്ര പരിഗണിക്കാതെ പോയ പഴശ്ശിരാജയുടെ ചരിത്രം രേഖപ്പെടുത്തണം. ഞങ്ങൾ ചെയ്തില്ലെങ്കിൽ ആരും ചെയ്യില്ല എന്ന ബോധ്യമാണ് ആ സിനിമയിലെത്തിച്ചത്.

എം ടി - ഹരിഹരൻ വിജയരഹസ്യം

ഞങ്ങൾ ഒരുമിച്ച് വർക്ക് ചെയ്യുമ്പോൾ ചില ഗുണങ്ങളുണ്ട്. സിനിമയ്ക്കും അത് നന്മയായി ഭവിക്കാറുണ്ട്. എം ടിയും ഞാനും ജനിച്ചുവളർന്ന അന്തരീക്ഷം ഒരേ തരത്തിലുള്ളതായതുകൊണ്ട് അദ്ദേഹം പറയുന്ന കഥാപാത്രങ്ങളും കഥാസന്ദർഭങ്ങളും എനിക്ക് പെട്ടെന്ന് ഉൾക്കൊള്ളാൻ കഴിയും. കഥാചർച്ചയ്ക്കിടെ എന്തെങ്കിലും പറഞ്ഞാൽ അത് അദ്ദേഹം അംഗീകരിക്കണമെന്നില്ല. നമുക്ക് സ്റ്റഫ് ഉണ്ട് എന്ന് തോന്നിയാലേ എം ടി ചർച്ചയ്ക്ക് തയ്യാറാകൂ. അല്ലെങ്കിൽ ചർച്ചവേണ്ട എന്ന് പറയും. എം ടി പറയുന്ന കഥ ആലോചിച്ച് പഠിച്ചിട്ടാണ് നമ്മൾ പറയുന്നതെന്ന് തോന്നിയാൽ നല്ല അഭിപ്രായങ്ങളാണെങ്കിൽ സ്വീകരിക്കും. ഇങ്ങനെ ചർച്ച ചെയ്ത് വന്ന അവസരത്തിൽ അദ്ദേഹത്തിന് തോന്നിക്കാണും ഹരിഹരൻ എന്തെങ്കിലുമൊക്കെ വായിച്ചിട്ടും പഠിച്ചിട്ടുമുണ്ട് എന്ന്. അങ്ങനെയാണ് ഞങ്ങളുടെ കൂട്ടുകെട്ട് തുടരുന്നത്. എം ടി കഥ പറയുമ്പോൾ ഒരുപാട് മഹാഭാരതമൊന്നും പറയില്ല. ഒന്നോ രണ്ടോ വാചകങ്ങളേ പറയൂ ഒരു തീമിനെപ്പറ്റി. അത് ഉൾക്കൊള്ളാൻ നമുക്ക് കഴിയണം. സിനിമയായിട്ട് വരുമ്പോൾ, എം ടി എഴുതിവരുമ്പോൾ എങ്ങനെയായിരിക്കുമെന്ന് വിഭാവനംചെയ്യാൻ കഴിഞ്ഞാലേ എം ടിയുടെ കൂടെ വർക്ക് ചെയ്യാൻ പറ്റൂ. എം ടിയുടെ അകത്തുള്ള സിനിമ എനിക്ക് മനസ്സിലാകും. പരസ്പരധാരണ. ഈഗോ ഇല്ല. നല്ല കാര്യങ്ങൾ പറഞ്ഞാൽ എം ടി സ്വീകരിക്കും. ഇനി പറ്റില്ലാന്ന് പറഞ്ഞാൽ എനിക്ക് വിഷമവും ഇല്ല.

ദേവരാജൻ എന്റെ പ്രിയ സംഗീതകാരൻ

എന്റെ ഇഷ്ടങ്ങളോട് ഏറ്റവും അടുത്തുനില്ക്കുന്ന സംഗീതസംവിധായകൻ ആരാണെന്ന് പലരും ചോദിക്കാറുണ്ട്. ദേവരാജൻ മാസ്റ്ററുടെ

സംഗീതമാണ് അങ്ങനെ പറയാൻ പറ്റുന്നത്. സിനിമാസംഗീതത്തെ സംബന്ധിച്ചിടത്തോളം എക്സ്പ്രഷൻസ് കൊടുക്കൽ പ്രധാനഘടകമാണ്. വരികളുടെ അർഥം മനസ്സിലാക്കി, സിറ്റ്വേഷന്റെ ഭാവം എന്താണ് എന്നൊക്കെ നോക്കി നിർവഹിക്കണം. ദേവരാജൻ മാസ്റ്ററുടെ പഴയ പാട്ടുകൾ എടുത്തുനോക്കു. തുലാഭാരം, അശ്വമേധം, നദി പോലെയുള്ളവ ഉദാഹരണം. ഇതിലുള്ള ഓരോ പാട്ടിനും ഓരോ ഭാവമുണ്ട്. റൊമാൻസുണ്ട്, തീവ്രമായിട്ടുള്ള അനുരാഗമുണ്ട്, ദുഃഖമുണ്ട്, ഭക്തിയുണ്ട്. ഇത്തരം എക്സ്പ്രഷൻ കൊടുക്കുന്നതിൽ ഇന്ത്യൻ സംഗീതജ്ഞരിൽ വിദഗ്ധനായിരുന്നു നൗഷാദ്. അതേ ഗ്രേഡിൽ ദക്ഷിണേന്ത്യയിൽ എനിക്ക് തോന്നിയത് ദേവരാജൻ മാസ്റ്ററെയാണ്. അദ്ദേഹത്തിന്റെ പാട്ടുകളെ പഠിച്ചിട്ടാണ് ഞാനിത് പറയുന്നത്.

എന്റെ 'രാജഹംസം' എന്ന പടത്തിന് ദേവരാജൻ മാസ്റ്റർ ഈണം നല്കിയ 'സന്ന്യാസിനീ നിൻ പുണ്യാശ്രമത്തിൽ ഞാൻ...' എന്ന ഗാനം നോക്കുക. വളരെ സൂക്ഷ്മതയോടെയാണ് മാസ്റ്റർ പാട്ടുകൾ ക്രമപ്പെടുത്താറ്. ആദ്യം തിരക്കഥ വായിക്കും. ഇപ്പോൾ അങ്ങനെ വായിക്കുന്ന സംഗീതസംവിധായകരുണ്ടോ എന്നറിയില്ല. കഥ മനസ്സിലാക്കി അതിന്റെ സിറ്റ്വേഷൻ ചോദിക്കും. പാട്ടിന് പറ്റിയ അവസ്ഥയല്ലെങ്കിൽ അത് പറയും. പാട്ടുകൾ എഴുതി വാങ്ങി അതിൽ കവിത പോരെങ്കിൽ അതും പറയും. കവിതയിൽ വലിയ ഗ്രാഹ്യമുള്ള ആളായിരുന്നു അദ്ദേഹം. അർഥം മനസ്സിലാക്കി വാക്കുകളെയും അക്ഷരങ്ങളെയും വിശകലനം ചെയ്താണ് എക്സ്പ്രഷൻസ് കൊടുക്കുക. അത് പാട്ടുകൾ കേൾക്കുമ്പോൾ മനസ്സിലാവും. അശ്വമേധത്തിലെ ഒരു പാട്ടുണ്ട്,

ഏഴുസുന്ദരരാത്രികൾ.. ഏകാന്തസുന്ദര രാത്രികൾ..

വിവാഹത്തിന് ഏഴുദിവസമേയുള്ളൂ. ആ പ്രതീക്ഷയുമായിട്ടിരിക്കുന്ന ഒരു പെൺകുട്ടിയുടെ മനസ്സ് പാട്ടിൽ അറിയാനാവും. ഓരോ സ്വരസ്ഥാനങ്ങൾ വന്നു നില്ക്കുമ്പോഴും ആ പ്രതീക്ഷയുടെ ഫീൽ ഉണ്ടാകുന്നുണ്ട്.

സിറ്റ്വേഷൻ മനസ്സിലാക്കി ആ ഭാവം അനുവാചകരിലേക്ക് പകരുന്നതിൽ വിദഗ്ധനായിരുന്നു മാസ്റ്റർ.

പരീക്ഷണമായി സർഗവും നഖക്ഷതങ്ങളും

സംഗീതം അപഥസഞ്ചാരം നടത്തുന്ന കാലത്താണ് ഞാൻ 'സർഗം' എടുക്കുന്നത്. അക്കാലത്ത് കുറെപേർക്ക് ചാടിക്കളിക്കാനുള്ളതായിരുന്നു പാട്ടുകൾ. അന്ന് നിർമാതാക്കളും സംവിധായകരും പറയുമായിരുന്നു, ജനങ്ങളുടെ അഭിരുചി അത്തരം സംഗീതമാണെന്ന്. ഇതാണോ ജനങ്ങളുടെ ടേയ്സ്റ്റ്, ഇതല്ലാത്ത വേറെയും ഇല്ലേ. അതൊന്ന് പരീക്ഷിക്കണമെന്ന് എനിക്കു തോന്നി. അങ്ങനെയാണ് 'സർഗ'ത്തിന്റെ പിറവി. ക്ലാസിക്കലായിട്ടാണ് അതിലെ എല്ലാ പാട്ടുകളും ചിട്ടപ്പെടുത്തിയത്.

സംഗീതം കൊണ്ട് പല പരീക്ഷണങ്ങളും നടത്തുന്നത് സംബന്ധിച്ച ഒരു ലേഖനം ആയിടയ്ക്ക് ഞാൻ വായിക്കാനിടയായി. സംഗീതം കൊണ്ട് പ്രഷർ കുറയ്ക്കാം, ഒരു ചെടിയിൽപ്പോലും മാറ്റങ്ങളുണ്ടാക്കാം എന്നെല്ലാം വിശദീകരിച്ചിരുന്നു അതിൽ. 'സർഗ'ത്തിലെ നായികയ്ക്കും ന്യൂറോയുമായി ബന്ധപ്പെട്ട അസുഖമാണ്. രക്തസമ്മർദത്തിൽ അത് ഏറ്റക്കുറച്ചിലുണ്ടാക്കുന്നു. പ്രഷറിലെ മാറ്റം നാഡികളിലും വ്യതിയാനമുണ്ടാക്കുന്നു. ഇത് മനസ്സിലാക്കിയാണ് പാട്ടിലൂടെ കിട്ടുന്ന ശരീരത്തിന്റെ മാറ്റം ഞാൻ 'സർഗ'ത്തിൽ അവതരിപ്പിച്ചത്. അതായിരുന്നു ആ സിനിമയുടെ ഹൈലൈറ്റ്. പടം കണ്ട പലരും അന്നെന്നെ കളിയാക്കി. ഇനി ആശുപത്രിയിലൊന്നും പോവേണ്ട, പാട്ടുകേൾപ്പിച്ചാൽ മതിയല്ലോ എന്നൊക്കെ പറഞ്ഞു. പക്ഷേ, കോഴിക്കോട്ടു നിന്ന് ഡോ. സി കെ രാമചന്ദ്രൻ എന്നെ വിളിച്ചു. ഇതെങ്ങനെ നിങ്ങൾക്ക് മനസ്സിലായെന്നു ചോദിച്ചു. അതിനെക്കുറിച്ച് എഴുതുകയും ചെയ്തു അദ്ദേഹം.

'സർഗ'ത്തിന്റെ വിജയത്തോടെ എനിക്കു ഒരു കാര്യം മനസ്സിലായി. നിർമാതാക്കൾ ചുമ്മാ പറയുന്നതാണെന്ന്. ഇതാണ് ആളുകൾക്ക് വേണ്ടത്, അതുകൊണ്ട് ഇത് കൊടുക്കുന്നു എന്നു പറയുന്നത് ഒരു തരം രക്ഷപ്പെടലാണ്. നല്ല സിനിമയും നല്ല സംഗീതവും ആസ്വദിക്കുന്ന ഒരു വിഭാഗം ആളുകളുണ്ട്. നമ്മൾ പുതുതായി എന്തെങ്കിലും കണ്ടുപിടിച്ച് ജനങ്ങളെക്കൊണ്ട് അംഗീകരിപ്പിക്കുകയാണ് വേണ്ടത്. അല്ലാതെ ജനങ്ങൾ പോകുന്ന വഴിക്കു പോയി ഇതാണ് അവരുടെ ആവശ്യം എന്നു പറയലല്ല. നമ്മുടെ ചിന്തകളിലേക്കും പറയാനുള്ള കാര്യങ്ങളിലേക്കും പ്രേക്ഷകരെ കൊണ്ടുവരണം. അങ്ങനെയൊരു പടമായിരുന്നു 'പഞ്ചാഗ്നി'യും.

ഇതു പോലെതന്നെയായിരുന്നു 'നഖക്ഷതങ്ങൾ' എടുത്തപ്പോഴുള്ള അവസ്ഥയും. 85-87 കാലഘട്ടത്തിലാണിത്. പാട്ടുകളുണ്ടെങ്കിൽ ജനങ്ങൾ എഴുന്നേറ്റു പോകുമെന്നായിരുന്നു വിതരണക്കാരും നിർമാതാക്കളും പറഞ്ഞിരുന്നത്. ഒഴുക്കിനെതിരെ പോകുകയെന്നത് എനിക്ക് താത്പര്യമുള്ള കാര്യമാണ്. ഒഴുക്കിനെതിരെ പോയാൽ ആളുകൾ ശ്രദ്ധിക്കും, തരക്കേടില്ലെന്ന് പറയും. പരാജയപ്പെട്ടാലും വിരോധമില്ല. സിനിമയിൽ പാട്ടുകൾ വെക്കരുത് എന്ന് പറയുന്ന അക്കാലത്ത് ഞാൻ 'നഖക്ഷതങ്ങളി'ൽ ഏഴു പാട്ടുകൾ ഉൾപ്പെടുത്തി. സിനിമ റിലീസ് ചെയ്ത ദിവസം ഞാൻ തിയേറ്ററിൽ പോയിനോക്കി. ഒരാളും എഴുന്നേറ്റു പോകുന്നത് കണ്ടില്ല. അതിലെ വരികൾ, സംഗീതം അത് ഇമ്പമുള്ളതായിരുന്നു. യോജിച്ച സന്ദർഭത്തിലായിരുന്നു ഓരോ ഗാനവും. പടം സൂപ്പർ ഹിറ്റായി. 'നഖക്ഷതങ്ങ'ളുടെ വിജയം മലയാള സിനിമയിൽ പാട്ടുകളുടെ പുനർജന്മം കൂടിയായി.

പ്രണയജോടികൾ വിനീതും മോനിഷയും

'പഞ്ചാഗ്നി'യുടെ ഒരുക്കങ്ങൾ നടക്കുമ്പോൾ തന്നെ സ്വന്തമായൊരു പടം എന്ന ആലോചന എന്റെ മനസ്സിലുണ്ടായിരുന്നു. വലിയ താരനിരയൊന്നുമില്ലാതെ കുറഞ്ഞ ബജറ്റിൽ ഒരു ചിത്രം. കഥയുടെ കാര്യത്തിലും

ധാരണയുണ്ടായിരുന്നു. ഇളംപ്രായത്തിലുള്ള രണ്ടുപേരുടെ പ്രണയം. പ്രണയത്തെക്കുറിച്ച് ഗൗരവമായി ചിന്തിക്കാനുള്ള പ്രായമാകാത്ത ഒരാൺകുട്ടിയും പെൺകുട്ടിയും പരസ്പരം ഇഷ്ടപ്പെടുന്നു. എം ടിയോട് ഞാൻ എന്റെ മനസ്സിലുള്ള ഈ കഥ പറഞ്ഞു. ആലോചിക്കാമെന്ന് എം ടി ഏറ്റു. കുറച്ചു നാളുകൾക്ക് ശേഷം കാണുമ്പോൾ എം ടി കഥയുടെ ഏകദേശ രൂപം മെനഞ്ഞിരുന്നു. കുട്ടിയായിരിക്കെ ഗുരുവായൂരമ്പലത്തിലേക്ക് മുത്തശ്ശിയോടൊപ്പം ഭജനമിരിക്കാൻ പോയ സംഭവം എം ടിയോട് മുമ്പൊരിക്കൽ ഞാൻ പറഞ്ഞിരുന്നു. അതിൽ നിന്നാണ് എം ടി കഥയുടെ ത്രഡ് കണ്ടെത്തിയത്. ഒരു വൃദ്ധയുടെ സഹായിയായി വരുന്ന പതിന്നാലുകാരി. അറുപിശുക്കനായ കാരണവരോടൊപ്പമെത്തുന്ന പതിനാറുകാരൻ. ക്ഷേത്രനടയിൽ വെച്ച് അവർ കണ്ടുമുട്ടുന്നു. അതൊരു പ്രണയമായി പരിണമിക്കുന്നു. അവർ കുട്ടിക്കളിപോലെ തുടങ്ങിവെക്കുന്ന പ്രണയത്തിൽ ആഹ്ലാദവും ദുഃഖവും കലരുന്നു. കഥ കേട്ടപ്പോഴേ എനിക്ക് ഇഷ്ടമായി. നഖക്ഷതങ്ങൾ എന്ന് പടത്തിന് പേരിടുകയും ചെയ്തു.

കഥാപാത്രങ്ങൾക്ക് യോജിച്ച മുഖങ്ങളെ തേടലായി അടുത്ത ഘട്ടം. എം ടിയാണ് വിനീതിനെക്കുറിച്ച് പറഞ്ഞത്. എം ടിയുടെ ഭാര്യ സരസ്വതി ടീച്ചറുടെ കീഴിൽ വിനീത് നൃത്തംപഠിച്ചിരുന്നു. കോഴിക്കോട്ടെ വ്യാപാരിയായ കെ ടി രഘുനാഥിന്റെ ജ്യേഷ്ഠന്റെ മകനാണ്. അച്ഛൻ കെ ടി രാധാകൃഷ്ണൻ പ്രമുഖനായ വക്കീലാണ്. രണ്ടു വർഷം സ്കൂൾ യുവജനോത്സവത്തിൽ നൃത്തം ചെയ്ത വിനീതിനെ കഥയിലെ രാമുവാക്കാം. വിനീതിനെ നേരിട്ടുകണ്ടപ്പോൾ അയാൾ തന്നെ മതിയെന്ന് എനിക്കും ബോധ്യമായി.

പതിന്നാലു കഴിഞ്ഞ നായികയെയാണ് ഇനി വേണ്ടത്. എം ടി തന്നെ അതിനും വഴി കണ്ടെത്തി. നടിയും നർത്തകിയുമായ പത്മിനി പ്രിയദർശിനിയുടെ കീഴിൽ നൃത്തം പഠിച്ചൊരു പെൺകുട്ടി ആയിടയ്ക്ക് കോഴിക്കോട് അരങ്ങേറ്റം നടത്തിയിരുന്നു. ആ പരിപാടി കാണാൻ സരസ്വതി ടീച്ചർ പോയിരുന്നു. ശ്രീദേവിയുടെയും ഉണ്ണിയുടെയും മകളാണ്. പേര് മോനിഷ. ശ്രീദേവി ഉണ്ണിയുടെ കുടുംബവുമായി എം ടിക്ക് നല്ല പരിചയവും ഉണ്ട്. കലയോട് ആഭിമുഖ്യമുള്ള കുടുംബം. എം ടി തന്നെ മോനിഷയെയും ഉണ്ണിയെയും ശ്രീദേവിയെയും ചെന്നൈയിലേക്ക് വിളിപ്പിച്ചു. അവർ പാംഗ്രൂവ് ഹോട്ടലിൽ വന്നു. അച്ഛന്റെ പിറകിൽ നിൽക്കുന്ന നാണംകുണുങ്ങിയായ ഒരു പെൺകുട്ടി. അതിമനോഹരമായി ചിരിക്കുന്ന കുട്ടി. ബാംഗ്ലൂരിലെ ബിഷപ്പ് കോട്ടൺ കോൺവെന്റ് സ്കൂളിൽ ഏഴാം ക്ലാസിൽ പഠിക്കുകയാണ്.

അവരെ കഥ പറഞ്ഞു കേൾപ്പിച്ചത് ഞാനാണ്. ക്ലാസ് നഷ്ടപ്പെടാതെ ഷൂട്ടിങ് നടത്താമെന്ന് ഞാൻ വാക്കുംകൊടുത്തു. അഭിനയിക്കാൻ മോനിഷയ്ക്ക് താത്പര്യമായിരുന്നു. ഒരുകാര്യത്തിൽ ചെറിയൊരു പേടിയുമുണ്ടായിരുന്നു- വലിയ പ്രേമരംഗങ്ങൾ ഉണ്ടാകുമോ എന്നതിൽ. അങ്ങനെയുണ്ടാവില്ലെന്ന് തിരക്കഥാകൃത്തുകൂടിയായ എം ടി പറഞ്ഞതോടെ അതു

മാറി. ഗുരുവായൂരും ചെറുതുരുത്തിയിലുമായിരുന്നു ഷൂട്ടിംഗ്. ചെറുതുരുത്തിക്കടുത്തുള്ള പൈങ്കുളത്താണ് മോനിഷയുടെ അച്ഛൻ ഉണ്ണിയുടെ തറവാട്. അതും അവർക്ക് സൗകര്യമായി. വിനീതും ഉണ്ണിയും നന്നായി ആ വേഷങ്ങൾ ചെയ്തു. ഷൂട്ടിംഗ് അവസാനിക്കുന്ന ദിവസം ഒരു കവർ മോനിഷയ്ക്ക് കൊടുക്കാനായി എം ടിയെ ഞാൻ ഏല്പിച്ചു.

നഖക്ഷതങ്ങളുടെ റഷസ് കണ്ടപ്പോൾ എല്ലാവർക്കും തൃപ്തിയായി. പുതുതാരങ്ങളായ മോനിഷയുടെയും വിനീതിന്റെയും സലീമയുടെയും അഭിനയമാണ് എല്ലാവരെയും കൂടുതൽ ആകർഷിച്ചത്. വീനിതിന്റെയും മോനിഷയുടെയും ചലച്ചിത്രജീവിതം അവിടം മുതൽ തുടങ്ങുകയായിരുന്നു.

ബോംബെ രവിയെ കണ്ടെത്തിയ കഥ

മെലഡി തിരിച്ചുകൊണ്ടു വരണമെന്ന ആഗ്രഹത്തിൽ നിന്നാണ് മുംബൈയിലെ ഏതെങ്കിലും സംഗീതസംവിധായകനെ മലയാളത്തിലേക്ക് കൊണ്ടുവരണമെന്ന ചിന്ത എന്നിലുണ്ടായത്. അവിടെയുള്ള സംഗീതജ്ഞരെല്ലാം വലിയ പ്രതിഫലം വാങ്ങുന്നവരാണെന്ന് കേട്ടിരുന്നു. എങ്കിൽ രണ്ടു സിനിമകളിലെ ഗാനങ്ങൾ ഒന്നിച്ചുചെയ്യിക്കാമെന്ന് ആലോചിച്ചു. എം ടിയെ വിളിച്ചു. മുംബൈയിലെത്തുമ്പോൾ രണ്ട് സംഗീതജ്ഞരാണ് ഞങ്ങൾ രണ്ടുപേരുടെയും മനസ്സിലുണ്ടായിരുന്നത്- നൗഷാദും ഖയ്യാമും. എന്റെ ചില സുഹൃത്തുക്കൾ മുഖേന നൗഷാദുമായി ബന്ധപ്പെട്ടു. നിശ്ചയിച്ച പ്രകാരം ഞാനും എം ടിയും അദ്ദേഹത്തിന്റെ വീട്ടിൽ പോയി. വലിയ വീടിന്റെ രണ്ടാം നിലയിൽ വെച്ചായിരുന്നു ആ സംഗീത ചക്രവർത്തിയുമായുള്ള കൂടിക്കാഴ്ച. വിനയമുള്ള മനുഷ്യൻ. നിറഞ്ഞ സ്നേഹത്തോടെ ഞങ്ങളോട് പെരുമാറി. ചായയും പലതരം വിഭവങ്ങളും തന്ന് സത്ക്കരിച്ചു.

ചായയ്ക്ക് ശേഷം ഞങ്ങൾ വിഷയം അവതരിപ്പിച്ചു: "എട്ടു പാട്ടുകൾ വേണം."

"എത്ര സമയം തരും നിങ്ങൾ?" അദ്ദേഹം ഞങ്ങളോടു ചോദിച്ചു.

"ഷൂട്ടിങ്ങിനുള്ള എല്ലാ ഒരുക്കങ്ങളും ചെയ്തു കഴിഞ്ഞിട്ടുണ്ട്. അതുകൊണ്ട് ഒരു മാസത്തിനകം വേണ്ടിവരും". ഞാൻ പറഞ്ഞു.

"എനിക്ക് ഒരു പാട്ട് കംപോസ് ചെയ്യാൻ തന്നെ ഒരു മാസം വേണം. അതിനാൽ എന്നോട് ക്ഷമിക്കുക. മലയാളത്തിൽ പാട്ടുചെയ്യാൻ ആഗ്രഹമില്ലാഞ്ഞിട്ടല്ല. പക്ഷേ, ഇത്ര ചെറിയ സമയത്തിനുള്ളിൽ ചെയ്യാനാവില്ല"- നൗഷാദ് വിനയത്തോടെയാണ് സംസാരിച്ചത്.

ഇനി അന്വേഷിക്കാനുള്ളത് ഖയ്യാമിനെയാണ്. അദ്ദേഹം ആ സമയം പുറത്തെവിടെയോ പോയിരിക്കുകയാണ്. രണ്ടു മാസം കഴിഞ്ഞേ തിരിച്ചെത്തൂ. അതുവരെ കാത്തിരിക്കാനും വയ്യ.

ഇനിയെന്ത് എന്ന് ചിന്തിക്കുമ്പോഴാണ് മുംബൈക്കാരനായ എന്റെ ചങ്ങാതി പറഞ്ഞത്- "നിങ്ങൾക്ക് രവിയെ വിളിച്ചുകൂടേ? അദ്ദേഹത്തിന് ഇപ്പോൾ പടമൊന്നും ഇല്ല."

രവി എന്ന് പറഞ്ഞ ആളെ പെട്ടെന്ന് ഞങ്ങൾക്ക് പിടികിട്ടിയില്ല.

സുഹൃത്ത് വിശദീച്ചു- "ബി ആർ ചോപ്രയുടെ പല പടങ്ങളുടെയും സംഗീതസംവിധാനം നിർവഹിച്ചത് രവിയാണ്. ചൗദ്‌വിൻ കാ ചാന്ദ് അദ്ദേഹം സംഗീതം നിർവഹിച്ച പടമാണ്."

മുഹമ്മദ് റഫി പാടിയ ചൗദ്‌വിൻ കാ ചാന്ദ് എന്ന ഗാനം എം ടിക്ക് വളരെ പ്രിയപ്പെട്ട ഒന്നാണ്. ഞാനും പലപ്പോഴും മൂളിനടന്നിട്ടുണ്ട് ഈ ഗാനം. അത്ര മനോഹരമായ മെലഡിയാണ്. ഈ പാട്ട് ചിട്ടപ്പെടുത്തിയ രവിയെ കാണാൻ അപ്പോൾ തന്നെ ഞാൻ ആഗ്രഹിച്ചു.

ഞങ്ങൾ രവിയെ പോയിക്കണ്ടു. ഹിന്ദിയല്ലാത്ത ഭാഷകളിൽ പാട്ടൊരുക്കാൻ അദ്ദേഹത്തിന് വലിയ താത്പര്യമില്ല. രണ്ട് കാരണങ്ങളുണ്ടായിരുന്നു അതിന്- കുറഞ്ഞ പ്രതിഫലവും വളരെ കുറച്ചുപേരിലേക്കേ സംഗീതം എത്തൂ എന്നതും.

ഈ സമയത്ത് എം ടി ഇടപെട്ടു- "ഇന്ത്യൻ സിനിമ യിൽ മലയാളത്തിന് വലിയൊരു സ്ഥാനമുണ്ട്. സലിൽ ചൗധരി കേരളത്തിൽ വന്ന് മ്യൂസിക് ചെയ്തിട്ടുണ്ട്.."

ഉഷാഖന്ന വന്ന കാര്യം ഞാനും അനുസ്മരിച്ചു. എല്ലാം കേട്ട രവി വരാമെന്ന് സമ്മതിച്ചു.

രവി സാബ് എന്നാണ് ഞാൻ അദ്ദേഹത്തെ വിളിച്ചത്. എം ടി അടക്കം എല്ലാവരും അതുതന്നെ വിളിക്കാൻ തുടങ്ങി. ഒ എൻ വിയും രവിയും അടുത്തതോടെ കാര്യങ്ങൾ എളുപ്പമായി. കവിതയുടെ അർഥം മനസ്സിൽ കയറിയാൽ രവിക്കൊരു സ്വഭാവമുണ്ട്. അദ്ദേഹം സന്തോഷവാനായി കൈകൂപ്പും. ആ മുഖത്തൊരു പ്രകാശം മിന്നിമറയും.

ചിത്രീകരണകാര്യങ്ങൾ ഞാൻ രവിയെ വിശദീകരിച്ച് കേൾപ്പിക്കും. ഗുരുവായൂർ ക്ഷേത്രത്തിൽ രാവിലെ നട തുറന്നതു മുതൽ വൈകിട്ട് നടയടയ്ക്കുന്നതുവരെയുള്ള സംഗീതം. ചെണ്ട, ഇടയ്ക്ക, കൊമ്പ്, കുഴൽ തുടങ്ങിയ വാദ്യങ്ങളുടെ സംഗീതമെല്ലാം റെക്കോഡ് ചെയ്ത് അദ്ദേഹത്തെ കേൾപ്പിച്ചു. അത് മനസ്സിലാക്കിയാണ് അദ്ദേഹം സംഗീതം നിർവഹിച്ചത്. അങ്ങനെ മനോഹരങ്ങളായ പാട്ടുകൾ രവി കോർത്തൊരുക്കാൻ തുടങ്ങി.

പത്രക്കുറിപ്പുകളിലും നോട്ടീസിലും സംഗീതസംവിധായകന്റെ പേരു കൊടുക്കാൻ നേരം ചെറിയൊരു കൺഫ്യൂഷൻ. രവി എന്ന് എഴുതിയാൽ സംഗീതസംവിധായകൻ രവീന്ദ്രനാണെന്ന് തെറ്റിദ്ധരിക്കാൻ സാധ്യതയുണ്ട്. രവി (ബോംബെ) എന്നു വെച്ചാൽ കുഴപ്പമില്ല. അങ്ങനെ തന്നെ നോട്ടീസുകളിൽ പേരുവച്ചു. തുടർന്നും അദ്ദേഹം എന്റെ ചിത്രങ്ങളിൽ പാട്ടൊരുക്കാൻ വന്നു. ഒരു വടക്കൻ വീരഗാഥ, സർഗം, പരിണയം, മയൂഖം

അങ്ങനെ പല സിനിമകൾ. എത്ര തവണ ട്യൂൺ മാറ്റുന്നതിലും ഒരു വിഷമവും ഉണ്ടായിരുന്നില്ല രവിക്ക്. മറ്റു സംവിധായകരും പിന്നീട് അദ്ദേഹത്തെ വിളിക്കാൻ തുടങ്ങി. മലയാളത്തിൽ ആര് വിളിച്ചാലും അദ്ദേഹം എന്നോട് അഭിപ്രായം ചോദിക്കുമായിരുന്നു. അങ്ങനെ മലയാളികൾക്ക് പ്രിയങ്കരനായ ബോംബെ രവിയായിത്തീർന്നു അദ്ദേഹം.

ഒരു വടക്കൻ വീരഗാഥ

വടക്കൻപാട്ടുകളുമായി ബന്ധപ്പെട്ടൊരു സിനിമ എന്ന ആശയം ആദ്യമായി എന്റെ മനസ്സിലേക്കിട്ടത് പ്രേംനസീറാണ്. ഉദയാ സ്റ്റുഡിയോ നിർമിച്ച വടക്കൻ പാട്ടുചിത്രങ്ങളിൽ നിന്ന് വ്യത്യസ്തമായൊരു പടം. അതായിരുന്നു ആശയം. എന്നാൽ ആ സമയത്തൊന്നും അതു നടന്നില്ല. വർഷങ്ങൾക്കു ശേഷം ഞാനും എം ടിയും സ്വാതന്ത്ര്യസമരവുമായി ബന്ധപ്പെട്ട് ഒരു പടം ചെയ്യുന്നതിനെ കുറിച്ച് ആലോചന തുടങ്ങി. പി വി ഗംഗാധരൻ നിർമിക്കാൻ തയ്യാറായി. പഴശ്ശിരാജയെ കുറിച്ചൊരു സിനിമയായിരുന്നു ഞങ്ങളുടെ മനസ്സിൽ. ഇതേ സമയത്താണ് ഐ വി ശശി 1921 എടുക്കുന്നു എന്നറിഞ്ഞത്. അതും സ്വാതന്ത്ര്യസമരവുമായി ബന്ധപ്പെട്ടതാണ് എന്നതിനാൽ പഴശ്ശിരാജ ഉടനെ വേണ്ടെന്ന തീരുമാനത്തിലെത്തി ഞങ്ങൾ. മറ്റൊരു കഥ ആലോചിച്ചു. എം ടി ഒരാശയം പറഞ്ഞു – വടക്കൻ പാട്ട് വ്യത്യസ്തമായൊരു രീതിയിൽ പറയുന്നൊരു ചിത്രം! പാട്ടുകളിൽ കേട്ട ചതിയനായ ചന്തുവിനെ ആ ഇമേജിൽ നിന്നു മാറ്റി നായകനായി പ്രതിഷ്ഠിക്കുന്നു. ചർച്ചതുടർന്നപ്പോൾ ഇങ്ങനെയൊരു ചിത്രത്തിന്റെ സാധ്യത ഞങ്ങളെ ആകർഷിച്ചു. എം ടി എഴുത്തു തുടങ്ങി. അക്കാലത്തെ കളരിസംസ്കാരം, ഭാഷാരീതി, ആചാരങ്ങൾ എല്ലാം കൊണ്ടുവരുന്ന രീതിയിലാണ് തിരക്കഥ തയ്യാറാക്കിയത്. തിരക്കഥ വായിച്ചപ്പോൾ തന്നെ സിനിമയുടെ വലിയൊരു സാധ്യത എന്റെ മുന്നിൽ തുറക്കപ്പെടുകയായിരുന്നു. സംവിധായകനെന്ന നിലയിൽ എന്നെ അദ്ഭുതപ്പെടുത്തിയ സംഭാഷണങ്ങളായിരുന്നു എം ടി എഴുതിയത്. ഓരോ സീനും ആകാംക്ഷ ജനിപ്പിക്കുന്നു. അടുത്തത് എന്തെന്നറിയാൻ പ്രേക്ഷകൻ കാത്തിരിക്കും. അത്രയും മഹത്തരമായിരുന്നു തിരക്കഥ.

ഇനി കഥാപാത്രങ്ങൾ വേണം. തിരക്കഥ എഴുതുംമുമ്പ് പുതുമുഖങ്ങളെ വെച്ച് ചെയ്യാനാണ് ആലോചിച്ചിരുന്നത്. എന്നാൽ എഴുത്ത് പൂർത്തിയായപ്പോൾ എം ടി പറഞ്ഞു, ചന്തുവായി മമ്മൂട്ടി തന്നെ വേണമെന്ന്. മമ്മൂട്ടിയല്ലാതെ മറ്റൊരാൾ ചന്തുവിന് യോജിക്കില്ല എന്ന്. മമ്മൂട്ടിയെ നിശ്ചയിച്ചു. മറ്റു കഥാപാത്രങ്ങളും മമ്മൂട്ടിയോട് കിടപിടിക്കുന്നവർ തന്നെ വേണം. അങ്ങനെയാണ് അരിങ്ങോടരായി ക്യാപ്റ്റൻ രാജു വരുന്നത്. ഉണ്ണിയാർച്ചയെ കണ്ടെത്തലും ആ കഥാപാത്രവും വെല്ലുവിളി നിറഞ്ഞതായിരുന്നു. അതിസുന്ദരിയാണ് ഉണ്ണിയാർച്ച. മലയാളിയുടെ സൗന്ദര്യസങ്കല്പങ്ങളിലെ പ്രതീകം കൂടിയാണ് ഉണ്ണിയാർച്ച. മാത്രമല്ല വലിയ ധൈര്യവതിയും യോദ്ധാവും. ഏറെ അന്വേഷണങ്ങൾക്കൊടുവിൽ

ഞങ്ങൾ മാധവിയിലേക്ക് എത്തി. ലാവയിലൂടെ പ്രേംനസീറിന്റെ നായികയായി മലയാളത്തിലേക്ക് മാധവി ആദ്യമായി പരിചയപ്പെടുത്തിയത് ഞാനായിരുന്നു. അതെല്ലാം കൊണ്ടുതന്നെ വെല്ലുവിളി നിറഞ്ഞ കഥാപാത്രത്തെ സ്വീകരിക്കാൻ മാധവി തയ്യാറായി. വലിയ കണ്ണപ്പച്ചേകവരായി ബാലൻ കെ നായരും ആരോമലായി സുരേഷ് ഗോപിയും കുഞ്ചുണ്ണൂലിയായി ചിത്രയും കുഞ്ഞിയായി ഗീതയുമെത്തി.

തിരക്കഥ വായിച്ചപ്പോൾ തന്നെ അതിന്റെ മികവ് വ്യക്തമായിരുന്നു. അതിനാൽ തന്നെ സാധാരണ ചെയ്യുന്നതിനേക്കാൾ ഈ സിനിമയ്ക്കായി ഞാൻ ഹോംവർക്ക് ചെയ്തു. ഒരു സീനിലും വിട്ടുവീഴ്ച ചെയ്യില്ലെന്ന് തീരുമാനിച്ചു. തിരക്കഥയിലെ ഓരോ സീനും സിറ്റ്വേഷനും മനഃപാഠമാക്കി. എന്റെ മനസ്സിലുള്ളത് ചിത്രങ്ങളായി വരച്ച് കലാസംവിധായകനായ കൃഷ്ണമൂർത്തിക്ക് നൽകി. കഷ്ടപ്പെട്ടാണ് ഓരോ ലൊക്കേഷനും കണ്ടെത്തിയത്. കാമറയുമായി പല സംഘങ്ങൾ പല നാടുകളിലൂടെ അലഞ്ഞു ഷൂട്ടുചെയ്തുകൊണ്ടു വന്നു. അത് കണ്ടാണ് ഓരോ ഇടവും നിശ്ചയിച്ചത്. ഏറെ തേടി നടന്നാണ് കൊല്ലങ്കോട് കൊട്ടാരവും ഗുരുവായൂരിലെ ആനക്കൊട്ടിലുമെല്ലാം കണ്ടെത്തിയത്. ഫ്രെയിമിൽ പുതിയ കാലത്തിന്റെ ഒരു അടയാളവും പാടില്ലെന്ന് നിർബന്ധമുണ്ടായിരുന്നു. വീടുകളെല്ലാം ആ രീതിയിൽ സൃഷ്ടിച്ചെടുത്തു കൃഷ്ണമൂർത്തി. രാമചന്ദ്രബാബുവായിരുന്നു കാമറാമാൻ. എന്റെ മനസ്സിലുള്ളപോലെ ഓരോ രംഗവും ബാബു കാമറയിൽ പകർത്തി. മദ്രാസിൽ അനുയോജ്യമായ കാമറ കിട്ടാത്തതുകാരണം ബോംബെയിൽ നിന്നാണ് വരുത്തിച്ചത്. വസ്ത്രാലങ്കാര വിദഗ്ധൻ നടരാജൻ, എഡിറ്റിംഗ് നിർവഹിച്ച എന്റെ ഗുരുനാഥൻ കൂടിയായ എം എസ് മണി എന്നിവരെയും ഓർക്കാതെ വയ്യ. എല്ലാവരുടെയും പരമാവധി പെർഫോമൻസായിരുന്നു വടക്കൻ വീരഗാഥ.

സിനിമയുടെ പൂർണതയ്ക്കുവേണ്ടി യഥാർഥ വാളും ചുരികയുമാണ് ഉപയോഗിച്ചത്. താരങ്ങളെ കളരിപഠിപ്പിക്കാൻ സി വി എൻ കളരിയിൽ നിന്ന് സത്യൻ ഗുരുക്കളുടെ നേതൃത്വത്തിൽ ഒരു സംഘത്തെ വരുത്തി. എല്ലാ ദിവസവും പുലർച്ചെ അഞ്ചു മുതൽ ഒരു മണിക്കൂർ പരിശീലനം നൽകി. സംഘട്ടനരംഗങ്ങളിൽ ഡ്യൂപ്പിനെ പരമാവധി ഒഴിവാക്കി. സംഗീതം നിർവഹിക്കാൻ വിളിച്ചത് രവിയെയായിരുന്നു. മലയാളി അല്ലാത്ത രവിക്ക് പഴയ കാലം പാട്ടിൽ സൃഷ്ടിക്കാൻ കഴിയുമോ എന്ന് പലർക്കും സംശയമായിരുന്നു. എന്നാൽ എനിക്ക് അദ്ദേഹത്തിൽ വിശ്വാസമുണ്ടായിരുന്നു. പാട്ടുകളുടെ യഥാർഥ അർഥവും താളവും ഉൾക്കൊണ്ട് രവി ചിട്ടപ്പെടുത്തി. കൈതപ്രവും ജയകുമാറുമായിരുന്നു ഗാനങ്ങൾ എഴുതിയത്.

ചിത്രീകരണവും മറ്റു വർക്കുകളെല്ലാം തീർത്ത് പ്രിവ്യൂ വെച്ചിരുന്നു. സിനിമ കണ്ട് എം ടി പറഞ്ഞു, അദ്ദേഹം മനസ്സിൽ കണ്ടതെല്ലാം കൈയടക്കത്തോടെ മനോഹരമായി ഞാൻ ചെയ്തുവെന്നും അത് അദ്ദേഹത്തെ അദ്ഭുതപ്പെടുത്തിയെന്നും. ബാലുമഹേന്ദ്ര പറഞ്ഞത് മലയാള സിനിമയുടെ അമ്പതുവർഷത്തെ വളർച്ചയാണ് വടക്കൻ വീരഗാഥ എന്നായിരുന്നു.

ഒരു പരാജയകഥ

ചില സിനിമകൾക്ക് ഒരു നിയോഗമുണ്ട്. നമ്മൾ നെഞ്ചിനോട് ചേർത്തുവെച്ചാലും അത് പരാജയപ്പെട്ടുപോകും. അത്തരമൊരു പടമായിരുന്നു മയൂഖം. മാർക്കറ്റിങ്ങിലെ പാളിച്ചയാണ് പരാജയപ്പെടാൻ കാരണമായത്. സർഗവും നഖക്ഷതങ്ങളും പോലെ ഞാൻ ഇഷ്ടപ്പെടുന്ന സിനിമയാണ് മയൂഖവും. അതിനകത്ത് വളരെ തീവ്രമായ ഒരു കഥയും പ്രമേയവുമുണ്ട്. ജാതിയോ മതമോ കക്ഷിരാഷ്ട്രീയമോ നോക്കിയിട്ടല്ല ഉദ്യോഗമോ വിദ്യാഭ്യാസമോ കൊടുക്കേണ്ടത്. ബുദ്ധി നോക്കിയാണ്. എങ്കിലേ രാഷ്ട്രത്തിന് പുരോഗതിയുണ്ടാകൂ. ഇതായിരുന്നു മയൂഖത്തിന്റെ പ്രമേയം. പോസ്റ്ററുകൾ പോലും പതിക്കാതെ പെട്ടെന്നാണ് സിനിമ റിലീസ് ചെയ്യേണ്ടി വന്നത്. ഒരു ദിവസം നിർമാതാവ് എന്നെ വിളിച്ച് പറയുന്നു- നാളെ റിലീസ് ചെയ്യേണ്ട ബോയ്ഫ്രണ്ട് ഇറങ്ങുന്നില്ല. അതിനു പകരം മയൂഖം റിലീസ് ചെയ്യുകയാണ് എന്ന്. എന്റെ അസിസ്റ്റന്റു ഡയറക്ടർമാരാണ് കോഴിക്കോട്ട് നഗരത്തിൽ പോസ്റ്ററുകൾ പതിച്ചത്. ഇത്തരമൊരു സിനിമ ഇറങ്ങിയത് ആരും അറിഞ്ഞതേയില്ല. പ്രേക്ഷകർ എന്നെ ഉപേക്ഷിച്ചതായിരുന്നില്ല. എന്റെ സിനിമ ഇഷ്ടപ്പെടുന്ന ഒരു ചെറിയ വിഭാഗം ആളുകളെങ്കിലും ഉണ്ട്.

പ്രതിസന്ധികളിലൂടെ പഴശ്ശിരാജയുടെ പടയോട്ടം

പഴശ്ശിരാജയെക്കുറിച്ച് അല്പം കൂടി പറയാനുണ്ട്. ലോക സിനിമ എന്ന കാഴ്ചപ്പാടിലല്ല അത് ഒരുക്കിയത്. സബ്ജക്ടറ്റിന് അനുസരിച്ചുള്ള ക്രാഫ്റ്റ് നല്കണം എന്നേ വിചാരിച്ചിരുന്നുള്ളൂ. എന്നിട്ടും എന്റെ മനസ്സിൽ ചിത്രീകരിച്ചതിന്റെ അമ്പത് ശതമാനമേ സിനിമയിൽ കൊണ്ടുവരാൻ കഴിഞ്ഞുള്ളൂ. പല കാരണങ്ങളുണ്ടായിരുന്നു അതിന്. ഷൂട്ടിംഗ് തുടങ്ങിയത് 2007 മെയ് 18നാണ്. പത്തു ദിവസം പിന്നിട്ടു. അപ്പോഴേക്കും മഴ തുടങ്ങി. പിന്നെ എട്ടുമാസം മഴയായിരുന്നു. അകാല മഴ. നടീനടന്മാരിൽ നിന്ന് വാങ്ങിയ ഡേറ്റുകൾ ഈ മഴയിൽ ഒലിച്ചുപോയി. മമ്മൂട്ടി, ശരത്കുമാർ, സുമൻ, മനോജ് കെ ജയൻ, പത്മപ്രിയ ഇവരുടെയെല്ലാം ഡേറ്റ് രണ്ടാമത് വാങ്ങി സിനിമ പൂർത്തിയാക്കണമായിരുന്നു. ഒന്നോ രണ്ടോ ഷെഡ്യൂളിൽ ഓർഗനൈസ് ചെയ്യാൻ പറ്റുന്നതായിരുന്നില്ല അത്. വലിയൊരു കാൻവാസിലുള്ള സിനിമ തിരിച്ച് കൊണ്ടുവരാൻ വളരെ പ്രയാസപ്പെട്ടു.

ഇത്ര വലിയ സിനിമയെടുത്ത് പരിചയമുള്ള ആരും മലയാളത്തിലില്ല. പരിചയ സമ്പന്നരായ പ്രവർത്തകർ പിന്നണിയിലും ഇല്ല. കോടികൾ ചെലവാക്കിയതുകൊണ്ട് മാത്രം സിനിമയുണ്ടാകില്ലല്ലോ. കൂലിപ്പണി പോലെ സിനിമയെ കാണുന്നവർക്ക് ഇത്തരമൊരു സിനിമയിൽ പ്രവർത്തിക്കാനും കഴിയില്ല. മികച്ച സംഘാടനം ഇല്ലാത്തതിന്റെ ഒരുപാട് ദുരന്തങ്ങൾ പഴശ്ശിരാജയിൽ ഞാൻ അനുഭവിച്ചു. മമ്മൂട്ടിയുടേയോ ശരത്കുമാറിന്റേയോ സുമന്റേയോ അടുക്കൽ പോയി ഡേറ്റ് ചോദിച്ചുവാങ്ങാൻ പറ്റുന്ന പ്രൊഡക്ഷൻ മാനേജരുണ്ടായിരുന്നില്ല. നിർമാതാവായ ഗോകുലം

ഗോപാലൻ വല്ലപ്പോഴും മാത്രമേ സെറ്റിൽ വരാറുണ്ടായിരുന്നുള്ളൂ. ഉണ്ടായിരുന്നത് അദ്ദേഹത്തിന്റെ മരുമകനാണ്. ഒരുപാട് കമ്പനികളുടെ ചുമതലയുള്ള ആൾ. അദ്ദേഹമാണ് ഇടക്കെങ്കിലും കൂടെയുണ്ടായിരുന്നത്. പരിചയക്കുറവിന്റെ പ്രശ്നങ്ങളുണ്ടായിരുന്നു അദ്ദേഹത്തിന്. ഇതൊക്കെ ഞാനും അനുഭവിക്കേണ്ടി വന്നു. ഈ സിനിമയ്ക്കായി മൂന്നു കൊല്ലക്കാലം കുടുംബകാര്യങ്ങളും വീട്ടുകാര്യങ്ങളും ഉപേക്ഷിച്ച് നിന്ന ഒരുത്തൻ ഞാൻ മാത്രമായിരുന്നു. അങ്ങനെ കഠിനമായി അധ്വാനിച്ചതുകൊണ്ടാണ് പഴശ്ശിരാജ പുറത്തുവന്നത്. എല്ലാ സിനിമയുടെ സമയത്തും എന്റെ അടുത്ത മുറിയിൽ നിർമാതാവുണ്ടാകുമായിരുന്നു. ഇതിനുണ്ടായിരുന്നില്ല. അതിനാൽ എന്റെ ജോലികൾ കൂടി. നിർമാതാവിന്റെ റോൾ കൂടി ഏറ്റെടുക്കേണ്ടി വന്നു. പഴശ്ശിരാജ കാട്ടിൽ യുദ്ധം ചെയ്തപോലെ എനിക്കും യുദ്ധം ചെയ്യേണ്ടി വന്നു; താരങ്ങളോട്, ടെക്നീഷ്യന്മാരോട്, നിർമാതാവിനോട്. ഇത്ര പ്രയാസപ്പെട്ട് സിനിമ ചെയ്തത് എത്രപേർ മനസ്സിലാക്കിയിട്ടുണ്ട് എന്ന് എനിക്കറിയില്ല. ഞാൻ പലപ്പോഴും അസ്വസ്ഥനായി. പടം വേണ്ട, ആരെങ്കിലും വന്ന് ചെയ്തോട്ടെ എന്നുവരെ ആലോചിച്ചു. എം ടിയും മമ്മൂട്ടിയുമാണ് അപ്പോഴെല്ലാം കൂടെ നിന്നത്.

ദുഷ്പ്രചരണങ്ങളും ഏറെയുണ്ടായി. ഏതെങ്കിലും അപകടം നടന്നാൽ എല്ലാം പഴശ്ശിരാജയുടെ ഷൂട്ടിംഗിനിടയിൽ ഉണ്ടായതാണെന്ന് പറഞ്ഞ് പത്രങ്ങളിൽ വാർത്തവന്നു. ഘോരവനങ്ങളിലായിരുന്നു ഷൂട്ടിംഗ്. ആർക്കെങ്കിലും അപകടം വന്നാൽ അതെല്ലാം എന്റെ ചുമലിൽ വന്നു. പക്ഷേ ലോക സിനിമയുടെ കൂട്ടത്തിൽ പഴശ്ശിരാജയെയും പ്രേക്ഷകർ എണ്ണിയപ്പോൾ ആ പ്രയാസങ്ങളെല്ലാം ഞാൻ മറന്നു.

ഓർത്തുവെക്കാൻ ചില കാര്യങ്ങൾ

ലോക സിനിമയിൽ പല പരീക്ഷണ ചിത്രങ്ങളും പുതിയ പ്രമേയങ്ങളും വരുന്നു. എന്നാൽ വന്നുപോയ കഥകൾ തന്നെ തിരിച്ചും മറിച്ചും ഉപയോഗിക്കുന്ന അന്തരീക്ഷമാണ് മലയാളത്തിൽ കാണുന്നത്. അതിന്റെ കാരണങ്ങളിലൊന്ന് നിർമ്മാതാക്കളാണ്. പണം മുടക്കുന്നവർക്ക് തന്നെ തോന്നണം നല്ല സിനിമകൾ വേണമെന്ന്. നിർമാതാക്കൾക്ക് ഏതെങ്കിലും വൻ താരത്തെ വെച്ച് പടമെടുക്കണമെന്നേയുള്ളൂ. സിനിമ തുടങ്ങേണ്ടത് അങ്ങനെയല്ല. നല്ലൊരു കഥയാണ് ആദ്യം തെരഞ്ഞെടുക്കേണ്ടത്. അതിന് എങ്ങനെയാണ് നല്ല സിനിമയെടുക്കേണ്ടതെന്ന് നിർമാതാക്കളെ പഠിപ്പിക്കേണ്ടിയിരിക്കുന്നു. ഒരു സൂപ്പർസ്റ്റാറിനെ കിട്ടിയാൽ സിനിമയായി എന്നു വിചാരിക്കുന്നത് തന്നെ തെറ്റാണ്. സ്റ്റാറിനെ വെച്ച് പടമെടുത്തോട്ടെ. പക്ഷേ, ശക്തമായ പ്രമേയമുണ്ടോ എന്ന് ചിന്തിക്കണം. സ്വന്തം സിനിമയുടെ കഥപോലും അറിയാത്ത നിർമാതാക്കളുണ്ട്. പണ്ടുള്ളവർക്ക് അറിവുണ്ടായിരുന്നു. ബോധമുള്ളവരെ ഈ രംഗത്തേക്കിറങ്ങാവൂ. അല്ലാത്തവർ ചൂഷണം ചെയ്യപ്പെടും.

സംവിധായകൻ പത്തോ ഇരുപതോ ദിവസം കൊണ്ട് എന്തെങ്കിലും എടുത്തുകൊടുക്കും. ചിലത് ഓടും. മറ്റുള്ളവ ഓടില്ല. ഇതുകൊണ്ട് അവർക്കും ഗുണമില്ല, മലയാള സിനിമയ്ക്കും ഗുണമില്ല. ഗുണമുള്ളത്

താരങ്ങൾക്കും പിന്നണിപ്രവർത്തകർക്കും മാത്രമാണ്. അവർക്ക് പണം കിട്ടും. എണ്ണത്തിൽ ഒന്നുകൂടി കൂടും. അത്ര തന്നെ. ആരെ കുറ്റം പറയും? ഞാൻ പറയുക നിർമാതാക്കളെ തന്നെയാണ്. അവനവന് അറിയുന്ന ബിസിനസ്സേ ചെയ്യാവൂ. അല്ലാതെ ആരെയെങ്കിലും വിശ്വസിച്ച് സിനിമ യെടുക്കരുത്. അയാൾ സംവിധാനം ചെയ്താൽ ഓടും എന്നു വിചാരിച്ച് സിനിമയെടുക്കരുത്. പിന്നെ ഒരു നിർമാതാവിനെ കിട്ടിയാൽ പാവം ഇയാളെ ഇത്ര വലിയ തുക മുടക്കിക്കരുത്, കാശ് തിരിച്ചു കിട്ടാവുന്ന നല്ല സിനിമയെടുത്ത് ഇയാളെ രക്ഷപ്പെടുത്തണമെന്ന ചിന്ത സംവിധാ യകർക്കുമില്ല. എല്ലാവർക്കും പണം മാത്രമാണ് ലക്ഷ്യം. ഇത് കലയും കച്ചവടവുമാണെന്ന ലക്ഷ്യം മറന്നുപോയി.

സിനിമയിൽ സൂപ്പർ സ്റ്റാറുകൾ ഇടപെടുന്നു എന്ന് പറഞ്ഞുകേൾ ക്കുന്നു. അങ്ങനെയൊരനുഭവം എനിക്ക് ഇതുവരെ ഉണ്ടായിട്ടില്ല. പ്രേം നസീർ, ജയൻ, മധു, മമ്മൂട്ടി, മോഹൻലാൽ ഇവരെയൊക്കെ വെച്ച് ഞാൻ സിനിമയെടുത്തിട്ടുണ്ട്. എനിക്ക് അത്തരം അനുഭവങ്ങളുണ്ടായിട്ടില്ല. ഇന്ന ആളെ വയ്ക്കണമെന്ന് ഒരിക്കലും മമ്മൂട്ടി പറഞ്ഞിട്ടില്ല. പിന്നെ എങ്ങനെ അത് സംഭവിക്കുന്നു എന്നതാണ്. അത്തരം സംവിധായകർ ബലഹീന രായിരിക്കും. സിനിമയെക്കുറിച്ച് അറിവില്ലാത്തവരായിരിക്കും. ഇതാണ് കഥ, അഭിനയിക്കാൻ താത്പര്യമുണ്ടോ? എന്ന് സൂപ്പർ താരങ്ങളോട് ചോദി ക്കണം. യെസ് ഓർ നോ. ഇതാണ് ഡയറക്ടർ ചോദിക്കേണ്ടത്. അങ്ങനെ യാണ് സിനിമയെടുക്കുക. പിന്നെ ഓരോരുത്തർക്കും ഓരോ ഉത്തരവാദി ത്വമുണ്ട്. അത് നല്ല രീതിയിൽ നിർവഹിച്ചാലേ വിജയമുള്ളൂ. നിർമാതാ ക്കൾക്കുമുണ്ട് ഉത്തരവാദിത്വം. കഥയും സ്ക്രിപ്റ്റും കണ്ട് ബോധ്യമാ യില്ലെങ്കിൽ സിനിമയെടുക്കേണ്ട കാര്യമില്ല.

ഹരിഹരൻ
ജീവിതരേഖ

ജനനം	:	
അച്ഛൻ	:	എൻ. മാധവൻ നമ്പീശൻ
അമ്മ	:	പാർവതി ബ്രാമണിയമ്മ
പഠനം	:	ഗവ. എൽ പി സ്കൂൾ താമരശ്ശേരി, യൂണിവേഴ്സൽ ആർട്സ്
അസിസ്റ്റന്റ് ഡയറക്ടറായ ആദ്യ ചിത്രം	:	തളിരുകൾ
ആദ്യ ചിത്രം	:	ലേഡീസ് ഹോസ്റ്റൽ 1973
ഭാര്യ	:	ഭവാനി
മക്കൾ	:	പാർവതി, ആനന്ദ് കിഷോർ, ഗായത്രി

കേരള സംസ്ഥാന അവാർഡുകൾ

മികച്ച ജനപ്രിയവും കലാമൂല്യവുമുള്ള ചിത്രം	:	ഇടവഴിയിലെ പൂച്ച മിണ്ടാപ്പൂച്ച (1979) ഒരു വടക്കൻ വീരഗാഥ (1989)
മികച്ച സംവിധായകൻ	:	സർഗം (1992) പരിണയം (1994) പഴശ്ശിരാജ (2009)
മികച്ച ചിത്രം	:	പരിണയം (1994)

ദേശീയ അവാർഡുകൾ

മികച്ച ജനപ്രിയചിത്രം	:	സർഗം (1992),
സാമൂഹ്യ പ്രതിബദ്ധതയുള്ള ചിത്രം	:	പരിണയം (1994)
മലയാളത്തിലെ മികച്ച ഫീച്ചർ ഫിലിം	:	പഴശ്ശിരാജ (2009)

ഹരിഹരൻ സംവിധാനം ചെയ്ത ചിത്രങ്ങൾ

(സിനിമ, വർഷം, നടീനടന്മാർ എന്ന ക്രമത്തിൽ)

ലേഡീസ് ഹോസ്റ്റൽ	1973	പ്രേംനസീർ, കെ.പി. ഉമ്മർ, ജയഭാരതി
അയലത്തെ സുന്ദരി	1974	പ്രേംനസീർ, കെ.പി. ഉമ്മർ, ജയഭാരതി
രാജഹംസം	1974	പ്രേംനസീർ, മധു, ജയഭാരതി, വിധുബാല
ഭൂമിദേവി പുഷ്പിണിയായി	1974	പ്രേംനസീർ, മധു, ജയഭാരതി, വിധുബാല
കോളേജ് ഗേൾ	1974	പ്രേംനസീർ,
ബാബുമോൻ	1975	പ്രേംനസീർ, ജയഭാരതി
ലൗമാര്യേജ്	1975	പ്രേംനസീർ, അടൂർ ഭാസി
മധുരപ്പതിനേഴ്	1975	ഷീല, സുധീർ,.
അമ്മിണി അമ്മാവൻ	1976	പ്രേംനസീർ, ജയഭാരതി, അടൂർ ഭാസി
കന്യാദാനം	1976	പ്രേംനസീർ, മധു, ശാരദ, വിധുബാല
പഞ്ചമി	1976	പ്രേംനസീർ, ജയൻ, ജയഭാരതി
രാജയോഗം	1976	പ്രേംനസീർ, ജയഭാരതി
തെമ്മാടി വേലപ്പൻ	1976	പ്രേംനസീർ, തിക്കുറിശ്ശി സുകുമാരൻ നായർ
ഇവൻ എൻെറ പ്രിയപുത്രൻ	1977	പ്രേംനസീർ, അടൂർ ഭാസി, ജയൻ
സംഗമം	1977	വിൻസെൻറ്, ജോസ്
സുജാത	1977	പ്രേംനസീർ, അടൂർ ഭാസി, നാഗേഷ്
തോൽക്കാൻ എനിക്ക് മനസ്സില്ല	1978	പ്രേംനസീർ, അടൂർ ഭാസി
കുടുംബം		
നമുക്ക് ശ്രീകോവിൽ	1978	പ്രേംനസീർ, അടൂർ ഭാസി
സ്നേഹത്തിൻെറ മുഖങ്ങൾ	1978	പ്രേംനസീർ, ജയഭാരതി, മധു
അടിമക്കച്ചവടം	1978	സോമൻ, വിൻസെൻറ്, ജയഭാരതി
യാഗാശ്വം	1978	പ്രേംനസീർ, അടൂർ ഭാസി

ഇടവഴിയിലെ പൂച്ച		
മിണ്ടാപ്പൂച്ച	1979	മധു, സോമൻ, അംബിക
ശരപഞ്ജരം	1979	ജയൻ, ഷീല, സത്താർ
ലാവ	1980	പ്രേംനസീർ, കെ പി ഉമ്മർ, മാധവി
മുത്ത്ചിപ്പികൾ	1980	മധു, സത്താർ, ശ്രീവിദ്യ
പൂച്ചസന്ന്യാസി	1981	
വളർത്തുമൃഗങ്ങൾ	1981	സുകുമാരൻ, രതീഷ്, മാധവി
ശ്രീമാൻ ശ്രീമതി	1981	മധു, ശ്രീവിദ്യ
അനുരാഗക്കോടതി	1982	ശങ്കർ, രാജ്കുമാർ, അംബിക
അങ്കുരം	1982	പ്രേംനസീർ, ശാരദ
എവിടെയോ ഒരു ശത്രു	1983	റിലീസ് ചെയ്തില്ല
വരന്മാരെ ആവശ്യമുണ്ട്	1983	സ്വപ്ന, രാജ്കുമാർ
പൂമടത്തെ പെണ്ണ്	1984	പ്രേംനസീർ, ഉണ്ണിമേരി
വെള്ളം	1984	പ്രേംനസീർ, മധു, ശ്രീവിദ്യ, കെ ആർ വിജയ
വികടകവി	1984	പ്രേംനസീർ, മമ്മൂട്ടി, മാധവി
പഞ്ചാഗ്നി	1986	മോഹൻലാൽ, ഗീത
നഖക്ഷതങ്ങൾ	1986	വിനീത്, തിലകൻ, മോനിഷ
അമൃതം ഗമയ	1987	മോഹൻലാൽ, ഗീത, വിനീത്
ആരണ്യകം	1988	വിനീത് ദേവൻ, പാർവതി
ഒരു വടക്കൻ വീരഗാഥ	1989	മമ്മൂട്ടി, സുരേഷ് ഗോപി, മാധവി, ഗീത
ഒളിയമ്പുകൾ	1990	മമ്മൂട്ടി, സായ്കുമാർ, രേഖ
തമ്പുരാൻ	1991	റിലീസ് ആയില്ല
സർഗം	1992	വിനീത്, മനോജ് കെ ജയൻ, രംഭ
പരിണയം	1994	മോഹിനി, വിനീത്, തിലകൻ
എന്നു സ്വന്തം ജാനകിക്കുട്ടി	1998	ജോമോൾ, ചഞ്ചൽ, ശരത്
പ്രേംപൂജാരി	1999	കുഞ്ചാക്കോ ബോബൻ, ശാലിനി, വിനീത്
മയൂഖം	2005	ഷൈജുകുറുപ്പ്, മമ്ത മോഹൻദാസ്
കേരളവർമ പഴശ്ശിരാജ	2009	മമ്മൂട്ടി, കനിഹ
ഏഴാമത്തെ വരവ്	2013	ഇന്ദ്രജിത്ത്, വിനീത്, ഭാവന

മറ്റു ഭാഷാചിത്രങ്ങൾ

അൻജാം- ഹിന്ദി	1986	ശശികപൂർ, ഹേമമാലിനി
മങ്കൈ ഒരു ഗംഗൈ	1987	

www.ingramcontent.com/pod-product-compliance
Lightning Source LLC
LaVergne TN
LVHW042258051026
849519LV00011B/773
* 9 7 8 9 3 8 6 4 4 0 2 9 7 *